1000 கடல் மைல்

கடல் பழங்குடிகளும்
ஒக்கிப் பேரிடரும்

வறீதையா கான்ஸ்தந்தின்

தடாகம்

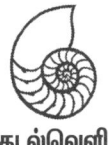

கடல்வெளி

தடாகம் – கடல்வெளி

1000 கடல் மைல்

♦ ஆசிரியர்: வறீதையா கான்ஸ்தந்தின் ♦ உரிமை : ஆசிரியருக்கு ♦
முதற்பதிப்பு : அக்டோபர் 2018 ♦
அட்டை வடிவமைப்பு : ஓவியர் மணிவண்ணன் ♦

1000 Kadal Mile ♦ *Author - Vareethiah Konstantine*
(C) Author ♦ First Edition - October 2018

Published by

Thadagam, 112,Thiruvalluvar Salai, Thiruvanmiyur, Chennai 600041.
Phone : +91- 44 - 4310 0442 | +91 - 89399 67179
www.thadagam.com ♦ info@thadagam.com

Kadalveli, 23/53,K.R.Puram west,
Thoothoor - 629176, Kanyakumari District,
vareeth59@gmail.com

ISBN: 978-81-934765-8-1
INR : 250.00

1000 கடல் மைல்
கடல் பழங்குடிகளும் ஒக்கிப் பேரிடரும்

முனைவர் வறீதையா கான்ஸ்தந்தின்
(1959, பள்ளம்துறை)

தூத்தூர் செயின்ட் ஜஉட்ஸ் கல்லூரியில் 1982 முதல் மீன்வளமும் விலங்கியலும் கற்பித்து 2018இல் பணிநிறைவு பெற்றவர். 1990களில் தொடங்கி கடல், மீன்வளம், கடல்சார் மக்கள் குறித்த ஆய்விலும் எழுத்திலும் தொடர்ந்து தீவிரமாய் இயங்கி வருகிறார். 'கடலம்மா பேசுறங் கண்ணு', 'நெய்தல் சுவடுகள்', 'பழவேற்காடு முதல் நீரோடி வரை', 'மூதாய் மரம்', 'The Sea Tribes under Seige' உள்ளிட்ட 40க்கும் மேற்பட்ட நூல்களையும் ஓர் ஆவணப் படத்தையும் படைத்துள்ளார். நெய்தல் வெளி, கடல்வெளி பதிப்பகங்களின் நிறுவன பதிப்பாளராக ஏராளம் படைப்பாளிகளைத் தமிழுக்கு அறிமுகப் படுத்தியுள்ளார். விகடன் இலக்கிய விருது (2015), அமுதன் அடிகள் இலக்கியப் பரிசு (2016), மம்மா ஆதா விருது (2017) முதலிய பல விருதுகள் பெற்றுள்ளார்.

நன்றி

மாலதி மைத்ரி (நூல் முகவுரை), அருட்திரு பிரான்சிஸ் ஜெயபதி சே.ச., பேராசிரியர் பாத்திமா பாபு, சிரில் அலெக்ஸ், வினோத் கே.பி., இசக்கிமுத்து (தூத்துக்குடி), பேரின்பம் வாஸ், எஸ்.பி. இராயப்பன் (இராமேஸ்வரம்), பிரேமா ரேவதி (நாகை), அருட்திருவாளர்கள் பால் மைக், குழந்தை மற்றும் பிரான்சிஸ் சேவியர் (கலங்கரை, நாகை- தரங்கம்பாடி), பேராசிரியர் ஜி. கிறிஸ்டோபர், தோழர் வைத்தியலிங்கம் (கடலூர்), அவைநாயகன் (ஓசை, கோவை), தமிழ்தாசன் (நாணல், மதுரை), தயாளன் சண்முகம் (நியூஸ் 18), சமஸ், ஆதி வள்ளியப்பன், ந. வினோத் (இந்து தமிழ்), பீர் முகம்மது அஸிஸ் (இப்போது டாட் காம்), சென்னை ஆற்றுநர் அறக்கட்டளை, அ.மரியஜான் (இரவிபுத்தன்துறை), லோபிதாஸ் லூயிஸ் (திருச்சி), தோழர் முத்துசெல்வி (சென்னை), ஆல்பர்ட் சில்வேரியன், சஜூ பெரைரா (சின்னத்துறை), ஜான்போஸ்கோ எலியாஸ் (இரயுமன்துறை) எல்லோர்க்கும்.

டாரில் ஜிம் ஃபேபியன்
வரவுக்கு நன்றியுடன்

உள்ளே

முன்னுரை
முகவுரை - மாலதி மைத்ரி
பகுதி ஒன்று : அவதானம்

1. பியான் முதல் ஒக்கி வரை 23
2. கடல் பழங்குடிகளும் பேரிடர்களும் 28
3. துயர்க்கால அவதானிப்புகள் 50
4. புலப்படா மக்கள், புலப்படாப் பேரிடர் 62
5. ஃபார்மாலின் பீதியும் மீன்தொழில் அறமும் 80
6. இந்திய மீன்வளம் - நான்கு முகங்கள் 86
7. அபலைகளின் பேரிடர் 98

பகுதி இரண்டு : சந்திப்புகள்

8. கடல் அணங்கின் கண் 107
9. 1000 கடல் மைல் 133
10. ஒக்கி, ஊடகம், அரசு 159

பகுதி மூன்று: பார்வைகள்

11. சிதையும் பழங்குடி வாழ்வு

- மேரி புஷ்பம் 181
- வ. கீதா 184
- முத்துச்செல்வி 191
- பால் மைக் 197
- ஜெஃபர்சன் மார்க்கோஸ் 205
- சிரில் அலெக்ஸ் 209
- கு.பாரதி 213
- அருணபாரதி 221
- ஆல்பின் 227
- ரோனல்ட் 234
- ஜான் பால் 241

ஆசிரியரின் நூல்கள்

முன்னுரை

உலகக் கடற்பரப்பெங்கும் நாள்தோறும் ஆயிரக்கணக்கான கப்பல்கள் ஓடிக் கொண்டிருக்கின்றன. கடலிலும் கடற்கரையிலும் பல்லாயிரம் கோடிகள் புதுப்புது தொழில் முதலீடுகளாய்க் கொட்டப்படுகின்றன. வளர்ச்சியை முன்னிட்டுக் கடற்கரைகளில் பிரம்மாண்டமான தொழில் கட்டுமானங்கள் உயர்ந்து கொண்டுதான் இருக்கின்றன. இவர்கள் எல்லோரையும் தன்பால் கவர்ந்திழுக்கும் கடல், வரலாற்றுக்கு முன்பே அதனுடன் ஒட்டி உறவாடி வாழ்ந்துவரும் கடலர்களுக்கு மட்டும் பேரச்சம் தருவதாகிக் கொண்டிருக்கின்றது. கடலின் அடிப்படைப் பண்புகள் ஆதியிலிருந்தே மாறியதே இல்லை. இயற்கைச் சீற்றங்கள் மனிதப் பேரிடர்களாக அவர்கள் மீது சுமத்தப்படுகின்றன.

எண்ணைத் துரப்பண, எரிவாய்வுத் திட்டங்கள், அனல், அணுமின் நிலையங்கள், பெருந்துறைமுகங்கள், எட்டுவழிச் சாலைகள் - இவற்றில் எதுவும் தனித்த திட்டமல்ல, பல்திணைக் குடிகளின் இயல்பு வாழ்வின் மீதாக உருக்கொள்ளும் கூட்டு வன்முறை. இந்த வலி மிகுந்த எதார்த்தம் எதிர்காலத்தின் மீது சூன்யமாய் நின்று நம்மை அச்சுறுத்துகிறது.

நவம்பர் 2017 ஒக்கிப் புயல் புலப்படா மக்களின் மீது கவிந்த புலப்படாப் பேரிடர். 2004 சுனாமிப் பேரிடர் போலன்றி, வருவாய் ஈட்டும் 230க்கும் மேற்பட்ட மீனவர்களை ஆழ்கடலில் தேர்ந்து கொன்ற பேரிடர். பேரிடரின் துயரும் சுமையும் பெண்களைக் கரையில் அபலைகளாக்கி நிறுத்தியது. பேரிடர்க் கதைகள் பொதுவாக ஆண்களின் தரப்பிலேயே சொல்லப்படுகிறது. பெண்ணின் கண்கள் வழியாக ஒரு பேரிடரை நாம் பார்க்கத் தொடங்கவில்லை. தற்கொலை விளிம்பில் தள்ளப்பட்டிருக்கும் அவர்களுக்குச் சமூகம் என்ன உத்தரவாதம் தரப்போகிறது?

ஒக்கிக் கடல் சாவுகளின் பின்னணியில் ஆழ்கடல் மீன்பிடி தொழிலின் அபாயங்களையும் பாதுகாப்புக் கூறுகளையும் தீவிர மறுபரிசீலனைக்கு உட்படுத்த வேண்டியுள்ளது. ஒக்கி மரணங்கள் கடலின் பிழையா, அரசின் பிழையா, மீனவர்களின் அலட்சியத்தின் விளைவா? முன்னெச்சரிக்கை, தகவல் தொடர்பு, பாதுகாப்பு, மீட்பு நடவடிக்கைகள் முறையாக மேற்கொள்ளப்பட்டிருந்தால் இந்த அவல மரணங்களைத் தவிர்த்திருக்க முடியுமா?

பேரிடர்களை இனிமேல் அரசுகள் பெரிதாய்க் கண்டுகொள்ளாது. அரசின் பெருந்திட்டங்களுக்குச் சாதகமாக பேரிடர் நிகழ்வுகள் பயன்படுத்திக் கொள்ளப்படும். ஓர் ஆய்வாளனாக சுனாமி, ஒக்கி அனுபவங்கள் எனக்கு உணர்த்தும் உண்மை இதுதான்.

மீன்பிடி தொழிலின் எதிர்காலம், கடல் அபலைகளின் மறுவாழ்வு குறித்த தேடலுடன் ஒக்கிப் பேரிடரின் பின்னணியில் இத்தொகுப்பை முன்வைக்கிறேன்.

வறீதையா கான்ஸ்தந்தின்

ஜனனி, 23/53, கே ஆர் புரம் மேற்கு,
தூத்தூர் அஞ்சல், கன்னியாகுமரி மாவட்டம்,
தமிழ்நாடு, அ.கு.எண்: 629176
vareeth59@gmail.com I Blogger : www.vareethiah.com
அலைபேசி: +9194422 42629

முகவுரை

ஓர் அறிவியல் உண்மை இருக்கிறது: பாம்பைப் பார்த்திராத, பாம்பைப் பற்றிக் கேள்விப்பட்டிராத ஒருவருக்கும் பாம்பைப் பார்க்கும்போது பயம் வரும். இந்த பயம் மரபியல் ரீதியாக வருவது என்கிறது அறிவியல் ஆய்வு. பாரம்பரியக் கடலோர மீனவர்களுக்கு மரணம் பற்றிய அச்சம் இல்லாமல் இருப்பதும் மரபியல் சார்ந்ததுதான். ஒவ்வொரு ஆண்டிலும் அவர்கள் இழப்பைச் சந்தித்துக் கொண்டிருக்கிறார்கள். கடல் மரணம் என்பது மீனவர்கள் மீன்பிடி சமூகமாக மாறிய பல்லாயிரமாண்டுகளாக எதிர்கொள்ளும் சிக்கல். இழப்பிலிருந்து மீண்டெழுவது என்பது அவர்களுக்கு இயல்பானது. ஒரு தனிநபரின் மரணத்தைப் பொறுத்தவரை கடல் விபத்தில் சிக்கிய, அல்லது இழப்பைச் சந்தித்த குடும்பத்தை ஊரும் உறவுகளும் சேர்ந்து காப்பாற்றிக் கைதூக்க, இழப்புத் தடுக்கப்படுகிறது அல்லது ஓரளவு ஈடுகட்டப்படுகிறது. இயற்கைப் பேரிடரால் ஒரு சமூகம் பாதிக்கப்படும்போது அவர்கள் காப்பாற்றப்படவும் மீண்டெழவும் பொதுச் சமூகத்திலிருந்தும் அரசு சார்பாகவும்

ஏற்பாடுகள் முன்னெடுக்கப்பட வேண்டும். ஒக்கி போன்ற பேரிடர்ச் சூழலில் கடற்கரை மக்கள் எதிர்ப்பார்ப்பது இதைத்தான். பாரம்பரிய மீன்பிடி முறைகளைக் கையாண்டு வந்த காலங்களில் இத்தகைய பாரிய இழப்புகளை அவர்கள் சந்தித்ததில்லை.

உயர்தொழில் நுட்பங்களின் வரவுக்கு முன்னால் மீனவர்கள் படகுகளில், கட்டுமரங்களில் கடலுக்குள் போன தொலைவு மிகச் சிறியது. அன்றாடம் கடலுக்குள் சென்று கரை திரும்பிவிடும் எளிமையான தொழில் முறைகள்தான் அன்று நடப்பில் இருந்ததன.

புதிய தொழில்நுட்பங்களும் நீலப்புரட்சியும் மீன்பிடி தொழில்முறையில் பெரும் மாற்றங்களை உருவாக்கின. மரபுமுறையில் சமபங்காளர்களாக இருந்த மீனவப் பெண்கள் மீன்வளப் பொருளாதாரத்திலிருந்து விலக்கப்பட்டார்கள். இந்த அந்நியமாதல் பெண்களுக்கு மிகப்பெரிய சமூக பொருளாதாரப் பின்னடைவை ஏற்படுத்தியிருக்கிறது. மீனவர்களின் பாரம்பரிய அறிவிலிருந்தும் பெண்கள் விலக்கப்பட்டார்கள். மாற்றுத் தொழிற்கல்வியோ வேலைவாய்ப்புகளோ வழங்கப்படாத சூழலில் மீனவப் பெண்கள் சுயசார்புடைய பாரம்பரிய மீன்பிடி தொழில் கூறுகளான மீன் விற்பனை, பதப்படுத்தல், வலை பின்னுதல், உபகரணங்கள் செய்தல், சீர்ப்படுத்தல், செப்பனிடல் மற்றும் மீன்பிடி படகு, கருவி உற்பத்தித் தொழில்களிலிருந்து வெளியேற்றப்பட்டார்கள். நவீனமயம் மீனவர்களின், மீனவப் பெண்களின் மரபான உற்பத்தி அறிவுநுட்பங்களை அழித்துவிட்டது. தாய்வழி மரபில் வளர்ந்து வந்த மீனவச் சமூகம் தந்தை வழிச் சமூக மரபைக் கொஞ்சம் கொஞ்சமாக உள்வாங்கத் தொடங்கியது. இன்று ஆண்கள் அலுவலக வேலைக்குப் போவது போல மீன்பிடிக்கப் போய்வந்து பெண்களிடம் ஊதியத்தைத் தருகிறார்கள். அன்று பெண்கள் கையிலிருந்த மீன் விற்பனையும் வருமானமும் இன்று ஆண்கள் கைக்கும் பாக்கெட்டுக்கும் போய்விட்டது. ஆண்களை எதிர்பார்த்து குடும்பத்திற்குள்ளேயே கையேந்தும் நிலைக்குத் தள்ளப்பட்டார்கள் பெண்கள்.

மீனவப் பெண்கள் குடும்பப் பெண்களாக மாற்றப்பட்டுவிட்ட நிலையில் பேரிடர்களைக் கையாளுவது பெண்களால் இயலாமல் போகிறது. சுனாமியோ ஒக்கியோ பெண்களுக்கு ஏன் இவ்வளவு பெரிய சுமையாக, ஆயுள் தண்டனையாக மாறுகிறது என்றால், பொருளாதாரத்தில் அவர்களின் பங்களிப்பு விலக்கப்பட்டிருக்கின்றன. அவர்களுக்கு வருவாய் ஈட்டும் வழிகள் அடைபட்டுப் போயிருக்கின்றன. படிப்பறிவு உள்ளிட்ட பணித் தகுதிகளும் அவர்களிடமில்லை. அப்படியே தகுதிகள் இருந்தாலும் அவர்களுக்கு பொதுச் சமூகத்தில் வேலை கிடைக்கும் வாய்ப்பு மிகக்குறைவு. இந்த அரசியல் புரிதல் கடற்கரைச் சமூகத்துக்குப் போய்ச் சேரவில்லை.

சுனாமியைத் தொடர்ந்து பழவேற்காடு முதல் குளச்சல் வரை எல்லாக் கிராமங்களுக்கும் மூன்றுமுறை பயணம் செய்தேன். வடமாவட்டக் கடற்கரைகளில் கல்வியறிவில் ஆணும் பெண்ணும் மிகவும் பின்தங்கியிருந்தார்கள். எட்டாவது தேறியவர்களைப் பார்ப்பதே அரிதாயிருந்தது. முறையாக அருகாமை பள்ளிகள் அமைத்துத் தராமல் அரசு இம்மக்களை கைவிட்டதும் பெரும் துரோகம். இருக்கும் ஓரிரண்டு கல்விக்கூடங்களின் ஆசிரியர்களும் தூரத்து ஊரிலிருந்து கடற்கரையின் ஒதுக்குப்புறத்திலிருக்கும் இப்பள்ளிகளுக்கு முறையாக வருவதுமில்லை. இவை சுனாமி கள ஆய்வின்போது நான் கண்டவை.

தற்போது கடலூர் மாவட்டத்தில் ஒக்கிப் புயலால் காணாமலாக் கப்பட்ட 19 ஆண்களின் குடும்பத்தினரைச் சந்தித்தபோது கணவனை இழந்த அனைத்துப் பெண்களும் 18இலிருந்து 35 வயதுக் குட்பட்டவர்கள். ஒரு பெண் மட்டுமே பி.காம் முடித்திருந்தார். இரு பெண்கள் பனிரெண்டாம் வகுப்பு முடித்திருந்தனர். மற்ற 16 பெண்களின் கல்வித்தகுதி ஆறு ஏழு எட்டு ஒன்பது என்றதும் வாழ்நாள் முழுதும் கரையைத் தொலைத்த தோணிகளென அவர்கள் மனம் தத்தளிப்பதை உணர்ந்தேன்.

தென் தமிழகத்தில் கத்தோலிக்கம் காலூன்றிக் கல்விச் சேவையளித்ததால் கடற்புறத்துக்கும் இத்தலைமுறையிலாவது

உயர்கல்வி பரவலாகப் போய்சேர்ந்திருக்கிறது. தொழிற்கல்வி, பட்டப்படிப்பு, பட்டமேற்படிப்பு முடித்த ஆண்களையும் பெண்களையும் பார்க்க முடிந்தது. எவ்வளவு படித்திருந்தாலும் கடல் தொடர்பான பணிகளில்தான் ஈடுபட்டிருந்தனர். மீன்பிடி தொழிலாளி, போர்மேன், லோட்மேன், மெக்கானிக் இப்படியான வேலைகள்; சிலர் கப்பல்களில் மாலுமிகளாக இருந்தார்கள். ஆனால் அரசு வேலை வாய்ப்புகள் அவர்களுக்கு எட்டாமல் இருந்தன. பொதுச்சமூகம் அவர்களை உள்வாங்கிக் கொள்ளவில்லை. தனித்தீவுகள் போல, காலனிகள் போல மீனவச் சமூகம் தனித்துவிடப்பட்டு, பொதுச்சமூகத்துடன் உரையாடலே இல்லாமலிருக்கிறது. பொதுச்சமூகத்திலிருந்து துண்டித்து விடப்பட்ட இந்தக் கிராமங்கள் ஒவ்வொன்றிலும் படித்த இளைஞர்களின் கூட்டம் வேலைவாய்ப்பு இல்லாமல் கடலுக்கும் போக முடியாமல் தவித்துக் கொண்டிருந்தது. அன்றாடம் சமுதாயக் கூடத்திலோ தெருமுனையிலோ உட்கார்ந்து வேடிக்கை பார்த்துக் கொண்டிருப்பதைப் பார்த்தேன். இந்த நிலைமையில் பெண்கள் படும் பாட்டை யோசித்துப் பாருங்கள்.

வேலை வாய்ப்புகளை முற்றிலும் இழந்திருக்கும் கடற்கரைப் பெண்கள் வருவாய் ஈட்டி வந்த கணவரை, உறவுகளை இழந்து நிற்கும் நிர்க்கதிதான் பேரிடர் எதார்த்தம். சுனாமிக்குப் பிறகு இந்தச் சிக்கலை எல்லாத் தளங்களிலும் நாம் உரத்துப் பேசிக்கொண்டிருந்தோம். தமிழ்நாட்டில் 13 மாவட்டக் கடற்கரையில் 600 கிராமங்களில் வாழ்ந்து கொண்டிருக்கும் ஒரு பெரிய சமூகம் இது. கடலில் அவ்வப்போது இச்சமூகம் ஏராளம் உயிரிழப்புகளைச் சந்தித்துக் கொண்டிருக்கிறது. அரசு இவர்களுக்காக முன் யோசனையுடன் திட்டங்களை வகுத்து மறுவாழ்வுத் திட்டங்களைச் செயல்படுத்த அப்போதைய முதல்வர் கலைஞர் கருணாநிதியைச் சந்தித்து 2007 ஜனவரியில் விளிம்புநிலை மக்கள் குரல் சார்பாகக் கோரிக்கை வைத்தோம். கலைஞர் உடனடியாக மீனவர் நலவாரியத்தை அமைக்க மறுநாளே உத்தரவிட்டார். இவை மட்டுமே போதாது. மீனவப் பெண்கள் மறுவாழ்வு சார்ந்த சில கோரிக்கைகளையும் நாங்கள்

வைத்திருந்தோம். ஆனால் கடந்த பத்தாண்டுகளில் மாறிமாறி வந்த அரசுகள் இவை எவற்றையும் நிறைவேற்றித் தரவில்லை.

ஒக்கிப் புயலில் 200க்கு மேற்பட்ட பெண்கள் தங்கள் கணவனையோ தந்தையையோ மகனையோ சகோதரனையோ இழந்து நிற்கிறார்கள். இங்கு நேர்ந்திருப்பது உயிர்களின் இழப்பு மட்டுமல்ல, பெரும் வாழ்வாதார முதலீடுகளின் இழப்பும் கூட. ஒரு கட்டுமரத்தை இழந்துபோவது போலல்ல ஒரு விசைப்படகு இழப்பு. ஒரு விசைப்படகில் 10-12 பேர் பணி செய்வார்கள். கோடியைத் தொடும் மதிப்புள்ள படகும் உபகரணங்களும் அத்துடன் 12 பேரும் மூழ்கி இறந்து போகும்போது ஏற்படும் இழப்பை பொதுச் சமூகத்தால் புரிந்து கொள்ள முடிவதில்லை. மீனவர்களிடம் இத்தனை மதிப்புள்ள பொருட்கள் இருக்கின்றன என்கிற தகவலறிவுகூட அதற்குக் கிடையாது. ஈடு செய்ய முடியாத இந்தப் பேரிழப்பை உழைப்பிலிருந்து விலக்கி வைக்கப்பட்ட பெண் எப்படித் தாங்க முடியும். தன் குழந்தைகளைப் பட்டினியில்லாமல் வளர்த்துப் படிக்க வைத்து ஆளாக்க முடியுமா. இதுபோன்ற ஒரு பேரிடர் பெண்ணின் மீது மும்மடங்கு சுமையைச் சுமத்திவிடுகிறது. இந்தச் சுமையை இறக்கி வைக்கும் பொறுப்பு அரசுக்கு இருக்கிறது.

ஆண்டுக்குப் பத்து லட்சம் கோடி இராணுவ பட்ஜெட் போடுவது மக்களை பாதுகாப்பதற்கு என்றால், கடலில் தவித்த மீனவர்களை ஒரு விமானத்தையோ கப்பலையோ அனுப்பித் தேடி மீட்டிருக்க வேண்டும். அதற்குத் துப்பில்லாத அரசு இது. விமானத்திலிருந்து குதித்து பத்மாசனம் செய்வதும் வண்ணப் பொடிகளைத் தூவுவதும் சர்க்கஸ் வித்தை காட்டுவதும்தான் இராணுவத்தின் வேலை என்கிறது அரசு. சாதாரண மக்களை இராணுவம் பாதுகாக்காது என்பதை ஒக்கிப் புயலின்போது நாம் பார்த்துவிட்டோம். கேரள மாநிலத்தில் ஆளும் இடதுசாரி அரசு தனது சக்திக்குட்பட்ட எல்லா முயற்சியும் எடுத்து மீனவர்களைக் காப்பாற்றியது. அதனால் மட்டுமே ஆயிரத்துக்கும் மேற்பட்ட தமிழக மீனவர்கள் காப்பாற்றப்பட்டார்கள். கேரள அரசு செய்தது ஒரு பெரிய சேவை. ஆனால் தமிழக, மத்திய அரசுகள்

தமிழ்நாட்டு மீனவர்களைக் காப்பாற்ற எதுவும் செய்யாமல் அரசியல் நாடகமாடியதே உண்மை. அரசு மீனவர்களின் முதுகில் குத்தவில்லை நேரடியாக நெஞ்சில் குத்தியதைக் கண்டோம்.

2004 சுனாமிப் பேரிடருக்கு பிறகும் அரசோ கத்தோலிக்க நிறுவனமோ மக்களோ பாடம் கற்கவில்லை. பேரிடருக்குப் பிறகான மறுவாழ்வு பற்றி மீனவச் சமூகமோ, கத்தோலிக்க மத நிறுவனமோ, அரசோ அக்கறை எடுத்ததா என்றால் இல்லை என்பதுதான் உண்மை. ஒக்கிப் புயல் சூழலிலும் இதுதான் மீண்டும் நிரூபணமாகியிருக்கிறது. ஒவ்வொரு கடற்கரைக் கிராமத்திலும் மீன் இறங்குதளம் உள்ளிட்ட அடிப்படைக் கட்டமைப்புகள் வேண்டும். குளிரூட்டும் மையம், மீன்பண்ட உற்பத்தி மையம் அமைக்கப்பட வேண்டும், பெண்களுக்கு மீன் பதப்படுத்தும் வேலை கற்றுத்தரப்பட வேண்டுமென 2000இலிருந்து நாம் சொல்லி வருகிறோம். பெருவாரியான மீனவப் பெண்கள் வேலைவாய்ப்பின்றி இருக்கிறார்கள், அவர்களுக்கு வேலைவாய்ப்புகளை மீன் தொழில் சார்ந்து உருவாக்கித் தர வேண்டிய தேவை இருக்கிறது. இந்தப் பதினான்கு வருடங்களில் எதுவுமே நடக்கவில்லை. அரசும் மத நிறுவனங்களும் மட்டுமல்ல, சமூகத் தலைமைகளும் இதில் தோற்றுப்போயின. ஒவ்வொரு ஊரிலும் விண்ணை முட்டும் உயரத்தில் கோவில் கட்டத்தெரிந்த மீனவர்களுக்கு ஒரு மீன் பதப்படுத்தும் நிலையத்தை உருவாக்கி, வாழ வழியற்ற பெண்களுக்கு ஒரு வேலைவாய்ப்பை உருவாக்கித் தர முடியவில்லை. வட தமிழகத்தில் கடற்கரை ஊர்தோறும் பெரிய கோயில்கள் இருக்கின்றன; ஒவ்வொரு கோவிலிலும் ஆண்டுதோறும் திருவிழாவிற்கு கோடிக்கணக்கில் செலவிடுகிறார்கள். அரசு கடமை தவறிவிட்டது ஒருபுறம் இருக்கட்டும். கோடி ரூபாய் நிதி வசூல் செய்து விழா எடுக்க முடிகிற சமூகம் ஒரு மீன் பதப்படுத்தும் நிலையத்தை அந்த ஊரில் உருவாக்க முடியாதா?

மீன்பிடி தொழிலை முன்னிட்டு பதப்படுத்தல், மதிப்புக் கூட்டுதல், சந்தைப்படுத்தல் தொடர்பான தொழில்நுட்பங்களை நிறுவ, பயிற்சி வழங்க எந்த முயற்சியையும் மீனவச் சமூகம்

மேற்கொள்ளவில்லை. கல்வி நிறுவனங்களும் அதைச் செய்யவில்லை. அரசும் அக்கறைப்படவில்லை. ஒரு பேரிடர் ஏற்பட்டு உழைக்கும் ஆண்களை ஒரு குடும்பம் இழக்க நேரும்போது அந்தக் குடும்பம் மூன்று தலைமுறைக்குப் பின்னால் தள்ளப்படுகிறது. மீனவக் குடும்பங்கள் வசதியாக வாழ்ந்து பழகிவிட்டன. 30,000 ரூபாய் இல்லாமல் ஒரு மாதத்தை ஓட்டுவது நடுத்தரக் குடும்பங்களுக்குச் சாத்தியமில்லை. விசைப்படகில் வேலைக்குப் போகிறவருக்குக்கூட 30,000 மாதச்செலவு என்பது மிகச் சாதாரணமானது. உணவு, கல்வி, சமூகச் செலவினங்களையெல்லாம் சேர்த்துக் கணக்கிட்டால் இது சாதாரணமான தொகைதான். பேரிடரில் கணவனை இழந்த பெண் எத்தனைப் பெரிய நெருக்கடிக்கு உள்ளாக்கப்பட்டிருக்கிறாள் என்பதை இந்தப் பின்னணியில் பார்க்க வேண்டும்.

ஒக்கிப் புயலில் பாதிக்கப்பட்ட பெண்களுக்கு என்ன வேலை வாய்ப்பை அரசாங்கம் உருவாக்கித் தந்திருக்கிறதென்றால் முதுநிலைப் பட்டதாரிப் பெண்களுக்கும் அங்கன்வாடி ஆசிரியர் பணி, பனிரெண்டு முடித்தவர்களுக்கும் அங்கன்வாடி ஆசிரியர் பணி. பனிரெண்டு வயதுக்குக் குறைவானவர்களுக்கு அங்கன்வாடி உதவியாளர் பணி. மீனவ மக்களுக்குக் காட்டிய இக்கருணையே அதிகமென அரசும் அரசு அதிகாரிகளும் பெரிய மனதுடன் வேலை உத்தரவை வழங்கியிருக்கிறார்கள். மீன்பிடி தொழிலாளியின் சராசரி மாத வருமானம் 30,000 ரூபாய் என்றால் கோடி ரூபாய் மதிப்பில் படகு வைத்திருக்கும் முதலாளியின் வருமானம் என்ன? படகு முதலாளின் முதலீட்டுக் கடனை அடைக்கவும் சாப்பிடவும் குழந்தைகள் கல்விக்கும் அங்கன்வாடி ஆசிரியர் பணி வழங்கும் ஊதியம் அப்பெண்ணுக்குப் போதுமா?

தென் தமிழகக் கடற்கரையில் கத்தோலிக்க மத நிறுவனங்களின் கையில்தான் அந்தச் சமூகம் இருக்கிறது. அரசு மற்றொரு அதிகார மையம். இந்த இரண்டு நிறுவனங்களும் சேர்ந்து ஒக்கிப் புயலால் பாதிக்கப்பட்ட பெண்களுக்கான மறுவாழ்வு முனைப்புகளை மேற்கொள்ள வேண்டும். காணாமலாக்கப்பட்டவர் குடும்பத்திற்கு அரசு அறிவித்த

முழு நிவாரணம் போய்ச் சேரவில்லை. சுனாமிக்குப் பிறகு கடலில் காணாமல் போனவர் குறித்த நிவாரணம் பற்றிப் பேசினோம், உயர்நீதி மன்றத்தில் வழக்குத் தொடுத்தோம். நிலத்தில் பார்ப்பது போல கடலில் ஒருவர் இறந்துவிட்டார் என்பதை உறுதிப்படுத்த ஏழு வருடங்கள் காத்திருக்க முடியாது, குறுகிய காலத்திற்குள் மரணம் நிகழ்ந்ததை உறுதிப்படுத்தி நிவாரணம் வழங்க வேண்டும் என்று வாதாடினோம். அரசும் அதற்கு ஒத்துக்கொண்டது. ஆனால் ஒக்கிப் புயலில் காணாமல் போனவர்களின் குடும்பங்களுக்கு எட்டு மாதமாகியும் மீதி நிவாரணத் தொகை இன்னும் கிடைத்தபாடில்லை. புயல் காலத்தில் அரசு தனது பாராமுகத்தினால் ஓர் இனப்படுகொலையை நடத்தி முடித்துவிட்டது.

மீந்திருக்கும் பெண்களுக்கு உரிய மறுவாழ்வு, நிவாரணங்களை வழங்காமல் அவர்களைத் தற்கொலையின் விளிம்புக்குத் தள்ளியிருக்கிறது. இது நல்ல அரசியல் தலைமைக்கான அடையாளமல்ல.

அரசு தங்களை எப்படிப் புறக்கணிக்கிறது கடமை தவறுகிறது என்கிற புரிதல் மீனவச் சமூகத்துக்கு மிகக் குறைவு. 'நமது தேவைகளை அரசிடம் ஏன் கேட்க வேண்டும் நம் கடல்தாய் இருக்கிறாள்' என்கிற மனநிலையில் இருப்பவர்கள் இவர்கள். மீனவர்களின் வரிப்பணத்தைக் கொண்டு இயங்குபவர்கள் இம்மக்களின் நல்வாழ்வை உறுதிப்படுத்தக் கடமைப்பட்டவர்கள் என்பதைக் கத்தோலிக்க மத நிறுவனத்துக்கும் அரசுக்கும் வலியுறுத்திச் சொல்லும் அரசியல் தெளிவும் துணிவும் மீனவர்களுக்கு வேண்டும். பேரிடர் மறுவாழ்வுக்கு மட்டுமல்ல, அன்றாட வாழ்க்கை நிலையிலும் அவர்களுக்கு இந்தப் புரிதல்தான் கைகொடுக்கும்.

இந்தியத் துணைக்கண்டத்தில் இராணுவ வீரனை மணக்கும் பெண் தன் கணவன் போரில் இறக்கும் வாய்ப்பு குறைவு எனும் நம்பிக்கையில் வாழ்க்கைக்குள் நுழைகிறாள். கொடும் வாய்ப்பாக மரணம் நேர்ந்துவிட்டால் அவளின் வாழ்க்கைக்கு ஓய்வூதியம் சார்ந்த பொருளாதார உத்தரவாதமிருக்கிறது.

கடல் சீற்றங்கள் கொல்லும், கடல் விபத்துகள் கொல்லும், ஆழிப் பேரலை கொல்லும், புயல் மழையும் கொல்லும், இலங்கை நேவியும் கொல்லும், இந்திய நேவியும் கொல்லுமென்று தெரிந்துதான், வாழ்க்கைக்கான எந்த உத்தரவாதமுமின்றி தான் மீனவப் பெண் ஒரு கடலோடியை மணக்கிறாள். மீனவப் பெண்கள் இயற்கையிலேயே மனவலிமை மிக்கவர்கள். பாரம்பரிய மீன்பிடிமுறையில் பேரிடரை, பேரிழப்பை சமாளிக்கும் வலிமை அவர்களுக்கிருந்தது.

நவீன பொருளாதாரக் கொள்கையும் நவீன மீன்பிடிமுறையும் மீனவப் பெண்களை மீன்வளப் பொருளாதாரத்திலிருந்து அந்நியமாக்கி கடல் மரணங்கள், கடல் படுகொலைகளில் தங்கள் ஆண்களைப் பலிகொடுத்துவிட்டு அரசுகளிடம் கையேந்தவிட்ட அரசியலையும் அரசுகள் இம்மக்களை பழிவாங்கும் சதிகளையும் வறீதையா பேசுகிறார். சமவெளி மக்களின், அதிகார வர்க்கத்தின் மனசாட்சியைத் தொட முயற்சிக்கிறது ‘1000 கடல் மைல்’ என்னும் இந்நூல்.

மாலதி மைத்ரி

பகுதி

ஒன்று

அவதானம்

பியான் முதல் ஒக்கி வரை

ஒக்கிப் புயல் பாதிப்புகளைத் தொடர்ந்து கன்னியாகுமரி மாவட்டம் முழுவதும் சுற்றிக் கொண்டிருக்கும் தொலைக்காட்சிச் செய்தியாளர், மதுரைக்காரரர் ஒருவரைச் சந்தித்தேன். 'இந்த ஐந்து நாள் பயண அனுபவத்தில் நீங்கள் என்ன புரிந்துகொண்டீர்கள்?' என்று அவரிடம் கேட்டேன். 'குமரி மாவட்டத்திலேயே கடுமையான பாதிப்பு வடக்குப் பகுதிகளில்தான். இரப்பர் தோட்டங்கள் எல்லாமே மொத்தமா போயிடுச்சு. எலக்ட்ரிக் போஸ்ட் எல்லாம் ஒடிஞ்சு தொங்கிக் கிட்டிருக்கு. 20 நாளானாலும் பவர் வராது. ஆனா எல்லாரும் நாகர்கோயிலப் பாத்துட்டுப் போயிடுறாங்க' என்றார் அவர்.

செய்தியாளரின் பதில் எனக்கு அதிர்ச்சியூட்டவில்லை. நகரங்களுக்குக் கிடைக்கும் கவனம் கிராமப்புறங்களுக்குக் கிடைப்பதில்லை. சமவெளி மக்களுக்குக் கிடைக்கும் நிவாரணங்கள் வன, கடல் பகுதி மக்களை எட்டுவதில்லை. 2016இல் சென்னையை மிதக்கவிட்ட பெருவெள்ளம் கடலூரைக் கண்ணீரில் ஆழ்த்தியது. ஆனால் சென்னையை நோக்கி நீண்ட உதவிக்கரங்கள்

* நன்றி : தி இந்து தமிழ்.

கடலூரைக் குறித்து அக்கறை கொள்ளவில்லை. தமிழ்நாட்டின் குப்பைத்தொட்டி எனப்படும் கடலூர் தொடர்ந்து பேரிடர்களைச் சந்தித்து வருகிறது என்றாலும் அரசுகளுக்கு அது சவலைப் பிள்ளையாகவே இருக்கிறது. இந்த நாட்டில் எல்லோரும் சமமானவர்கள் அல்ல என்பதே நடைமுறை எதார்த்தம். நெருக்கடிச் சூழல்களில் அரசும் ஊடகமும் இப்பகுதிகளை அணுகச் சிரமான பகுதி என்று புறக்கணித்து விடுகின்றன.

2004 தமிழ்நாடு சுனாமி மறுகட்டுமான காலத்தில் குஜராத் மாநில பேரிடர் மேலாண்மை ஆணையத்தின் இயக்குநர் திருப்புகழ் தமிழக அரசு அதிகாரிகளுக்கு ஒரு நல்வாய்ப்பை வழங்கினார். பேரிடர் மறுகட்டுமானத்தில் முகமைகளும் பாதிக்கப்பட்ட மக்களும் எப்படி இணைந்து செயல்படுகின்றார்கள் என்பதை நேரில் படித்தறியும் வாய்ப்பு. தமிழக அரசு அதைக் காதில் வாங்கிக் கொள்ளவில்லை. இந்தியாவில் பேரிடர் மறுகட்டுமானம் குறித்து - 1999 ஒடிஸ்ஸா பெரும்புயல், 2001 பூஜ் (குஜராத்) நிலநடுக்கம், 2004 தமிழ்நாடு சுனாமி - ஆஸ்திரேலிய தேசியப் பல்கலைக் கழகத்தில் திருப்புகழ் ஓர் ஒப்பீட்டு ஆய்வை நிகழ்த்தியிருந்தார்.

பேரிடர்களை எதிர்கொள்வதில் சமூக, பொருளாதார, பண்பாட்டுக் கூறுகளுக்கு முக்கியமான இடமுண்டு. தமிழ்நாட்டில் எந்த முகமையும் சுனாமிப் பேரிடர்ச் சூழலைப் பண்பாட்டுப் புரிதலுடன் அணுகவில்லை. மக்கள் பங்கேற்புக்கான வாய்ப்புகளும் வழங்கப்படவில்லை.

மைய, மாநில அரசுகள் ஒக்கிப் புயலை எதிர்கொண்ட விதம் குறித்து புகார்ப் பட்டியல்களைக் கடைவிரிக்கும் பரபரப்புகளுக்கு இடையில் சில முக்கியமான உண்மைகளை நாம் தவறவிட்டு விடுகிறோம். 'இயற்கைப் பேரிடர்களைக் கையாள்வது கூட்டுப் பொறுப்பு' என்பதும் 'பாதுகாப்புக் கலாச்சாரம் இன்னும் தென்னிந்தியச் சமூகங்களில் வேர்விடவில்லை' என்பதும் அதில் முதன்மையானவை. முதலில் இது குடிமைச் சமூகத்தின் கூட்டுத் தோல்வி என்பதை ஒப்புக்கொள்ள வேண்டும்.

கெட்ட செய்தி போல பெரும் செய்தி வேறில்லை இழப்பைப் போல பெரும் படிப்பினை வேறொன்றும் இல்லை.

விலங்குகளின் பலம் என்பது அபாயத்தை முன்னுணரும் திறன்தான். பாம்புகள் நிலநடுக்கத்துக்கு முன்னான சிறு அதிர்வுகளை 48 மணிநேரத்துக்கு முன்பே உணர்ந்துகொண்டு புற்றுகளிலிருந்து வெளியேறிவிடுகின்றன. கடல் பாம்புகள் காற்றழுத்த வீழ்ச்சியை உணர்ந்து கடலின் மேல்மட்டத்துக்குக் கிளம்பி வந்துவிடுகின்றன. மனித உடலின் ஏமக் கட்டுமானம் (நோய் எதிர்ப்பு) என்பது கடந்த கால நோய் அனுபவங்களின் பதிவுகளே. ஒரு நாட்டின் மிகப்பெரிய பலம் இராணுவம் அல்ல, அதன் வரலாற்று நினைவுகளே. குதிரை ஓடிய பிறகு இலாயத்தைப் பூட்டுவதுதான் நமது பேரிடர் அணுகுமுறையாக உள்ளது. பேரிடர்கள் தந்துசெல்லும் படிப்பினைகளைக் குடிமைச் சமூகம் எளிதாகப் புறக்கணித்துவிடுகிறது. இந்த உண்மைகள் நம் நாட்டின் 'வல்லரசு விண்வெளித் தொழில்நுட்ப' வெற்றுக் கூச்சல்களில் புதைந்து போய்விடுகிறது

1993 லாத்தூர் (மகாராட்டிரம்) நிலநடுக்கப் பேரிடர் மறு கட்டுமானத்தில் கிடைத்த படிப்பினைகளை 2001 பூஜ் நகரத்தின் மறுகட்டுமானத்தில் குஜராத் பயன்படுத்திக் கொண்டது. அம் மறுகட்டுமானம் வெற்றி பெற்றதற்கு மக்களும் சேவை முகமை களும் மாநில அரசும் மேற்கொண்ட கூட்டு முயற்சிதான் முக்கி யமான காரணம். இன்னொரு சுனாமியை எதிர்கொள்ள தமிழ் நாட்டுக் கடற்கரை தயார்நிலையில் இருக்கிறதா? இன்னொரு பெருவெள்ளப் பேரிடரை எதிர்கொள்ள சென்னை மாநகரம் தயார்தானா? தயார்நிலை என்று நான் குறிப்பிடுவது மீட்பு ஒத்திகையை மட்டுமல்ல, அடிப்படைக் கட்டுமான, தொழில் நுட்ப, தகவல் தொடர்பு அளவிலான தயார்நிலையும் கூட.

2009 நவம்பர் 9இல் மகாராட்டிரக் கடற்கரையிலிருந்து சுமார் 100 கடல்மைல் மேற்காக ஆழ்கடலில் பியான் புயல் தாக்கியபோது ஏறத்தாழ 300 தூத்தூர் (கன்னியாகுமரி) படகுகள் கடலில் சிக்கிக்கொண்டன. சில படகுகள் மூழ்கிப்போயின, ஏராளம் படகுகள் சேதமாயின. தன் வாழ்க்கையின் ஒரே சொத்தான விசைப்படகு தன் கண் முன்னே சிதிலமாகி மூழ்குவதைக் கண்டு சித்தப்பிரம்மை பிடித்துப்போய் உட்கார்ந்திருந்த தூத்தூர் இளைஞனின் முகம் என் நினைவிலிருந்து இன்னும் அகலவில்லை.

பியான் புயல் அனுபவங்களிலிருந்து மாநில அரசு எதையும் கற்றுக் கொண்டதாய்த் தென்படவில்லை. ஒக்கிப் புயல் நேர்ந்தபோது பேரிடர் முன்னறிவிப்பு, தகவல் தொடர்பு, மீட்பு என்பதான மூன்று நிலைகளிலும் கடமை தவறிவிட்ட மாநில அரசு, வெறுமனே கேரள, மகாராட்டிர, இலட்சத்தீவு நிர்வாகங்களிலிருந்து கிடைத்த தகவல்களை வெளியிட்டுக் கொண்டிருந்தது. பாதிக்கப்பட்ட கிராமங்களின் கொந்தளிப்பைத் தணிக்கும்படி இந்தத் தகவல்கள் வடிகட்டி வெளியிடப்பட்டன. குடிகளின் நலம் பேணும் அரசு பியான் புயலுக்குப் பிறகான கடந்த ஒன்பது ஆண்டுகளில் கடல் பேரிடர்ச் சூழலைக் கையாள ஆக்கப்பூர்வமான முன்னேற்பாடுகளைச் செய்திருந்தால் ஒக்கிப் புயலில் மீனவர்கள் கொத்துக் கொத்தாய்ச் செத்துவிழும் அவலநிலை ஏற்பட்டிருக்காது.

வேணாடு உள்ளிட்ட தென் திருவிதாங்கூர் முக்குவர்கள் விசை மீன்பிடி படகுகள் வரவான 1960களுக்கு முன்னரே பாரம்பரிய கடல் சாகச மீன்பிடி வல்லுநர்கள். கட்டுமரத்தில் பாய்விரித்துத் தொலைவுக் கடல்களுக்கு மூன்று நாள் தங்கல் பயணம் மேற்கொண்டு, தூண்டில் கயிறு ஓட்டி கலவா, கேரை, சுறா வேட்டை நிகழ்த்துபவர்கள். விசை இழுவைமடி அறிமுகமான குறுகிய காலத்துக்குள்ளே இவர்கள் மீண்டும் வலை, நெடுந்துண்டில் நுட்ப மீன்பிடி முறைக்குத் திரும்பி, ஆழ்கடலுக்குப் போகத் தொடங்கினர். அவர்களது அறுவடைக்களம் போட்டிகளற்ற ஆழ்கடல். ஆனால் அடிப்படைப் பாதுகாப்பு ஏற்பாடுகளில் இவர்கள் பெரிதாய் அக்கறை கொள்வதில்லை. இந்த அலட்சியத்துக்கு ஒக்கிப் புயலின்போது மீனவர்கள் மிகப்பெரிய விலை கொடுக்க வேண்டியதாயிற்று. வளம் வற்றிப்போன, நெருக்கடி மிகுந்த, 50 மீட்டர் ஆழத்துக்கு உட்பட்ட கரைக் கடலை முற்றிலுமாகத் தவிர்த்து பேராழக் கடல்களுக்கே இவர்கள் போகின்றனர். 360 கிலோமீட்டர் வரை விரியும் 20 இலட்சம் சதுர கிலோ மீட்டர் இந்தியப் பொருளாதாரக் கடற்பரப்பிலுள்ள மீன்வளம் நமக்கு உரிமைப்பட்டது. அதை அறுவடை செய்து கரைசேர்க்க ஏதுவான தொழில்நுட்ப, தகவல் தொடர்பு, மானிய உதவிகளை ஆழ்கடல் மீனவர்களுக்கு வழங்கினால் இந்தியாவின் உணவுப் பொருளாதாரத்துக்கும் வேலைவாய்ப்புக்கும் உதவும்.

‘நீ ஆழ்கடலுக்குப் போகாதே’ என்று அவர்களுக்கு முட்டுக்கட்டை போடுவது உகந்தது அல்ல.

ஆழ்கடலுக்குப் போவதும் போருக்குப் போவதும் ஒன்றுதான். இரண்டிலும் முன்னேற்பாடுகளும் தகவல் தொடர்பு வசதிகளும் மிக முக்கியமானவை. பேரிடர் முன்னறிவிப்பு, பாதுகாப்பு, மீட்புக் கூறுகளில் ஆழ்கடலில் கிடக்கும் படகுகளுடன் இருமுனைத் தகவல் தொடர்பு கொள்வதில் சிக்கல்கள் உள்ளன என்றாலும் அவற்றுக்குத் தீர்வு காண்பது சாத்தியமற்றது அல்ல. சிங்கள மீனவர்கள் 800 கடல்மைல் தொலைவிலிருந்தும் ‘ஆர் டி எம்’ என்னும் சாட்டிலைட் தகவல் தொடர்புக் கருவி மூலம் சொந்த ஊரைத் தொடர்புகொள்ள முடிகிறது. ஆந்திர மாநில அரசு இதே கருவியை மீன்பிடி கப்பல்கள் பயன்படுத்த அனுமதிக்கிறது. இந்தியாவின் கைதேர்ந்த ஆழ்கடல் தூத்தூர் மீனவர்களுக்குத் தமிழக அரசு இந்த வசதியை மறுப்பதில் நியாயமில்லை.

இடங்கணிப்பானை (GPS) உட்படுத்திய தானியங்கித் தகவல் கருவியை (AIS - Automatic Information System) படகில் பொருத்திவிட்டால் ஒருவர் தனது படகு எந்தக் கடல் பகுதியில் மீன்பிடித்துக் கொண்டிருக்கிறது என்பதைத் தன் வீட்டிலிருந்தே கண்காணிக்கலாம். இப்போது விசைப்படகுகளில் பயன்படுத்தப்படும் வி.எச்.எஃப் ரேடியோ கருவியால் 20 கடல்மைலுக்கு அப்பால் தொடர்புகொள்ள முடியாது. வானிலைச் சீர்கேட்டின்போது அதுகூட சாத்தியமில்லை. எஐஎஸ் தகவல் கருவியின் முந்தைய வடிவமான துரித எச்சரிக்கைக் கருவி (EAS - Express Alert System) 2007இல் மூன்று தூத்தூர்ப் படகுகளில் பொருத்தப்பட்டது. இந்த முயற்சி சோதனை அளவில் நின்றுபோனது. உலக செயற்கைக்கோள் கண்காணிப்பு முறையில் (Global Satellite Monitoring System - GSMS) மேலைநாடுகளில் மீன்பிடி படகுகளைக் கண்காணிக்கிறார்கள். இங்கும் அது சாத்தியம்தான்.

நம் வரலாற்றுத் தோல்விகள் தொழில்நுட்பங்களின் போதாமையால் நிகழ்வதில்லை, நம் அணுகுமுறைக் கோளாறுகளால் விளைவதே. ■

கடல் பழங்குடிகளும் பேரிடர்களும்

கடல் கடந்து வாழும் தமிழ் மண்ணின் உறவுகளே, வணக்கம். இந்தியத் தீபகற்ப நிலம் ஒக்கிப் புயல் பேரிடரின் துயரத்தில் தவிக்கும் இந்த வேளையில் உங்களோடு உரையாட எனக்கு வாய்த்திருக்கிறது. பேரிடர் நிகழ்வு உலக மானுடத்தின் கவனத்தை ஈர்ப்பதும் பாதிக்கப்பட்ட மக்களுக்குக் கருணைக்கரம் நீட்டுவதும் மனதுக்குத் தெம்பூட்டுகிறது. வட அமெரிக்கத் தமிழ்ச் சங்கப் பேரவைக்கு இவ்வேளையில் என் நன்றியைப் பதிவு செய்துகொண்டு என் உரையைத் துவக்குகிறேன்.

முதலில் நெய்தல் நிலத்தையும் அதன் மக்களையும் உங்களுக்கு அறிமுகம் செய்தாக வேண்டும். கடலும் கடல் சார்ந்த இடமும் நெய்தல். பன்னாட்டுப் புரிதலின்படி, கடற்கரை நிலவிளிம்பிலிருந்து 60 கிலோமீட்டர் வரை கடல் சார் நிலம்தான்.

கடல் என்றவுடன் நம் நினைவுக்கு வருவது என்ன? நீலப் பரப்பு, அலை, மணல்வெளி, மீன்... மீனை உணவாகவும்

---

* வட அமெரிக்கத் தமிழ்ச்சங்கப் பேரவையில் 17.12.17 அன்று ஆற்றிய இணைய வழி உரை, உரையாடல்.

கடலைக் கேளிக்கை இடமாகவும் மட்டுமே நாம் பார்த்துக் கொண்டிருக்கின்றோம்.

கடல் என்றால் அவ்வளவுதானா?

கடல் பிரம்மாண்டமானது.

கடல் கணிக்க முடியாதது.

கடல் சலித்துக்கொண்டே இருப்பது.

கடல் எப்போதும் சமநிலை பேணுவது.

கடல் மையம், நிலம் அதன் விளிம்பு.

கடல் அனைத்துத் திணைநிலங்களின் இணைப்பான். உலகப் பருவநிலையின் ஆதார சுருதி. வெப்பச் சக்தியின் சேகரம். உலகுக்கே அமுதூட்டும் தாய். பயிர்த்தொழில், வணிகம், வழித்தடம், உலகப் பொருளாதாரம் அனைத்துக்கும் அடித்தளம். கடற்கரைகள் உலக நாகரீகத்தின் தொட்டில்கள். உலகின் 60 விழுக்காடு மக்கள் கடற்கரைப் பகுதிகளில் வாழ்பவர்கள். பெருங்கடல்களின் விந்தை மிகுந்த போக்குகளாக இங்கு நான் மூன்று பண்புகளைக் குறிப்பிட்டுச் சொல்வேன். ஒன்று, அதன் பிரம்மாண்டம். இரண்டு, அதன் கணிப்புக்கு அப்பாற்பட்ட தன்மை. மூன்று, அதன் சமத்துவம் பேணும் சலனம்.

தொல்காப்பியம் திணைநில அறிவியலை முதன்முதலாக உலகுக்குச் சொன்ன பெருமை உடைத்து. மேலை நாடுகளில் இக்காலத்தில் வேளாண் பருவ மண்டலங்கள் (Agro-climatic Zones) என்றும் பெருநிலச் சூழலியல் (Landscape ecology) என்றும் வரையறுக்கப்படும் அறிவியலைத் தொல்காப்பியம் வேறு வகையில் விளக்கி நிற்கிறது; குறிஞ்சி, முல்லை, மருதம், நெய்தலுடன் முறைமையில் திரிந்த பாலைத் திணையையும் நிலங்களின் பிரிவுகளாகச் சுட்டி நிற்பது இதன் சாரம்.

வாழும் நிலத்தின் பண்புகள் மனிதர்களின் மீது படிந்து கிடக்கின்றன. இரங்கலும் இரங்கல் நிமித்தமும் நெய்தல் திணை நிலத்தின் உரிப்பொருள். நெய்தலின் இசைக்கருவி சாப்பறை. கடல் காட்டும் நிலையாமையே நெய்தல் வாழ்க்கையின் பிழிவு. மரணமும் நிலையாமையும் ஒரு கடலோடியை இயக்குகின்றன.

மரணம் எல்லோர்க்கும் பொதுவானது. ஆனால் பிழைப்பின் பொருட்டு ஒரு கடலோடி அன்றாடம் மரணத்தின் வாசலைத் திறந்து பார்த்துவிட்டுத் திரும்புகிறான். இரவில் கடல்புகும் கணவனுக்கு வெற்றிலையில் வாய்க்கரிசி வைத்துத் தருகிறாள் மனைவி. கணவன் கடலிலிருந்து உயிருடன் திரும்புவான் என்பதற்கு உத்தரவாதமில்லை. கடலோடிக்கு ஒவ்வொரு நாளும் புதுப்பிறப்புதான். அலையைக் கடந்து கடலுக்குள் செல்வதே சாகசம்தான். சாவையும் சாகசத்தையும் வாழ்க்கை நாணயத்தின் இரண்டு பக்கங்களாய்ப் பாவிப்பவன் கடலோடி. நாளை நாம் மீந்திருப்போம் என்கிற நிச்சயமற்ற நிலை, நெய்தல் வாழ்வுக்கு அன்றாடத் தன்மையைத் தருகிறது. நேற்று குறித்த வருத்தமில்லை; நாளை குறித்த அச்சமில்லை; இன்றைய பொழுதை முழுமையாய் வாழ்ந்துவிடுவது மட்டுமே அவனது இலக்கு. இயற்கையை அண்டி வாழும் பழங்குடி மனிதன் அவன்.

ஒரு கடல் வேட்டைப் பழங்குடித் தலைவனின் தலையாய கடமை என்ன? தன்னை நம்பியிருக்கும் மனைவி மக்களுக்காக நாள்தோறும் அவன் உணவைத் தேடிச் சேகரித்து வரவேண்டும். வேட்டைக் களத்தில் அவன் தன்னைத் தற்காத்துக் கொள்ளவேண்டும். கடலைத் தலைமுறை அனுபவங்களின் சித்திரமாக நினைவில் பதித்திருக்க வேண்டும். காட்சிகளின், ஒலிகளின், வாசனைகளின் வரைபடமாகக் கடலைப் புரிந்து கொண்டிருக்க வேண்டும். மிகச் சிறந்த வேட்டைப் பெறுமதிகளுடன் குடிலுக்குத் திரும்பவேண்டும். கடலோடியைப் பொறுத்தவரை கடல்தான் அவனது மூலதனம். ஒரு பழங்குடி மனிதன் பொருள் சேர்க்க விரும்புவதில்லை. தாய்மை அக்கறையும் விருந்தோம்பலும் ஈகையும் பழங்குடி மனிதர்களின் முத்திரைப் பண்புகள். மோதலும் வன்முறையும் அவ்வப்போது நிகழக்கூடும். எனினும் அச்சமூகம் அந்நெருக்கடிகளை எளிதில் சீரணித்துக் கொள்ளும்.

பழங்குடிச் சமூகம் எல்லைகளைக் கறாராய்க் கண்காணிக்கும் பண்பு கொண்டது. யானைக் கூட்டம் தனது குட்டிகளைப் பாதுகாப்பது போல, பறவைகள் தம் கூட்டின் எல்லைகளைக் கண்காணிப்பது போல, பழங்குடி மனிதர்கள் தங்கள் வாழிட, வாழ்வாதார, பண்பாட்டு எல்லைகளை ஆயிரம் கண்கொண்டு

கண்காணித்துக் கொண்டிருப்பார்கள். தங்கள் பண்பாட்டு எல்லைகளை எவரும் ஊடுருவ அவர்கள் அனுமதிப்பதே இல்லை.

கடலின் பண்புகள் கடலோடியிடம் படிந்து கிடக்கின்றன. கடலைப் போல கடலோடியும் சமத்துவம் பேணுகின்றவன். இலக்கியங்களில் கடலோடிகளின் கடல் பழகுதல், கடல் நோக்குதலைக் குறித்து ஏராளம் பதிவுகள் வருகின்றன. பாரம்பரியக் கடலோடிகள் வீணாய்ப் பொழுதைக் கழிப்பதுபோல் நமக்குத் தோன்றும். கடலின் நிறத்தை, போக்கை, காற்றுகளை அவர்கள் எப்போதும் கவனித்துக் கொண்டே இருப்பார்கள். தூண்டில் கயிற்றைப் பிடித்திருக்கும் மீனவனது சுட்டுவிரலுக்குத் தெரியும் - தூண்டிலை அணுகும் மீனின் தன்மை. அது எந்த இனம், என்ன எடை, எந்த வயது என்பது மட்டுமல்ல, தூண்டில் முள் அந்த மீனின் வாயில் எங்கே சிக்கிக்கொண்டுள்ளது என்பதைக் கூடத் துல்லியமாய் அவன் கணித்தறிவான்.

பேரிடர்கள் மக்களின் இயல்பு வாழ்க்கையைப் புரட்டிப் போட்டுவிடுகின்றன; சமூகப் பொருளாதார நிலையில் பெரும் பின்னடைவை ஏற்படுத்துகின்றன. ஏராளம் மனித உயிர்களைப் பலிவாங்கிவிடுகின்றன. பரந்துபட்ட சமூகத் துயரத்தை நிகழ்த்திச் சென்றுவிடுகின்றன.

வல்லுநர்களின் பார்வையில், ‘பேரிடர்கள் சேதம் விளைவிப்பதில்லை, பேரிடரை மனிதர்கள் கையாளும் முறைதான் பேரிழப்புகளை ஏற்படுத்துகின்றன’. ஒரு பேரிடரின் வீச்சும் வீரியமும் ஒன்றுதான். ஆனால் அதன் தாக்கம் பல்வேறு காரணிகளைப் பொறுத்து மாறுபடுகிறது. பஞ்சம், போர், வன்முறை, செயற்கைப் பேரிடர்கள் எல்லாவற்றின் தாக்கமும் மக்களைப் பொறுத்து மாறுபடுகிறது. 2015 சென்னைப் பெரு வெள்ளம் எல்லோரையும் பாதித்தது, ஆனால் சமூக பொருளாதாரத் தட்டுகளில் மேலே இருந்தவர்களைப் பொறுத்தவரை சென்னையில் வெள்ளம் வடிந்துவிட்டது. வசதியற்றோரைப் பொறுத்தவரை அவர்களின் துயர் துடைக்கப்படவில்லை.

பேரிடர் பாதிப்பு, பேரிடரிலிருந்து மீளுதல், பேரிடர் மறுகட்டு மானம் என்பதான ஒவ்வொரு கட்டத்திலும் பாதிக்கப்படும்

அடித்தள மக்களின் வாழ்க்கை சீரடையத் தாமதம் ஆகிறது. பழங்குடி மக்கள் இயற்கையோடு நெருக்கம் பேணுபவர்கள். பொதுவாக, இயற்கையில் ஏற்படும் மாற்றங்களை முன்னுணரும் மரபான அறிவு அவர்களிடம் உண்டு. ஆனால் நவீனகாலப் போக்குகள் அவர்களை வழமையான வாழிடங்களிலிருந்தும் பாரம்பரிய வாழ்வாதாரங்களிலிருந்தும் அப்புறப்படுத்திக் கொண்டிருக்கின்ற நிலையில் அவர்கள் மரபறிவுகளை இழந்துவருகிறார்கள். இனக்குழு அடையாளங்களை மெல்ல மெல்ல இழந்து கொண்டிருக்கிறார்கள்.

அடித்தளச் சமூகங்களின் புவியரசியல் எதார்த்தங்களும் பண்பாட்டுக் கூறுகளும் பேரிடரை எதிர்கொள்ளும் திறனைப் பாதிக்கின்றன; மீண்டெழும் வாய்ப்புகளையும் பாதிக்கின்றன. 2004 சுனாமிப் பேரிடரின்போது பெண்களும் குழந்தைகளும் பெரும் எண்ணிக்கையில் உயிரிழந்தனர். தமிழ்ப் பெண்களைப் பொறுத்தவரை அவர்களது நீளமான தலைமுடியும் சேலையும் உயிர்ப்பலிக்கு முக்கியமான காரணங்களாய் அமைந்தன. அந்தமானின் ஜாரவா பழங்குடிகள் 263பேரில் ஒருவர்கூட இந்த சுனாமியின்போது உயிரிழக்கவில்லை. இயற்கையின் அடையாளங்களை உற்றுக்கவனித்து பேரழிவிலிருந்து அவர்கள் தங்களைத் தற்காத்துக் கொண்டனர்.

இந்தியா பல்வேறு பருவநிலை மண்டலங்களைக் கொண்டது. பல வகையான பேரிடர்களைச் சந்தித்த நெடிய வரலாறும் அதற்கு உண்டு. தனுஷ்கோடி புயல் 1964, ஒடிஸா பெரும் சூறாவளிகள் 1999, 2013, தானே புயல் 2009, வார்தா புயல் 2016 என்று இந்தியாவைத் தாக்கிய புயல்கள் ஏராளம். இத்தனைப் பேரிடர் அனுபவங்களிலிருந்தும் நாம் கற்றுக்கொண்டது என்ன?

பேரிடர் எச்சரிக்கை, தயார்நிலை, பாதுகாப்பு, மீட்பு, நிவாரணம், மறுவாழ்வு, மறுகட்டுமானம் என்பதாக அறிவியல், தொழில் நுட்ப ரீதியாக இயற்கைப் பேரிடர்களைக் கையாள்வதில் பல்வேறு கட்டங்கள் உள்ளன.

2001 பூஜ் நிலநடுக்கப் பேரிடரில் 13,800க்கு மேற்பட்டோர் உயிரிழந்தனர். இடிபாடுகளில் சிக்கி பலியானோரின் எண்ணிக்கை

மிகக் குறைவு. மீட்கப்பட்டோரில் பெரும்பான்மை மக்கள் மருத்துவஉதவி பெறமுடியாமல் இறந்துவிட்டனர். சாலைகள் போக்குவரத்துக்குப் பயனற்றுப் போயிருந்தன. மருத்துவமனைகள் அத்தனையும் இடிந்துபோன நிலையில் மருத்துவ உதவி வழங்க முடியாமல் போனது. இந்த அனுபவங்களின் அடிப்படையில் குஜராத் அரசு மறுகட்டுமான கட்டத்தில் சில ஆக்கப்பூர்வமான முன்னேற்பாடுகளைச் செய்தது. பூஜ் நகருக்கு உள்வட்டச் சாலை, வெளிவட்டச் சாலை, நான்குவழிச் சாலைகள் போடப்பட்டன. 10 ரிக்டர் அளவில் நிலநடுக்கம் நேர்ந்தாலும்கூட இடிந்துவிழாத வகையில் (Base Isolation Technology) பூஜ் நகரத்தில் மூன்றுதள அரசு மருத்துவமனை ஒன்றை நிறுவினார்கள். புதிய கட்டுமானங்கள் அனைத்தையும் பசுமைக் கட்டிடங்களாக நிறுவினர்.

ஒக்கிப் புயல் ஓர் இயற்கைப் பேரிடர். பருவநிலைக் கணிப்புத்துறை ஒக்கிப் புயலுக்குப் பிறகு ஒரு வரைபடத்தை வெளியிட்டது. ஒக்கிப் புயலில் மீண்டு வந்த மீனவர்கள் கடலில் புயல் தாக்கிய மூன்று இடங்களின் அட்ச தீர்க்கப் புள்ளிகளைச் சொன்னார்கள். அரசுத்துறை வெளியிட்ட புயல் நகர்வுப் பாதையின் வரைபடமும் தூத்தூர்ப் பகுதி மீனவர்கள் குறிப்பிட்ட புள்ளிகளும் மிகச்சரியாய்ப் பொருந்தின. பாரம்பரிய மீனவர்களின் மரபான தொழிலறிவை அரசு கணக்கில் கொள்வதில்லை.

அரசு துறைகள் உரிய காலத்தில் புயல் எச்சரிக்கை வழங்க வில்லை என்பது ஆழ்கடல் மீனவர்கள் முன்வைக்கும் முக்கியமான குற்றச்சாட்டு. நவம்பர் 29, 30 நாட்களில் புயல் வீசி ஓய்ந்த பிறகாவது கடலோரக் காவல்படையும் கப்பல்படையும் மீனவர்கள் தந்த விவரங்களின் அடிப்படையில் 100 கடல் மைல் தொலைவுக்குள் சிதறுண்டு கிடந்த மீனவர்களை மீட்டு வந்திருக்கவேண்டும். ஆயிரம் மீனவர்கள் கரை திரும்பவில்லை என்று மீனவப் பெண்கள் எழுப்பிய அவலக்குரல் அரசின் நெஞ்சைத் தொடவில்லை. ஒக்கிப் புயலில் விசைப்படகுகள் சிக்கியபோது ஏற்பட்ட மரணங்களைவிட, தேடுதலில் நேர்ந்த தொய்வினால்தான் ஏராளம் மரணங்கள் கடலில் நேர்ந்தன. ஏழு நாட்களுக்குப் பிறகு கடலில் மிதந்துகொண்டிருந்த சடலங்களை அடையாளம் காணவும் முடியவில்லை.

தூத்துக்குடி, திருநெல்வேலி, கன்னியாகுமரி மாவட்டங்கள் ஒக்கிப் புயலால் வெகுவாய் பாதிக்கப்பட்டன. குறிப்பாக, கன்னியாகுமரி சமவெளி விவசாயிகளும் மலைப்பகுதி விவசாயிகளும் பெரும் பொருளாதார இழப்புகளைச் சந்தித்துள்ளனர்.

கன்னியாகுமரி மாவட்டம் 1982இல் ஒரு பெரும் வன்முறையைச் சந்தித்தது. 2004இல் சுனாமிப் பேரிடரைச் சந்தித்தது. 2009இல் பியான் புயலில் தூத்துரைச் சார்ந்த 300 விசைப்படகுகள் சிக்கித் தவித்தன. இப்போதைய புள்ளிவிவரங்களின் அடிப்படையில் ஒக்கிப் புயலில் 80 மீனவர்கள் உட்பட 100 பேர் மரணமடைந் திருக்கலாம். 229 மீனவர்கள் இன்னும் கரைதிரும்பவில்லை.

பாதிக்கப்பட்ட மக்களுக்கு நிவாரணம், மறுவாழ்வு ஏற்பாடு களை முனைந்து செய்யவேண்டிய இத்தருணத்தில் பேரிடர் தற்காப்பு, மீட்பு என்பதான களங்களில் கவனம் செலுத்தவேண்டும். நடுக்கடல் பேரிடர்களின்போது மீனவர்களைப் பாதுகாக்க இசைவான கொள்கைக் கூறுகளின் போதாமைதான் மீட்புப் பணியில் நேர்ந்த தொய்வுக்குக் காரணம் என்கிறார்கள். இதில் எனக்கு முழுமையான உடன்பாடு இல்லைதான். 2004 சுனாமிக்குப் பிந்தைய சூழலில் 2005இல் தேசியப் பேரிடர் மேலாண்மைச் சட்டம் இயற்றப்பட்டது. 2009இல் தேசியப் பேரிடர் மேலாண்மைக் கொள்கை அறிவிக்கப்பட்டது. அதன் அடிப்படையில் 2016இல் தேசியப் பேரிடர் மேலாண்மைத் திட்டம் உருவாக்கப்பட்டது.

'மீனவர்களை ஆழக் கடலுக்குப் போகச் சொன்னது யார்' என்கிற கேள்வி பொதுவெளியில் எழுகிறது. இந்தியப் பெருங்கடல் சுறாப்பார் - வெட்ஜ் பாங்க் - உள்ளிட்ட 20 இலட்சம் சதுர கிலோமீட்டர் கடற்பரப்பு இந்தியாவின் முற்றுரிமைப் பொருளாதார மண்டலத்தைச் சார்ந்தது. நில விளிம்பிலிருந்து 360 கிலோ மீட்டர் வரை இந்த எல்லை நீள்கிறது. இதற்கு அப்பால் 270 கிலோமீட்டர் தொலைவு வரையிலான பன்னாட்டுக் கடற்பகுதியின் வளங்களையும் நாம் பயன்படுத்திக்கொள்ள 1982ஆம் ஆண்டு ஐக்கிய நாடுகள் ஆவணம் (UNCLOS) அனுமதிக்கிறது. 1995இல் உலக உணவு

வேளாண் கழகம் (FAO) வெளியிட்ட பொறுப்பார்ந்த மீன்வள நடத்தை விதிகள் (Code of Conduct for Responsible Fisheries, 1995) இந்த வளங்களை மீனவர்கள் அறுவடை செய்துவர அந்தந்த நாடுகள் ஊக்குவிக்குமாறு அறிவுறுத்தியுள்ளது.

நாட்டு மக்களின் புரத உணவுத் தேவையை முன்னிட்டு 1950களில் இந்திய மீனவர்களை உட்கடலுக்குச் சென்று ஏராளம் மீன்களைப் பிடித்துவர அரசு மானிய உதவியுடன் விசைப்படகுகள் வழங்க இரண்டாவது ஐந்தாண்டுத் திட்டம் வழி வகுத்தது. வேறெந்தக் கடலோர மாநிலமும் முன்வராத நிலையில் கன்னியாகுமரியின் குளச்சல், தூத்தூர் மீனவர்கள் மட்டுமே துணிந்து ஆழ்கடலுக்கு விசைப்படகில் போகத் தொடங்கினர்.

இந்திய மீன்வளக் கணக்கெடுப்பு நிறுவனம், 50 மீட்டர் ஆழத்துக்கு உட்பட்ட கரைக்கடலில் மீன்வளம் வற்றிப்போனதைக் குறிப்பிட்டுச் சொல்கிறது. கரைக்கடலில் மீன்பிடி தொழில் நெரிசல் எற்பட்டுள்ள நிலையில் குளச்சல், தூத்தூர்ப் பகுதி மீனவர்கள் மட்டுமே ஆழ்கடலுக்குச் சென்று நெடுந்துண்டில் பயன்படுத்தி சுறா, கலவா, சூரை, கேரை, பாரை மீன்களை அறுவடை செய்துவருகின்றனர். அவர்களில் பலர் தங்கள் விசைப்படகுகளைப் புயலுக்குப் பலி கொடுத்துள்ளனர்.

தமிழகக் கடற்கரை மீனவர்கள் ஆட்படும் துயர்கள் கொஞ்சமல்ல. 2004 சுனாமி மறுகட்டுமானம் அவர்கள் மீது மற்றொரு சுனாமியாய் விழுந்தது. தொழில் நிமித்தமாகக் கடலொட்டி வாழ்ந்தாக வேண்டிய அவர்கள் பூண்டோடு கடற்கரையிலிருந்து பெயர்க்கப்பட்டு 10, 15 கிலோமீட்டர் தொலைவுக்கு நகர்த்தப்பட்டனர். கடலுக்கும் அவர்களுக்குமான தொப்புள்கொடி உறவு அறுந்துபோனது. எண்ணூர் முதல் இனயம் வரை தமிழ்நாட்டுக் கடற்கரை நெடுக பெருந்தொழில் திட்டங்கள், அணுஉலைகள், அனல்மின் நிலையங்கள் அணிவகுத்து நிற்கின்றன. இராமேசுவரம் உள்ளிட்ட தென்தமிழகக் கடற்கரை கண்ணீர்க் கடலாகியுள்ளது. 2007இல் கடற்கரை மேலாண்மை அறிவிக்கை, 2009இல் மீன்வள மசோதா, 2014இல் மீனாகுமாரி அறிக்கை என்பதாக 'பட்ட காலிலே

படும்' என்கிற முதுமொழியை நினைவூட்டுவதாகத் தமிழகக் கடற்கரை எதார்த்தங்கள் மீனவர்களுக்குத் துயர் தருவதாய் அமைந்துள்ளன. செயற்கைப் பேரிடர்கள் பெருந்திட்டங்களின் வடிவில் அவர்கள்மீது சுமத்தப்படுகின்றன.

2014 நவம்பரில் குஜராத் அரசின் பேரிடர் மேலாண்மை ஆணையத்தின் அழைப்பின் பேரில் காந்திநகர், பூஜ், ஜூனாகட் பகுதிகளுக்கு ஏழுநாள் பயணம் மேற்கொண்டிருந்தேன். 'பேரிடர் மேலாண்மை பண்பாட்டுப் புரிதலுடன் நிகழ்த்தப்படவேண்டும்', 'மறுகட்டுமானம் கட்டுடைப்பின் அடிப்படையில் நிகழ வேண்டும்' என்கிற புரிதலுடன் 2001 பூஜ் நிலநடுக்க மறுகட்டு மானம் மேற்கொள்ளப்பட்டது. பாதிக்கப்பட்ட மக்கள் பயனாளிகளாகவும் பங்கேற்பாளர்களாகவும் முன்னிறுத்தப் பட்டிருந்தனர். பூஜ் மறுகட்டுமானத்தின் வெற்றியும் தமிழ்நாடு சுனாமி மறுகட்டுமானத்தின் தோல்வியும் ஒரே புள்ளியில் அமைகின்றன. பண்பாட்டுப் புரிதலும் மக்கள் பங்கேற்பும் பூஜில் இருந்தன. தமிழகக் கடற்கரையில் இந்த இரண்டும் இல்லை. தமிழ்நாட்டில் தொண்டு முகமைகளும் அரசு இயந்திரங்களும் மீனவர்களின் குரலுக்குச் செவிகொடுக்கவில்லை. இதோ, ஒக்கிப் புயலைத் தொடர்ந்து 'புரிதலின்மையின் ஒக்கி' மீனவர்களை மீண்டும் தாக்கத் தொடங்கிவிட்டது.

உயிரும் உடமையும் இழந்து பரிதவிக்கும் பாரம்பரிய மீனவர்களுக்குத் தேவை நிவாரண, மறுகட்டுமான உதவி மட்டுமல்ல; அவர்களது கடல் வாழ்க்கை குறித்தான சமவெளி மக்களின் புரிதல். இந்த இலக்கை முன்னிறுத்தித்தான் தொடர்ந்து நெய்தல் இலக்கிய இடையீடுகளை நிகழ்த்தி வருகிறோம். துயர்க் காலங்களில் மீனவர்களுக்குக் கிடைக்கும் கவனிப்பை முன்னிட்டு அவர்களின் வாழ்க்கைக் கரிசனங்களைப் பதிவுகளின் மூலம் முன்வைக்கின்றோம். அந்த வகையில் பல்திணைச் சமூக ஊடாட்டத்தை, உரையாடலை ஊக்குவிக்கும் இதுபோன்ற இலக்கிய நிகழ்வுகள் தொடரவேண்டும் என விழைகிறேன்.

மானுடம் வெல்லட்டும். ■

உரையாடல்

சோம இளங்கோவன் : ஐயா, அரசாங்கத்தை விட்டுவிட்டுங்கள். தூத்துக்குடி சுற்றுவட்டாரப் பகுதியில் இருக்கும் மீனவர்கள் பலபேர் பெரிய படகுகள் வைத்திருக்கிறார்களே, அவர்கள் எல்லாம் போய் மீனவர்களைக் காப்பாற்ற முடியவில்லையா?

பதில்: இந்திய கடலோரக் காவல்படை 12 கடல் மைல்களைக் கடந்து போக மறுத்துவிட்டது. இந்தியக் கடற்படைக் கப்பல்கள் 60 கடல் மைல்களைத் தாண்டிப்போக மறுத்துவிட்டன. பெரிய படகுகளை வைத்திருக்கின்ற தூத்துக்குடி மீனவர்கள் மேற்குக் கடற்கரைப் பகுதிக்குப் பரிச்சயமற்றவர்கள். கன்னியாகுமரி, தூத்தூர், குளச்சல் பகுதியில் இருக்கின்ற மீனவர்கள் மட்டுமே ஆழ்கடலுக்குச் சென்று மீன் பிடிக்கின்றனர். இந்த மீனவர்கள் புயலுக்குப் பிறகு அந்தக் கடல் பகுதிகளுக்குப் போய்த் தேடுவதற்கு அனுமதிக்கப்படவில்லை.

கேள்வி: இப்போது நிலைமை என்ன ஐயா? உதவிகளும் பணமும் கொடுப்பதாக அரசு சொல்லியிருக்கிறதே, அது வந்து சேர்ந்ததா? மக்கள் காப்பாற்றப் படுகிறார்களா? தற்பொழுது உள்ள நிலைமை என்ன?

பதில்: கன்னியாகுமரி, கேரளப் பகுதிகளைச் சார்ந்த உட்கடல் பகுதிகளில்தான் இந்தப் பேரிடர் நேர்ந்திருக்கிறது. முதலில் கன்னியாகுமரிக்கு நேர் தெற்காக இந்தப் புயல் மையம் கொண்டது. அது இலட்சத்தீவுகளுக்குச் சற்று கிழக்காக மேற்கு நோக்கி நகர்ந்து, குஜராத்தில் சூரத் பகுதியில் கரையேறியது. இந்தப் பாதையில் மூன்று இடங்களில் கடல் தாக்குதல் நேர்ந்தது. முதலில் கன்னியாகுமரிக்குத் தெற்காக வெளிப்பொருத்து இயந்திரப் படகுகள் பாதிக்கப்பட்டன. இரண்டாவது, ஏறத்தாழ கொல்லம் பகுதிக்கு 35 கடல்மைல் தொலைவில் நேர்ந்தது. அங்கு கேரளத்தைச் சார்ந்த பெரும்பான்மையான படகுகளும் தமிழகப் படகுகள்

குறைவான எண்ணிக்கையிலும் பாதிக்கப்பட்டன. மூன்றாவது தாக்குதல் கொச்சிக்கும் லட்சத்தீவிற்கும் நேராக ஏறத்தாழ 80 கடல்மைல் தொலைவில் நிகழ்ந்திருக்கிறது. ஒட்டுமொத்த சேதமும் தீபகற்ப கடல் எல்லையிலிருந்து 80 கடல்மைல் தொலைவிற்கு உள்ளாகவே நிகழ்ந்திருக்கிறது. உரிய காலத்தில் மீனவர்கள் குறிப்பிட்டவாறு இந்த அட்ச, தீர்க்கப் புள்ளிகளைக் கணக்கில் கொண்டு தேடல் நிகழ்த்தியிருந்தால் ஏராளமான மீனவர்களை மீட்டிருக்க முடியும். இப்போதும் கூட (17.12.'18) ஏறத்தாழ 250 மீனவர்கள் இன்னும் கரை திரும்பவில்லை. கிறிஸ்துமஸ் பண்டிகைக்குப் பிறகு சரியான எண்ணிக்கையை நாம் பெறக்கூடும்.

புயலில் சிக்கிய ஏராளமான படகுகள் சேதமாகிவிட்டன. இந்தப் படகுகள் ஒவ்வொன்றும் கூட்டு முதலீடு. ஓர் ஆழ்கடல் மீன்பிடி படகை குறைந்தபட்ச வசதிகளோடு உருவாக்குவதற்கு ஏறத்தாழ 70 முதல் 80 லட்சம் ரூபாய் தேவை. படகுகள் இழப்பு, சேதம் குறித்த கணக்கெடுப்பு சரியாக நிகழ்த்தப்படவில்லை என்றால் நிவாரணமும் இழப்பீடும் பொருளற்றதாகிவிடும். அது போலவே, கன்னியாகுமரி மாவட்டத்திலும் திருநெல்வேலி, தூத்துக்குடி மாவட்டத்திலும் உள்நிலப் பகுதிகளில் ஏற்பட்டிருக்கின்ற சேதங்களையும் அரசு பரிவோடு கணக்கிட்டு இழப்பிற்கு நேரான, சரியான வாழ்வாதார இழப்பீடு தந்து அவர்கள் வெகு விரைவாக இயல்பு வாழ்க்கைக்கு மீள்வதற்கு உதவிசெய்ய வேண்டும்.

வெளிநாடுகளிலிருந்தும் பல்வேறு பகுதிகளிலிருந்தும் எழும் அனுதாபமும் கருணையும் பாதிக்கப்பட்ட மக்களுக்கு தற்காலிக நிவாரணம் தரக்கூடும். ஆனால் இயல்பு வாழ்க்கை திரும்பவேண்டுமென்றால் அரசின் நேரடியான முழுமையான ஈடுபாடுதான் தீர்வு.

கேள்வி: பேராசிரியருக்கு வணக்கம். மாற்றத்திற்காக ஒரு கேள்வி. சங்க இலக்கியங்களில், குறிப்பாக குறுந்தொகைப் பாடல்களில் வரும் நெய்தல் நிலமும் பண்பாடும் இப்போது தொடர்கிறதா? தற்காலத்தில் கடற்கரையில்

வாழ்ந்து கொண்டிருக்கும் சமூகமும் பெரும் மாற்றத்திற்கு உட்பட்டிருக்கிறதா?

பதில்: இந்தக் கேள்வியை மையமிட்டுத்தான் சுனாமிக்குப் பின்னான எங்களுடைய இலக்கிய இடையீடுகள் அமைகின்றன. அடிப்படையில் மீனவர்கள், கடல் பழங்குடிகள், வனப்பழங்குடிகள், வேளாண்குடிகளுடைய வாழ்க்கை முறை எளிமையானது. திணை நிலம் என்ன தந்ததோ அதில் நிறைவடைந்த சமூகமாக நெய்தலின் மக்கள் வாழ்ந்து வந்தார்கள். குறைவான இடத்திற்குள் குறைவான காலத்திற்குள் அதிகமாக உற்பத்தி செய்யவேண்டும் என்கிற நிர்பந்தம் விவசாயிகள்மீது திணிக்கப்படாத வரை நிலம் ஆரோக்கியமாகவே இயங்கிக் கொண்டிருந்தது. தங்கள் அன்றாடத் தேவைக்கானதை மட்டுமே அறுவடை செய்துகொண்டிருந்த காலம் வரை கடலின் மீது எந்தவிதமான அழுத்தமும் ஏற்படவில்லை.

ஏராளமான அறுவடையைக் கரைக்கு கொண்டு வருவதில்தான் சிறப்பான வாழ்க்கை இருக்கிறது என்கிற கருத்தியல் மீனவர்களின்மீது திணிக்கப்பட்டபோது அவர்கள் மிகப்பெரிய நெருக்கடிக்கு உள்ளானார்கள். நவீன தொழில்நுட்பச் சூழலில் இந்த மீனவர்கள் மிகுந்த நெருக்கடிக்கு உள்ளாகியிருக்கிறார்கள். கரைக்கடலில் 'முயற்சிக்கு ஏற்ற அறுவடை' (catch per unit effort) பெரும் வீழ்ச்சியைச் சந்தித்து வருகிறது. அந்தக் காலத்தில் மீன்களுக்கு காலண்டர் இருந்தது. குறிப்பிட்ட பருவம் தோறும் மீன்கூட்டங்கள் வரிசைகட்டி காலம் தவறாமல் வந்துகொண்டே இருந்தன. மழை பொய்க்கவில்லை. பருவமழை தோறும் நதிநீர் தொடர்ந்து கடலில் கலந்து கொண்டு இருந்தது.

கடல் மீன்களில் 90% விழுக்காடு மீன் அறுவடை கரைக்கடல் பகுதியிலிருந்து, அதாவது 10% விழுக்காடு கடல் பகுதியில் இருந்துதான் நமக்கு கிடைத்துக் கொண்டிருந்தது. அந்தக் காலத்தில் இன்றுபோல் அறுவடை நெருக்கடிகள் இருக்கவில்லை. இன்று 50 மீட்டர் ஆழத்திற்குட்பட்ட

கடல் பகுதியில் மீன் வளம் வற்றிவிட்டது. அதனால் மிகப் பெரிய வள நெருக்கடியைப் பாரம்பரிய மீனவர்கள் சந்தித்துக் கொண்டிருக்கிறார்கள். இன்று அந்த மீனவர்களை நோக்கி மற்றவர்கள் சொல்கிறார்கள் - கடற்கரையிலும் கடலிலும் மிகப்பெரிய நெருக்கடி ஏற்பட்டுவிட்டது, நீங்கள் கடலைவிட்டு விலகிச் சென்றுவிடுங்கள், மாற்று வாழ்தாரத்தை நோக்கி நகருங்கள் என்று. இந்த முன்வைப்பு ஆரோக்கியமானதல்ல.

வனப் பழங்குடிகள் வனங்களில் வாழுகின்ற வரைதான் வனத்திற்குப் பாதுகாப்பு. பழங்குடிகளின் வாழ்வாதாரத்திற்கும் அங்குதான் உத்தரவாதம் இருக்கிறது. அவ்வாறுதான் நெய்தல் நிலத்திலும். கடலைப் பாதுகாப்பது கடற்படையும் கடலோரக் காவல் படையும் மட்டுமல்ல. மீனவர்கள் இயல்பாகவே எல்லையோர காவலர்களாக இருக்கிறார்கள். அவரவர் அந்தந்தத் திணை நிலங்களின் பண்புகளை ஏற்று அங்கேயே வாழவேண்டும் என்பதே நம்முடைய ஆசை. ஆனால், அவர்கள் மாற்று வேலைகளுக்குப் போக வேண்டியதில்லையா? மாற்று வாழ்வாதாரங்களைத் தேடிப்போக வேண்டியதிலையா? ஏன் அவர்களைக் 'கடலைக் கட்டிக்கொண்டு கிட' என்று சொல்லவேண்டும்? பஞ்சாபில் வேளாண்மையையும் மாற்று வாழ்வாதாரங்களையும் ஒரே நேரத்தில் மக்கள் ஏற்றுக்கொண்டார்கள். அதனால் வேளாண்மையின் போக்கும் அதனுடைய வீச்சுகளும் அங்கு கெடாமல் இருக்கிறது. மாற்று வாழ்வாதார, தொழில் வாய்ப்புகளும் அங்கு தொடர்ந்து உருவாகிக்கொண்டிருக்கிறது.

நமது பரிந்துரை - யார் யார் என்னவிதமான வாழ்வாதாரத்தைத் தேடிப்போக விரும்புகிறார்களோ, அதை நோக்கி நகர்வதற்கான வாய்ப்பைத் தந்துவிட வேண்டும். கடலை ஒட்டி வாழ்கின்ற கடலோடிகளுக்கு கடல்தான் அசைக்க முடியாத வாழ்வாதாரம். வேறு எந்த வாழ்வாதார வாய்ப்புகளும் அவர்களுக்கு வழங்கப்படாத நிலையில் பன்னாட்டுக் கப்பல்களுக்கு நம்முடைய கடலில் சிவப்புக் கம்பளம் விரித்துக் கொடுத்துவிட்டு, பாரம்பரிய

மீனவர்களைக் கடலிலிருந்தும் கடற்கரையிலிருந்தும் அப்புறப்படுத்துவது இந்த நாட்டிற்கு நல்லதல்ல.

மேகலா: நம்முடைய சங்க இலக்கியங்களில் ஒன்றான புறநானூற்றில் ஒரு பாடல் வருகிறது:

"நளியிரு முன்னீர் நாவாய் ஓட்டி

வளிதொழில் கண்ட உரவோன் மருக"

என்று கரிகாலனைப் பற்றி அந்தப் புலவர் பாடுகிறார். கடலிலே வீசுகின்ற பருவக்காற்று எந்த காலகட்டத்தில் நாம் கப்பலைச் செலுத்தினால் அது சரியான திசையில் பயணிக்கும் என்பதையெல்லாம் முதலில் கண்டறிந்தவர்கள் என்கிற பெருமைக்குச் சொந்தக்காரர்களாக நாம் இருக்கிறோம். இதில் என்னுடைய சந்தேகம் என்னவென்றால் இந்த அளவிற்குக் கடலைப் பற்றிய அறிவுடன் கடலிலே செல்லும்போது காற்று, அதன் திசை இவை அனைத்தையும் கணிக்கக்கூடிய திறனை 2000 ஆண்டுகளுக்கு முன்பே பெற்றிருந்த மீனவர்கள் இந்தக் காற்றைக் கணிக்கத் தவறியது எப்படி?

பதில்: என்னுடைய உரையில் நான் குறிப்பிட்டது போல, எல்லாப் பழங்குடிச் சமூகங்களும் மரபறிவின் தடத்தில்தான் வாழ்ந்து கொண்டிருந்தன. ஆனால் இன்று பழங்குடிகளுக்கு ஏற்பட்டிருக்கின்ற மிகப் பெரிய நெருக்கடி, நவீனமயம் அவர்களின் மரபறிவைப் பறித்துக் கொண்டிருக்கிறது. நீங்கள் சொல்வது போல இந்தக் காற்று அடிப்படையில் மீனவர்களுக்குத் தெரிந்ததுதான். ஒரு காற்றழுத்தத் தாழ்வு மண்டலம் ஏற்படுவதன் அறிகுறிகளை அந்தச் சமூகம் முன்னுணர்ந்து கொள்ளும். இன்றைக்கு ஒரு விபத்து நேர்ந்தால் கடலில் நீந்திக் கிடக்கின்ற திறன் மீனவர்களுக்கு குறைந்து கொண்டிருக்கிறது. கடலை முன்கணிக்கின்ற திறன் குறைந்து கொண்டிருக்கிறது. ஒரு வகையில், நவீன தொழில்நுட்பங்கள் மீனவர்களின்மீது நிகழ்த்தியுள்ள சேதாரம் இது.

பண்டைய மீனவர்கள் கடல் விளிம்பிலிருந்து மிகச் சிறு தொலைவிலேயே மீன்பிடித்துக் கொண்டிருந்தார்கள். 80

கடல் மைல் என்பது ஏறத்தாழ 144 கி.மீ தொலைவு. மீன்பிடி விசைப்படகு அதனுடைய முழு சக்தியில் நகரும்போது அதன் அதிகபட்ச வேகம் ஏழு கடல் மைல்தான். அந்த வேகத்தில் விசைப்படகு கரையை அடைவதற்கு எத்தனை நாட்களாகும் என்பதைக் கணக்கிட்டுக் கொள்ளுங்கள். புயல் குறித்த தகவலை செயற்கைக்கோள் தொழில்நுட்பங்களைப் பயன்படுத்தி பல நாட்களுக்கு முன்பே தெரிந்துகொள்கின்ற நம்முடைய அரசுத்துறைகள் அந்தத் தகவலை உரிய காலத்தில் மீனவர்களுக்குத் தெரிவித்திருக்க வேண்டும். கரைக்கடலை ஒட்டி மீன் பிடிக்கின்ற பாரம்பரிய மீனவர்களுக்கு இந்தச் சிக்கல் பெரிதாய் இருக்காது.

சுந்தர் குப்புசாமி, வாஷிங்டன் தமிழ்ச்சங்கம்: இராமேஸ்வரம் மற்றும் அதன் சுற்றுப்பகுதிகளிலிருந்து மீன்பிடிக்கும் மீனவர்களுக்கு இலங்கைக் கடற்படையினரால் பலகாலமாக இன்னல்கள் நேர்ந்து வருகிறது. அவர்கள் அத்துமீறி தமிழக மீனவர்களை அடிப்பதும் கொல்வதும் தொடர்ந்து நிகழ்கிறது. அந்த மீனவர்களுக்கு ஒரு சிலர் கொடுக்கின்ற இலவச ஆலோசனை என்னவென்றால், 'அவர்கள் ஏன் அந்த இடத்திற்குச் சென்று மீன் பிடிக்கின்றனர்? ஆழ்கடலுக்குச் சென்று மீன்பிடிக்க வேண்டியதுதானே?'

இப்பொழுது ஆழ்கடலில் மீன்பிடிக்கின்ற கன்னியாகுமரி மீனவர்களுக்கு அரசாங்கம் பாதுகாப்புக் கொடுக்கத் தவறிவிட்டார்கள். தற்பொழுது கப்பற்படையே வரும்போதும்கூட 60 கடல் மைலுக்கு அந்தப் பக்கமாகப் போய்த் தேடவேண்டாம் என்று சொல்லியிருக்கிறார்கள். மீனவர்களுக்குச் சரியான வழிகாட்டுதலைக் கொடுக்காமல் இந்த அரசாங்கம் தவறியிருக்கிறது. எப்பொழுதும் இந்த நிலைதானா, அல்லது மீனவர்கள் அரசாங்கம் சுட்டிக்காட்டிய எல்லையைத் தாண்டி மீன்பிடித்துக் கொண்டிருக்கிறார்களா? மற்ற நாடுகளிலிருந்து எல்லாம் ஆழ்கடலில் மீன்பிடிக்கின்றனர் என்று கேள்விப்பட்டிருக்கின்றோம். தைவான், சீனா போன்ற நாடுகளிலிருந்து வரும் கப்பல்கள் நம்முடைய கடல்பகுதியில் மீன்பிடிப்பதையும் நாம்

கேள்விப்பட்டிருக்கின்றோம். அப்படி இருக்கும்போது தமிழக மீனவர்களுக்கு ஏன் இந்த அவலநிலை? இதனைச் சரி செய்தவற்கு என்ன செய்யவேண்டும்? நம்முடைய அரசாங்கம் ஜிபிஎஸ் போன்ற சாதனங்களைக் கொடுத்தது என்றால் மீனவர்கள் பாதுகாப்பாகச் செயல்படமுடியுமா? இதனை நிவர்த்தி செய்வதற்கு என்னென்ன செய்யவேண்டும்?

பதில்: உங்களது கேள்விகளிலுள்ள மூன்று முதன்மையான புள்ளிகளுக்குப் பதிலளிக்க விரும்புகிறேன். ஒன்று, இராமேஸ்வரம் பகுதி மீனவர்களைக் குறித்த உங்களுடைய கரிசனம். இராமேஸ்வரம் மீனவர்கள் குறித்து பொதுத் தளத்தில் தட்டையான புரிதல்தான் இருக்கின்றது. நீங்கள் கேள்விப்படுகின்ற எல்லாமே உண்மையானதல்ல. உண்மையின் ஒரு பகுதி மட்டும்தான். இலங்கைக் கடற்கரைக்கும் தென் தமிழகக் கடற்கரைக்கும் இடைப்பட்ட மன்னார் வளைகுடாப் பகுதி மிகை மீன்பிடி நெருக்கடியில் சிக்கிக் கிடக்கிறது. பயன்படுத்தக் கூடாத மீன்பிடி தொழில்நுட்பங்களும், மிகை எண்ணிக்கையிலான விசைப்படகுகளும் அந்தக் கடல் சூழலியலுக்கும் பாரம்பரிய மீனவர்களுடைய வாழ்வாதாரத்திற்கும் ஊடறுப்பாக உள்ளது.

1983க்கும் 2009க்கும் இடைப்பட்ட காலத்தில் தமிழகத் தரப்பில் மன்னார்க் கடலில் மிகை முதலீடு நேர்ந்திருக்கிறது என்பதை நாம் முதலில் ஒப்புக்கொள்ள வேண்டும். அவரவர் நாட்டுச் சட்டதிட்டங்கள் அவரவர்க்கு முக்கியமானது. தமிழக மீனவர்கள் மீதான கரிசனம் இங்கே மடைமாறிப் போகிறது (misplaced concern). அபத்தமான பரப்புரைகள் பொதுவெளியில் முன்னெடுக்கப்படுகின்றன. இது குறித்து பாரபட்சமற்ற, தீவிரமான ஆய்வு நிகழ்த்தப்பட வேண்டியிருக்கிறது.

2008 தொடங்கி ஐந்தாறு முறை இராமநாதபுரம் கடற்கரைப் பகுதியில் தங்கி அங்குள்ள பாரம்பரிய மீனவர்களின் குரலைத் தொடர்ந்து பதிவு செய்துள்ளேன். அதன் தொகுப்புதான் மன்னார் கண்ணீர்க் கடல் என்னும்

எனது நூல். இரண்டாவது சிக்கல், ஆழ்கடல் மீன்பிடிப்பு. ஆழ்கடல் மீன்பிடிப்பிற்குக் கன்னியாகுமரி மீனவர்களைப் போல இந்தியாவில் வேறு எந்தப் பகுதியில் இருக்கும் மீனவர்களும் துணிந்து செல்வதில்லை.

நவீன தொழில்நுட்பங்கள் இந்தியாவில் நுழைவதற்கு முன்பே அவர்கள் ஆழ்கடல் சாகச மீன்பிடி வீரர்கள். நீங்கள் குறிப்பிடுவது போல, 'இராமேஸ்வரம் மீனவர்கள் ஆழ்கடலுக்குச் சென்று மீன்பிடிக்க வேண்டும்' என்று சொல்லும் அரசு, ஆழ்கடல் பேரிடரில் சிக்கிக்கொண்ட கன்னியாகுமரி மீன்பிடி விசைப்படகுகளை ஓடிச்சென்று மீட்டதா என்கிற கேள்வியையும் இதனுடன் இணைத்துப் பார்க்கவேண்டும்.

இராமேஸ்வரம் பகுதி விசைப்படகு மீனவர்கள் அன்றாட மீன்பிடியாளர்கள். நாட்கணக்கில் ஆழ்கடலில் தங்கி மீன் பிடிக்கின்ற வழிமுறைக்கு அவர்களால் உடனடியாக நகர முடியாது. அவர்களுக்குப் போதுமான பயிற்சி தரவேண்டும். ஆழ்கடல்களில் பன்னாட்டுக் கப்பல்கள் கட்டற்ற, சட்டவிரோதமான, ஒழுங்குபடுத்தப்படாத, அரசுக்கு அறிக்கையிடப்படாத மீன்பிடி நடவடிக்கைகளை (Illegal, Unregulated, Unreported and Destructive Fishing) மேற்கொண்டு வருகின்றன. இந்திய அரசின் உரிமத்துடன் இன்று 193 பன்னாட்டு ஆழ்கடல் மீன்பிடி கப்பல்கள் இந்தியக் கடல் பகுதியில் மீன்பிடித்துக் கொண்டிருக்கின்றன. 360 கிலோ மீட்டர் தொலைவு வரை நம்முடைய முற்றுரிமைப் பொருளாதார மண்டலம் என்பதும் அதற்கப்பால் 270 கிலோ மீட்டர் பன்னாட்டு கடல் பகுதியிலும் நாம் மீன்பிடிக்கலாம் என்பதும் இந்திய மீனவர்களின் சட்டப்பூர்வமான உரிமை. 600 கிலோ மீட்டர் தொலைவு வரை நாம் கடலுக்குள் சென்று மீன்பிடித்துக் கொள்ளலாம் என்று 'UNCLOS' பன்னாட்டு விதிகள் அனுமதிக்கும்போது நம்முடைய மீனவர்களுக்கு காலத்திற்கு ஏற்ற தொழில்நுட்பங்களையும் தொழில்துறை வசதிகளையும் தரவேண்டும் என்பது முக்கியமானது. சிங்கள மீனவர்களுக்கு இலங்கை அரசு

செயற்கைக்கோள் தொலைத்தொடர்பு தொழில்நுட்பத்தை அனுமதித்திருக்கிறது. 2000 கடல் மைல் தொலைவிலிருந்து அவர்கள் சொந்த ஊருக்குத் தொடர்பு கொள்ள முடிகிறது. ஆழ்கடல் மீன்பிடி படகுகள் உரிய காலத்தில் புயல் எச்சரிக்கை பெற முடிந்திருந்தால் அவர்கள் ஆங்காங்கே பத்திரமாகக் கரை திரும்பி இருப்பார்கள். இந்தியக் கரைக்குத்தான் வரவேண்டுமென்பதில்லை. இடர்க் காலத்தில் அண்மையில் இருக்கின்ற எந்த நாட்டிலும் கரை ஒதுங்கிக்கொள்ள முடியும். பன்னாட்டுக் கடல்விதிகள் உயிர்ப் பாதுகாப்பை முதன்மை விதியாகப் பேணுகிறது.

பன்னாட்டுச் சட்டங்களின்படி எடுக்கவேண்டிய நடவடிக்கைகளை அந்தந்த நாடுகள் எடுத்துக்கொள்ளும். நமது அரசுகளுக்கு அரசியல் துணிவு வேண்டும். தாய்மை அக்கறை வேண்டும்.

செந்தில்முருகன், வாஷிங்டன் தமிழ்ச் சங்கம்: கடலில் இயற்கைச் சீற்றங்கள் ஏற்படுவதற்கு அலையாத்திக் காடுகள் குறைந்ததுதான் முக்கியமான காரணமாகச் சொல்கிறார்கள். அதைப் பற்றி உங்களுடைய கருத்து என்ன? மேலும் மத்திய அரசாங்கம் சாகர் மாலா திட்டம் என்ற ஒன்றைக் கொண்டு வருகிறார்கள். இந்தத் திட்டம் கன்னியாகுமரி மற்றும் கடலோர மாவட்ட மீனவர்களுக்கு எந்தவிதத்தில் பாதிப்பு ஏற்படுத்தும்?

பதில்: நடுக்கடல் பேரிடர்களைக் கையாளுதல் பற்றிய குறிப்பு தேசியப் பேரிடர் மேலாண்மைச் சட்டம் (2005), கொள்கை (2009), திட்டம் (2016) எதிலும் இல்லை என்பதை முதலில் குறிப்பிட்டேன். இது ஆட்சியாளர்களின் பார்வைக் கோளாறு. பேரிடர் முன்னெச்சரிக்கை, பாதுகாப்பு, மீட்பு, மறுவாழ்வு கட்டங்களில் அலட்சியம் காட்டிவரும் அரசு, கடற்கரைச் சமூகங்களின் வாழிட, வாழ்வாதார வளங்களைப் பறித்தெடுக்கும் வகையில் இந்தியக் கடற்கரை நெடுக பெரும், சிறு துறைமுகங்களும் சரக்குப் போக்குவரத்துக்கான நால்வழிச்சாலை, இரயில்பாதைகளையும் நிறுவுவதில் தீவிரம் காட்டுகிறது. கடற்கரைச் சமூகங்கள் வாழ்வாதாரத்தின்

வாசல்கள் அடைபட்டுப் போய்த் தவித்து நிற்கின்றன. சுனாமி தாக்குதலின்போது அலையாத்திக் காடுகள் இருந்த இடங்களில் பேரிடர் பாதிப்புகள் மிகமிகக் குறைவாக இருந்தன என்பதை அறிவியல் ரீதியாக எல்லோருமே பதிவிட்டார்கள். சுனாமி நடுக்கடலில் நிலநடுக்கம் காரணமாகத் தோன்றுகிற பேரிடர் என்றாலும் அதனுடைய பாதிப்புகள் கடற்கரை விளிம்பில்தான் நிகழ்கின்றன. ஆனால் நடுக்கடல் பேரிடர் என்பது பெருங்காற்று ஏற்படுத்தக்கூடிய பாதிப்பு. காற்று பேரலைகளை எழுப்புகிறது. சூறாவளிக் காற்று எல்லா திசைகளிலிருந்தும் பெருவேகத்தில் சுழல்கிறது. மணிக்கு 150, 200 கி.மீ வேகத்தில் புயல் வீசும்போது அதன் முன்னால் எந்தவொரு பொருளும் பொருட்டல்ல.

இதுபோன்ற நடுக்கடல் பேரிடர்களை எதிர்கொள்ளும் முறைமைகளில் ஆழ்கடல் மீன்பிடி விசைப் படகுகள் பயிற்றுவிக்கப்பட வேண்டும். அலையாத்திக் காடுகளும் கடலோர வனங்களும் கடற்கரையில் வாழ்கின்ற மக்களையும் கட்டுமானங்களையும் சுனாமி போன்ற பேரிடர்களிலிருந்தும் பாதுகாக்கும் என்பதில் ஐயமில்லை. ஆனால், நடுக்கடல் பேரிடர்களைச் சமாளிக்க அறிவியல் ரீதியான வேறு அணுகுமுறைகள் வேண்டும். அதற்கான சரியான நடைமுறைகள் சட்டத்தில் உட்படுத்தப்பட வேண்டும் என்பதும் முக்கியமானது.

கேள்வி: இராமேஸ்வரம் பக்கத்தில் இராமர் பாலம் இருக்கின்றது என்று பல வருடங்களாகச் சொல்லிக் கொண்டு இருக்கிறார்களே, அது உண்மையா?

பதில்: இது மத நம்பிக்கை சார்ந்த கேள்வி. குமரி நிலநீட்சி என்கிற ஆய்வுநூலை சு.கிறிஸ்டோபர் ஜெயகரன் எழுதியிருக்கிறார். கண்டத்திட்டுகளின் பிரிதல் என்கிற கருதுகோள் உலக அளவில் ஏற்றுக்கொள்ளபட்ட ஒன்று. இன்றைக்கு நாம் பார்க்கின்ற ஐந்து பெரும் கண்டங்களும் அடிப்படையில் தீவுகள்தான். தொடக்க காலத்தில் இந்த ஐந்து கண்டங்களும் ஒற்றை நிலப்பகுதியாக இருந்தது என்பதும் காலப்போக்கில் இவை கண்டங்களாக விலகிப்

பிரிந்தன என்பதும் தொல்லியலாளர்கள் முன்வைக்கும் உண்மை. அந்த அடிப்படையில் இன்று நாம் பார்க்கின்ற இலங்கையின் நிலப்பரப்பு, இந்திய தீபகற்ப, ஆசியக் கண்டத்தின் ஒரு பகுதியாக ஒட்டிக்கிடந்தது என்பதும், பல்வேறு காலங்களில் ஏற்பட்ட இயற்கை மாற்றங்களால் இலங்கைத் தீவுநிலம் பிரிந்துபோனது எனவும் செயற்கைக் கோள் படங்களின் அடிப்படையில் இந்த நூல் விளக்குகிறது. அதன் எச்சமாக இந்தப் பகுதியில் ஆதம் பாலம், சேது மேடு என்கிற ஒரு மேட்டைப் பார்க்கின்றோம். காவியங்களிலும் இலக்கியங்களிலும் அங்கு ஒரு பாலம் கட்டப்பட்டது என்பதான கருதுகோள் முன்வைக்கப்படுகிறது. அதைப் பற்றி நான் கருத்துச் சொல்ல விரும்பவில்லை.

நாஞ்சில் பீட்டர்: இதைப் பற்றி ஒரு கருத்தை தெரிவித்துக் கொள்கிறேன். மோசஸ் செங்கடலை ஒரு குச்சியால் இரண்டாகப் பிளந்து கடந்து போனார் என்று பைபிளில் சொல்வதை நம்பினால் இதையும் நம்ப வேண்டும். மோசஸ் குச்சியை வைத்து செங்கடலைப் பிரிக்க முடியாது என்றால் இராமர் அணிலை வைத்துப் பாலம் கட்ட முடியாது என்பதுதான் உண்மை.

தோழர் தியாகு: வணக்கம் ஐயா. நான் தியாகு. இந்த நேரம் நான் அமெரிக்காவில் இருக்கிறேன். உங்களுடைய உரையைக் கேட்கின்ற வாய்ப்புக் கிடைத்தது. அருமையான தெளிவான உரை. அதற்காக நன்றி.

பதில்: செங்கடல் இரண்டாகப் பிரிந்தது என்பதற்கு அறிவியலாளர்கள் சொல்லக்கூடிய விளக்கம் கடல் ஏற்றவற்றம்தான் (Tides). கடலின் வற்ற காலத்தில் குறிப்பிட்ட அளவில் கடல் பின் வாங்குகிறது. அவ்வாறு தற்காலிகமாக இவ்வாறான நிலப்பரப்பு ஏற்பட்டிருக்கலாம். செங்கடலைக் கடந்து செல்ல மோசஸ் தேர்ந்தெடுத்த நேரம்தான் இதில் முக்கியமானது.

புஷ்பராணி: ஐயா, நீங்கள் ஐக்கிய நாடுகளின் கடல் சட்டங் களைப் பற்றிச் சொன்னீர்கள். நம்முடைய மீனவர்கள் பழங்குடி, ஆதிவாசி என்றெல்லாம் சொல்லுகிறோம்.

அமெரிக்காவில் ரெட் இண்டியன்ஸ் போன்றவர்களுக்கென்று தனிப் பாதுகாப்பு, தனிச் சட்டதிட்டங்கள் எல்லாம் இருக்கின்றன. ஆனால் தமிழ்நாட்டில், இந்தியாவில் பழங்குடிகளான இவர்களைப் பாதுகாப்பதற்கு ஏதாவது சட்டங்கள் இருக்கின்றனவா, அதனைச் செயல்படுத்துகின்றார்களா?

பதில்: இந்தியாவில் அண்மைக் காலங்களில் அரசுகளின் தவறான கொள்கைகள் காரணமாகப் பழங்குடி மக்களுக்குப் பெரும் துயர் நேர்ந்து வருகிறது. வனங்களிலிருந்து பழங்குடி மக்கள் வெளியேற்றப்படுவது போலவே, சாகர்மாலா போன்ற பெரும் திட்டங்களும் அரசுக் கொள்கைகளும் கடல் பழங்குடி மக்களை அவர்களின் வாழ்வாதாரமான கடலிலிருந்தும் கடற்கரையிலிருந்தும் வலுநிர்பந்தமாக இடம்பெயர்க்கப் படுகிறார்கள். சுனாமி மறுகட்டுமானப் பின்னணியில் இது வேகமாகவே நடந்து வருகிறது. இது சங்கடமான நிலைமை. கடல் பழங்குடி மக்கள்தான் தமிழினத்தின் பண்பாட்டு மதிப்பீடுகளை இன்றும் அடிபிறழாமல் வாழ்ந்து கொண்டிருக்கின்றனர். எல்லா இடங்களிலும் நவீனமயம் ஊடுருவல் செய்துவிட்டது. மீனவர்களுடைய வாழிட, வாழ்வாதாரத்தின் தனித்துவமான கூறுகளையும் பழங்குடிக் கூறுகளையும் கணக்கில் கொண்டு அவர்களின் எதிர்காலம் குறித்து தீவிரமாகப் பரிசீலிக்க வேண்டிய காலம் வந்திருக்கிறது.

கேள்வி: ஐயா! நீங்கள் சொன்னது போல புயல் வரப்போகின்ற செய்தி இந்த மக்களுக்கு எட்டாமல் போய்விட்டது. அவர்களுக்கு டிராக்கிங், ரேடியோ வசதி இல்லாமல் இருக்கும்போது தரையில் உள்ளவர்கள் கடலில் உள்ளவர்களுக்குச் செய்தி கொடுக்கும் வழியை விஞ்ஞானிகளால் உருவாக்க முடியுமா?

பதில்: தாய்நிலத்தில் இருக்கின்ற செயற்பாட்டாளர்களுக்கும் அரசிற்கும் நீங்கள் முன்வைக்கின்ற அருமையான பரிந்துரையாக இதைப் பார்க்கிறேன். எந்த மாதிரியான வாழ்க்கையை இந்த மீனவர்கள் வாழ்ந்து கொண்டிருக்கிறார்கள் என்பது குறித்த புரிதல் சமவெளி மக்களுக்கு இல்லை. ஒரு கிலோ

மீட்டருக்கு அப்பால் கடல் எப்படி இருக்கும் என்பதே யாருக்கும் தெரியாது. மீனவர்களுடைய வாழ்க்கை முறை, தொழில்முறைகள் குறித்த அறிவு முதலில் சமவெளி மக்களைச் சென்று எட்ட வேண்டும். கத்தார் நாட்டிலிருந்து கன்னியாகுமரி மீனவ சமூகத்தைச் சார்ந்த ஓர் இளைஞர் இரண்டு நாட்களுக்கு முன்னர் என்னைத் தொடர்பு கொண்டு பேசினார்.

"நாங்கள் இடர் எச்சரிக்கைக் கருவி ஒன்றை (Distress Alert System) தயார் செய்து கொண்டிருக்கிறோம். வெறும் ஆயிரம் ரூபாய் செலவில் இந்தக் கருவியை ஒவ்வொரு படகிலும் நிறுவிவிடலாம். விசைப்படகு நின்று கொண்டிருக்கும் அட்ச, தீர்க்கப் புள்ளிகளைக் குறிப்பிட்டு (geo position) செய்தி அனுப்பும் தொழில்நுட்பம் இது. ஆழ்கடலிலிருந்து வீட்டுக்குச் செய்தி அனுப்ப இந்தக் கருவி போதுமானது."

கடலோடிகள் சமூகத்திலிருந்தே படித்த இளைஞர்கள் இதுபோன்ற இசைவான தொழில்நுட்பங்களை உருவாக்க முயற்சி செய்கிறார்கள் என்பது மகிழ்ச்சியான செய்தி. இது போன்ற அறிவியல் முன்னெடுப்புகள் அரசு இயந்திரத்தோடு ஒருங்கிணைக்கப்பட வேண்டும். அரசு அக்கறை காட்டாத வரை திட்டங்கள் எளிதாக நடப்பில் வராது. அரசு இந்தப் பேரழிவுப் படிப்பினைகளிலிருந்து சரியான பாடங்களைக் கற்றுக்கொண்டு வருங்காலத்தில் மீனவர்களைப் பாதுகாக்க உருப்படியான திட்டங்களை வகுக்கும் என்று நான் எதிர்பார்க்கிறேன். ∎

துயர்க்கால அவதானிப்புகள்

அடிப்படையில் இயற்கை, பேரிடர்களை நிகழ்த்து வதில்லை; இயற்கையை நாம் அணுகும் விதம்தான் பேரிடர்களுக்குக் காரணமாகிறது. மனிதனின் பேராசையும் இயற்கையின்பால் காட்டும் அலட்சியமும், பேரிடர்களின் முக்கியமான காரணிகள். இவை தவிர மனிதர்கள் நிகழ்த்தும் பேரிடர்களும் மிகப்பெரிய சவால்களாய் முளைத்துக் கொண்டுள்ளன.

பேரிடர்கள் தந்து செல்லும் படிப்பினைகளைப் பேரிடர்க் கலாச்சாரமாக உள்வாங்கும் பொறுப்பு குடிமைச் சமூகத்துக்கு உண்டு. 2017 நவம்பர் - டிசம்பர் ஒக்கிப் புயலை நாடு எவ்வாறு எதிர்கொண்டது, பல்வேறு தரப்பினர் பேரிடர்ச் சூழலை எவ்வாறு கையாண்டனர் என்பதை ஆய்வுப் பார்வையோடும், சமூகப் பொறுப்புணர்வோடும் அணுகவேண்டியுள்ளது.

பேரிடர் முன் தயாரிப்புகளை நாம் சரியாக அணுகினால், பேரிடர்க் காலத்தில் தேடுதல், மீட்புப் பணிக்கான தேவை இராது. வெப்பமண்டலப் பகுதியான இந்தியா, காலந்தோறும் பல்வேறு புயல் / சூறாவளிப் பேரிடர்களைச் சந்தித்துக் கொண்டுதான்

இருக்கிறது. 1964 தனுஷ்கோடி புயல், 1999 ஒடிஸ்ஸா பெரும்புயல், 2009 பியான் புயல், 2013 ஒடிஸ்ஸா ஃபெய்லின் புயல் உள்ளிட்ட 150 ஆண்டுகால பருவநிலைத் தரவுகளின் அடிப்படையில் சூப்பர் கணினிகளின் உதவியுடன் புயல்களை முன்கணிக்க முடியும். இன்று இந்திய வானியல் நிறுவனத்தின் கணிப்புகளின் நம்பகத் தன்மை கேள்விக்கு உள்ளாகியுள்ளது. பருவமண்டலப் புயல்களுக்கு ஒரு காலவடிவம் (Pattern) முன்வைக்கப் படுகிறது. கண்காணிப்பு (Watch), தயார்நிலை (Alert), எச்சரிக்கை (Warning), தாக்குதல் (Land fall) என்பதான நான்கு கட்டங்களாகப் புயலின் போக்கு அமையும். பொதுவாக புயல் தாக்குதலுக்கு முன்பு 72 மணிநேர கால அவகாசம் கொடுக்கும் என்கிறார்கள். 1912இலிருந்து இன்று வரையிலான கால இடைவெளியில் இந்த காலவடிவத்தை மீறி வீசிய மூன்று புயல்களைக் குறிப்பிட்டுச் சொல்கிறார்கள். ஒக்கிப் புயல் அதில் ஒன்று. 18 மணிநேர அவகாசம்தான் ஒக்கிப் புயல் தந்தது என்கிறது இந்திய வானியல் ஆய்வு நிறுவனம் (IMD). இந்நிறுவனம் அமெரிக்காவின் நோவா, இன்காய்ஸ் நிறுவனங்களுடன் கூட்டாகப் பருவநிலை ஆய்வில் ஈடுபட்டுள்ளது. ஐந்து நாள் புயல் எச்சரிக்கை இதன் ஆய்வு இலக்கு ஆகும்.

1999 ஒடிஸ்ஸா பெரும்புயல் 13,800க்கும் மேற்பட்ட மனித உயிர்களைப் பலிகொண்டது. இந்தப் பேரிழப்பிலிருந்து பாடம் கற்றுக்கொண்ட ஒடிஸ்ஸா மாநில அரசு, 2013 ஃபெய்லின் புயலின்போது சமர்த்தாய்ச் செயல்பட்டது. மைய அரசுடன் இணைந்து முன்னெச்சரிக்கை நடவடிக்கைகளை மேற்கொண்டது. மணிக்கு 200 கி.மீ. வேகத்தில் கோபால்பூரில் வீசிய ஃபெய்லின் புயல் தாக்குதலுக்கு முன்னால் அங்கிருந்து 11,54,725 பேர் பத்திரமாக இடம்பெயர்க்கப் பட்டனர். இம்முறை மனித உயிரிழப்பு வெறும் பதினொன்றுதான். மைய அரசின் பத்தாயிரம் கோடி ரூபாய் தேசிய புயல் மேலாண்மைத் திட்டத்தில் ஒடிஸ்ஸா மாநிலமும் பங்கு பெற்றுள்ளது. கல்வி, பொருளாதாரத்தில் பின்தங்கிய மாநிலங்களில் ஒன்றான ஒடிஸ்ஸா இன்று புயல் பேரிடர் மேலாண்மையில் முன்வரிசையில் நிற்கிறது. ஒக்கிப் புயலுக்கு 72 மணிநேர எச்சரிக்கை கிடைத்திருந்தால்கூட தமிழ்நாடு தயார்நிலையில் இருந்திருக்குமா?

2004 சுனாமி அனுபவத்துக்குப் பிறகுதான் இந்தியா தேசியப் பேரிடர் மேலாண்மைச் சட்டத்தை (2005) இயற்றியது. இதைத் தொடர்ந்து தேசியப் பேரிடர் மேலாண்மைக் கொள்கை (2009), திட்ட (2016) ஆவணங்களை வெளியிட்டது. எனினும் நடுக்கடல் புயல் தாக்குதல்களைக் கையாள தேசியப் பேரிடர் மேலாண்மை ஆணையம் (NDMA) தயார்நிலையில் இல்லை என்பதே உண்மை. மேலே குறிப்பிட்ட மூன்று ஆவணங்களிலும் நடுக்கடல் புயல் மேலாண்மை பற்றிய எந்தக் குறிப்பும் இல்லை. இக்குறைபாடு உடனடியாக சரிசெய்யப்பட வேண்டும்.

லாத்தூர் (மகராஷ்டிரா, 1993), பூஜ் (குஜராத், 2001) நிலநடுக்கப் பேரிடர் அனுபவங்கள் குஜராத் அரசுக்குப் படிப்பினை ஆனது. பேரிடர்க் கால முன்னெச்சரிக்கை, தயார்நிலை, மீட்பு, மறுகட்டுமான நடவடிக்கைகளில் நாட்டுக்கே முன்னுதாரணமாக குஜராத் பேரிடர் மேலாண்மை ஆணையம் செயல்படுகிறது. 1999 ஒடிஸ்ஸா புயல் அனுபவம் 2013 கோபால்பூர் புயலைச் செம்மையாக எதிர்கொள்ள அந்த மாநிலத்துக்குக் கற்றுக் கொடுத்தது. வங்காள விரிகுடாவைத் தொட்டுக் கிடக்கும் தமிழகக் கடற்கரை 1964 தனுஷ்கோடிப் புயல் உள்ளிட்ட ஏராளம் புயல்களைச் சந்தித்து வருகிறது.

2015 சென்னை, கடலூர் பெருவெள்ள இடர்களுக்குப் பிறகும் கூட பெருவெள்ள அபாயத்தை எதிர்கொள்வதற்குத் தமிழகம் இன்றுவரை தயாராகவில்லை. 10,000 கோடி ரூபாய் தேசிய புயல் மேலாண்மைத் திட்டத்தில் தமிழகம் அங்கம் வகிக்கவில்லை என்பது கசப்பான செய்தி. 'ஒக்கிப் புயல் அபாயச் செய்தியை மீனவர்களுக்குச் சரியான நேரத்தில் ஏன் அறிவிக்கவில்லை?' என்கிற கேள்விக்கு நாகர்கோவில் வானிலை நிலைய அதிகாரி அளித்த பதில் இதைவிடக் கசப்பானது. 'புயல் செய்தியை நாங்கள் மீனவர்களுக்கு நேரடியாகச் சொல்வதில்லை, அரசுக்குத் தெரிவிப்போம். அரசுதான் அதை மீனவர்களுக்குச் சொல்லவேண்டும்' என்றார் அந்த அதிகாரி. ஒக்கிப் புயல் குறித்த செய்திகளை முதலில் வழங்கியது அரசு துறைகளல்ல, வெதர்மேன் (Weather man) என்று அழைக்கப்படும் ஜான் என்னும் தனிமனிதர்.

நாடுகள் தோறும் புயல் மேலாண்மை அணுகுமுறைகளை வரையறுத்துச் செயல்படுத்தி வருகிறார்கள். இந்தியாவில் புயல் எச்சரிக்கை அறிவிப்பு 72 மணி (கவனி), 48 (தயார் நிலை / கட்டளை), 24 மணி (எச்சரி), 12 (தாக்குதல் செய்தி) என்பதான நான்கு நிலைகளில் வெளியிடப்படுகிறது. துறைமுகம் போன்ற மையங்களில் புயலின் தீவிரத்தைக் குறிக்கும் வகையில் பல்வேறு எண் இட்ட புயல் கூண்டுகளை ஏற்றுகிறார்கள். சீனத்தில் 24, 12, 6 மணிநேர இடைவெளிகளில் புயல் அறிவிப்புகளை வெளியிடுகிறார்கள்; புயலின் கால இடைவெளியையும் போக்குகளையும் நீலம், மஞ்சள், காவி, சிவப்பு என நான்கு நிறங்களால் குறிப்பிடுகின்றனர். ஹாங்காங் போன்ற கீழை நாடுகளில் இக்குறியீடுகள் 1, 3, 8, 9, 10 என்பதாக வெளியிடப்படுகின்றன. ஜப்பான், ஃபிலிப்பைன்ஸ் போன்ற நாடுகளில் புயலின் வேகத்தை 1, 2, 3, 4, 5 என்கிற வரிசையில் குறிப்பிடுகிறார்கள். '1' என்பது 30-65 கி.மீ வேகம்; '5' என்றால் புயல் 220 கி.மீ. வேகத்துக்கு மேலாக வீசும் என்று பொருள்.

ஒக்கிப் புயலின் ஆரம்பம் 2017 நவம்பர் 21இல் தாய்லாந்து வளைகுடாப் பகுதியில் ஏற்பட்ட காற்றழுத்தத் தாழ்வுநிலை. அது படிப்படியாக மேற்கு நோக்கி நகர்ந்து, வங்காள விரிகுடாவைத் தாண்டி இலங்கை, இந்தியத் தீபகற்ப விளிம்பு, மாலத்தீவு, இலட்சத்தீவுப் பகுதிகள் வழியாக நகர்ந்து டிசம்பர் 6இல் காம்பே வளைகுடா (சூரத், குஜராத்) பகுதியில் கரையேறியது. நவம்பர் 27 வரை இந்திய வானியல் ஆய்வு நிறுவனம் காற்றுடன் கனமழை பெய்யும் என்று மட்டுமே அறிவித்திருந்தது. நவம்பர் 28 முற்பகல் 11.30க்குத்தான் முதன்முதலாகப் புயல் அறிவிப்பை வெளியிட்டது. நவம்பர் 29இல் குமரிமுனைக்குத் தெற்கே புயலின் முதல் தாக்குதல் நிகழ்கிறது. தொடர்ந்து கொல்லம், கொச்சிக் கடற்பகுதிகளில் புயல் தாக்குதல் நிகழ்த்தியது. புயல் முன்னறிவிப்பிற்கும் முதல் தாக்குதலுக்கும் 18 மணிநேர இடைவெளி இருந்தது. அரசுகள் நினைத்திருந்தால் உருப்படியான சில முன்னேற்பாடுகளைச் செய்திருக்க முடியும். வரப்போகும் புயல் குறித்து ஆழ்கடலுக்குள் அகப்பட்டிருந்த விசைப்படகு, இயந்திரப்படகு மீனவர்களுக்குப் பல வழிகளில் செய்தியைக் கொண்டு சேர்த்திருக்கலாம்.

'புயல் அடித்தபோது நேர்ந்த உயிர்ப்பலிகளின் எண்ணிக்கை மிகக் குறைவு, புயலுக்குப் பிறகு அரசுத் தரப்பில் தேடுதல், மீட்பு நடவடிக்கைகளில் நேர்ந்த சுணக்கம் காரணமாகவே 200க்கு மேற்பட்ட மீனவர்கள் இறந்துபோயினர் என்பது பொதுக்கருத்தாக எழுந்தது. இது கன்னியாகுமரி மாவட்ட மீனவர்கள் மத்தியில் பெரும் கொந்தளிப்பை ஏற்படுத்தியது. கடலோரக் காவல்படை, கப்பற்படைகள் குறிப்பிட்ட தூரங்களைத் தாண்டிச் சென்று தேடுவதற்கு அனுமதியில்லை என்று மீனவர்களிடம் சொல்லப்பட்டது. கப்பல்களும், இராணுவ ஹெலிகாப்டர், விமானங்களும் மீனவர்கள் கேட்டவாறு குறிப்பிட்ட இடங்களில் தேடுதல் நடத்தவில்லை என்பது பாதிக்கப்பட்ட மீனவர்கள் முன்வைக்கும் முக்கியமான குற்றச்சாட்டு.

வரலாற்று முக்கியத்துவம் வாய்ந்த 1912 டைட்டானிக் கப்பல் விபத்துக்குப் பிறகு பன்னாட்டுக் கடல்சார் முகமை (International Maritime Organisation- IMO) உருவாக்கிய சோலாஸ் (Safety of Life at Sea) உடன்படிக்கை, மனித உயிர்களை மீட்கும் பொருட்டு பன்னாட்டுக் கடல்விதிகளை மீறவும் அனுமதிக்கிறது. கொச்சிக்கும் கவராட்டிக்கும் (இலட்சத்தீவுகள்) இடைப்பட்ட தூரம் சுமார் 200 கடல்மைல். இந்த இரண்டு மையங்களிலும் கடற்படைத் தளம் உள்ளது. இது தவிர, கடலோரக் காவற்படையின் தென்மண்டலக் கட்டுப்பாட்டு மையம் திருவனந்தபுரத்தில் உள்ளது.

கடற்படை, கடலோரக் காவல்படைக் கப்பல்களுக்கு சரியான நேரத்தில் புயல் எச்சரிக்கை கிடைத்துவிட்டது என்பதும் எல்லாக் கப்பல்களும் பத்திரமாகக் கரைசேர்ந்திருந்தன என்பதும் கவனிக்கத் தகுந்த உண்மை. புயல் அறிவிப்பிலிருந்து புயலடித்த கால இடைவெளியான 18 மணிநேரமும் புயலுக்குப் பிறகான 24 மணிநேரமும் உயிருக்கு நிகரான நேரம். மானுட உயிர்கள் மீதான நேர்மையான அக்கறை மைய, மாநில அரசுகளுக்கு இருந்திருந்தால் கடலில் வாழ்வா சாவா போராட்டம் நடத்திக் கொண்டிருந்த இந்திய மீனவர்களை மீட்டிருக்க முடியும். கோளாறு சட்டத்திலா, அரசின் அணுகுமுறையிலா?

கேரளமும் தமிழகமும் ஒக்கிப் புயலை எப்படிக் கையாண்டன? தமிழகத்தைப் போல கேளரமும் இந்தப் புயலை எதிர்கொள்ளத்

தயார் நிலையில் இருக்கவில்லைதான். ஆனால் அங்கே அரசியல் கட்சிகளும் சமூக செயல்பாட்டாளர்களும் அனைத்துத் தரப்பு மக்களும் அரசுக்கு எதிராகக் கொந்தளித்தனர். 'எப்பாடு பட்டாவது கடலில் உயிருக்குப் போராடிக் கொண்டிருக்கும் மீனவர்களை மீட்டுக் கரைசேர்!' என்று அரசுக்கு நெருக்கடி கொடுத்தனர். மீனவர்களை மீட்பதற்குக் கேரள அரசு கடலோரக் காவல்படை, கப்பற்படைகளின் உதவியை விரைந்து பெற்றது. கொல்லம் பகுதியில் (35 கடல்மைல் உட்கடல்) இவ்வாறு ஏராளம் மீனவர்கள் மீட்கப்பட்டனர். மீட்கப்பட்டவர்களில் தமிழ்நாட்டு விசைப்படகு மீனவர்களும் உட்படுவர். கேரள அரசு தமிழ்நாட்டு விசைப்படகுகளை அமர்த்திக் கடலில் தேடுதல் வேட்டை நடத்தியது. ஒவ்வொரு படகுக்கும் சில ஆயிரம் லிட்டர் எரிபொருள், தேடும் காலத்தில் ஒவ்வொரு மீனவருக்கும் நாள் அடிப்படையில் படி அனைத்தும் ஏற்பாடு செய்திருந்தது. கேரள மீனவர்கள் ஒருவரும் கடலில் இல்லை என்பதை உறுதிப்படுத்திக்கொண்டது. கேரளக் கரைகளில் கரையொதுங்கிய தமிழ்நாட்டுப் படகுகளுக்கும் பழுது பார்த்தல், எரிபொருள், உணவுப்பொருள் வினியோகத்துக்கான ஏற்பாடுகளைச் செய்தது. மீனவர்களுக்கு அவசர மருத்துவ சிகிச்சை அளித்தது. சடலங்களைச் சேகரித்து அடையாளம் காண்பதற்கும் அதனடிப்படையில் நிவாரணம் அளிப்பதற்கும் விரிவான ஏற்பாடுகளைச் செய்தது. புயலடித்த இரண்டே மாதங்களில் இந்திய விண்வெளி ஆய்வு நிறுவனத்துடன் புரிந்துணர்வு ஒப்பந்தம் ஒன்றில் கையெழுத்திட்டது. 500 கேரள மீன்பிடி விசைப்படகுகளில் இடர்க்கால எச்சரிக்கைக் கருவியை (Distress Alert System) நிறுவுவதற்கான ஒப்பந்தம் அது. அதைத் தொடர்ந்து முதற்படியாக சோதனை அளவில் 250 படகுகளில் இந்தக் கருவியை நிறுவும் திட்டம் செயல்படுத்தப்பட்டது.

தமிழக அரசின் ஒக்கிப் புயல்கால நடவடிக்கையை ஓர் இடைத்தேர்தல் ஆக்கிரமித்துக் கொண்டது. விசைப்படகு மீனவர்களை மீட்பது குறித்து மாநில நிவாரண ஆணையர் சத்ய கோபாலிடம் மீனவப் பிரதிநிதிகள் கேட்டபோது 'எல்லை தாண்டிப் போகிறவர்களைக் குறித்து நாங்கள் கவலைப்படத் தேவையில்லை' என்று பதிலளித்தார். சமவெளி மக்களும்கூட

'மீனவர்கள் ஏன் ஆழக்கடலுக்குப் போக வேண்டும்?' என்று எரிச்சல்பட்டுக் கொண்டனர். அந்த மக்களின் வாழ்வைக் குறித்த புரிதல் பொதுவெளியில் இல்லாமல் போனதன் வெளிப்பாடு.

புயல் ஓய்ந்த பிறகு கன்னியாகுமரிக் கடற்கரை மக்கள் அரசுகளை நோக்கிக் கூக்குரல் எழுப்பினர். 'எங்களுக்கு இலட்சங்களும் கோடிகளும் தேவையில்லை, எங்கள் உறவினர்களை மீட்டுவாருங்கள், அவர்கள் திரும்பி வந்துவிட்டால் போதும், என்று கெஞ்சினர். நாகப்பட்டினம், கடலூர், தூத்துக்குடி மாவட்டக் கடற்கரைகளிலும் இதே கொந்தளிப்பு. தேங்காய்ப்பட்டணம், கொச்சி துறைமுகங்களிலிருந்து கன்னியாகுமரிப் படகுகளில் போன அந்த மூன்று மாவட்டங்களைச் சார்ந்த ஏறத்தாழ 45 மீனவர்கள் கரைதிரும்பவில்லை. அவர்களில் வெகு சிலர் சடலங்களாகக் கரைசேர்ந்தனர். மாநில, மைய அரசுகள் பலப்பல விளக்கங்களைச் சொல்லிக் கொண்டிருந்தனவே ஒழிய செயலில் இறங்கவில்லை. கன்னியாகுமரி மாவட்டத்தைச் சார்ந்த மைய அமைச்சர் கடைசி வரை மக்களைச் சந்திக்கவும் இல்லை. இராணுவ அமைச்சர் நிர்மலா சீதாராமன், 'கடைசி மீனவரை மீட்கும் வரை தேடுதல் தொடரும்' என்று குமரி மாவட்டத்தில் அறிவித்ததோடு சரி. வேடிக்கை என்னவென்றால், இரண்டு நாட்களுக்கு முன்னதாகவே கடலோரக் காவல்படையும் கப்பற்படையும் தேடுதலை நிறுத்திக்கொண்டதாக அறிவித்திருந்தன. துயரின் உச்சத்தில் இருந்த கன்னியாகுமரி மீனவர்கள் ஒரு கட்டத்தில் 'எங்களைப் பழையபடி கேரளாவுடன் இணைத்துவிடுங்கள்' என்று கேட்டுக் கதறினர். 84 வயது தென் எல்லைப் போராட்ட வீரர் கொடிக்கால் ஷேக் அப்துல்லா இதை மிகுந்த வருத்தத்துடன் பத்திரிகைகளில் பேசினார்.

கப்பல் படையின் தேடுதல், மீட்பு நடவடிக்கைகள் மிகமிக மேம்போக்காக அமைந்தன. சில கப்பல்களில் தேடுதல் வேட்டையின்போது ஓரிரு மீனவர்கள் உடன் அழைத்துச் செல்லப்பட்டனர். பூத்துறையைச் சார்ந்த இரண்டு விசைப்படகுகளைத் தேடத் தனிமுயற்சிகள் மேற்கொண்ட இந்தஸ், இரஞ்சித் என்னும் இளைஞர்களுடன் நான் தொடர்பில் இருந்தேன். தேடுதலில் ஈடுபடுத்தப்பட்ட ஏஎன்32 (AN32)

போர் விமானத்தில் உடனழைத்துச் செல்லப்பட்ட இரஞ்சித் விரக்தியுடன் குறிப்பிட்டார். "அரசு மீனவர்களைத் தேடுவதாகப் போக்குக் காட்டுகிறது. மாவட்ட ஆட்சியர் அக்கறை காட்டுவது போலப் பாசாங்கு செய்கிறார். அவர் தன்முனைப்பாக எதையும் செய்யவில்லை. ஏஎன்32 விமானம் மூன்றரை மணி நேரம் பறப்பதற்கான எரிபொருள் கொண்டது. போக, வர மூன்றுமணி நேரம் பறந்தது தவிர இலட்சத் தீவுக்கும் கொச்சிக்கும் இடையில் ஒரு குறிப்பிட்ட பகுதியில் 'S' வடிவப் பாதையில் அரைமணிநேரம் சற்று தாழ்வாகப் பறந்தது. '6200 சதுர கிலோமீட்டர் பரப்பில் தேடுதல் நடத்தினோம், எதுவும் அங்கே அகப்படவில்லை' என்று அறிக்கை அனுப்பியது. அவ்வளவு உயரத்திலிருந்து தேடினால் ஒரு சதுரமீட்டர் அளவுள்ள எந்தப் பொருளும் கண்ணுக்குத் தட்டுப்படாது. மனிதத் தலைகள் எம்மாத்திரம்? இராணுவக் கப்பல்களும் இப்படித்தான் தேடுதல் நடத்தியிருக்கும்..."

கப்பல் அதிகாரியாக வேலைபார்க்கும் சில இளைஞர்களுடன் உட்கார்ந்து அந்த நெருக்கடிக் காலத்தில் தேடுதல், மீட்பு வாய்ப்புகளை ஆராய்ந்து கொண்டிருந்தோம். புயலுக்குப் பிறகு கடல் நீரோட்டங்கள் படகுகளைப் பல திசைகளில் அடித்துச் சென்றிருக்கலாம். புயலிலிருந்து தப்பித்த படகுகளில் மீனவர்கள் பிழைத்திருப்பதற்கான வாய்ப்பு நிறையவே உண்டு. தகவல் தொடர்புக் கருவிகள் சேதமாகியிருக்கலாம். இயந்திரம் பழுதுபட்டிருக்கலாம். ஆனால் தண்ணீரும் உணவுப் பொருட்களும் படகுகளில் மீதமிருக்க வாய்ப்புண்டு. 35, 40 நாள் தங்கல் பயணத்துக்குப் போகும் படகுகள் அவை. அப்படியென்றால் இன்னும் சில படகுகள் கடலில் எங்கோ மிதந்து கொண்டிருக்கக் கூடும். பாகிஸ்தானுக்கும் இலட்சத் தீவுக்கும் இடைப்பட்ட பரப்பு; இலட்சத் தீவுக்கும் மாலத் தீவுகளுக்கும் மேற்குப் பகுதியில்; இலட்சத்தீவுக்கும் தீபகற்ப இந்தியக் கடற்கரைக்கும் இடையில்; இலங்கைக்கும் மாலத்தீவுகளுக்கும் இடைப்பட்ட இந்தியப் பெருங்கடல் பரப்பில். இப்படி ஐந்து பகுதிகளை நேவிகேஷன் சார்ட் மேப்பில் குறிப்பிட்டு அட்ச, தீர்க்கப் புள்ளி விவரங்களுடன் தீவிர தேடுதலுக்கான விண்ணப்பத்தைத் தயார் செய்தோம். இந்திய இராணுவத்தில் தேடுதலுக்கான அதிநவீன தொழில்நுட்பம் கொண்ட பிஐ8 (Pi8) இரக விமானங்கள் ஐந்து

உள்ளன. 'மீனவர்கள் கேட்பது போல ஐந்து இடங்களிலும் தேடமுடியாது, மாலத் தீவுகளின் மேற்குப் பகுதியில் மட்டும் தேடுகிறோம்' என்றும் 'பிஐ8 இரக விமானத்தில் சிவிலியன்களை உடன் அழைத்துப்போக விதிகள் அனுமதிக்கவில்லை' என்றும் இராணுவம் கன்னியாகுமரி மாவட்ட ஆட்சியருக்குச் செய்தி அனுப்பியது. அவ்வாறு நடந்ததாகச் சொல்லப்பட்ட தேடுதலின் முடிவில், 'ஏற்கனவே நாங்கள் அறிக்கையிட்டது போல, மீனவர்கள் எவரும் உயிர் மீந்திருக்க வாய்ப்பில்லை என்பது இந்தத் தேடுதலில் உறுதியாகியுள்ளது' என ஒரு சிறு குறிப்பு மீண்டும் ஆட்சியருக்கு அனுப்பி வைக்கப்பட்டது. ஆட்சியர் அந்தக் குறிப்பைப் பாதிக்கப்பட்ட விண்ணப்பதாரருக்கு அனுப்பி வைத்தார். மாநில தேசியப் பேரிடர் மேலாண்மை அமைப்பின் மாவட்டப் பிரிவின் தலைவர் மாவட்ட ஆட்சியர். மாவட்ட மக்களின் பேரிடர் மீட்பு, நிவாரணத் தேவைகளைக் கண்டறிந்து நடவடிக்கை மேற்கொள்ளும் அதிகாரம் அவரிடமே உள்ளது. ஆட்சியர் தன் கடமையைச் சரியாக செய்யவில்லை. மாவட்டப் பேரிடர் மேலாண்மைக் குழுவைக் கூட்டி விவாதிக்கவும் இல்லை. கோப்புகளை மூடுவதிலேயே அவர் கவனமாக இருந்தார். ஓய்வு பெற்ற நீதிபதி கோல்சே பாட்டீல் தலைமையில் குமரி மாவட்ட ஒக்கிப் புயல் பாதித்த பகுதிகளில் ஆய்வு செய்த மக்கள் விசாரணைக் குழு ஆட்சியரிடம் இதைத் திட்டவட்டமாகப் பேசியது. 'ஒக்கிப் பேரிடரில் இன ஒதுக்குதல்கள்' என்னும் தலைப்பில் இந்த விசாரணை அறிக்கை பின்னாளில் வெளியிடப்பட்டது.

2017 டிசம்பர் முதல் வாரத்தில் பத்தாயிரத்துக்கும் மேற்பட்ட மீனவர்கள் குழித்துறையில் இரயில் மறியல் போராட்டம் நடத்தினர். கடலில் தவிக்கும் தங்களின் உறவினர்களை அரசு மீட்டுவர ஏற்பாடு செய்யக்கேட்டு அந்தப் போராட்டம் நிகழ்ந்தது. இரயுமன்துறை முதல் நீரோடி வரையுள்ள எட்டு கிராம மக்களும் அங்கு திரண்டிருந்தனர். மாநிலக் காவல்துறை போராட்டத்துக்கு வருபவர்களை ஏற்றிவர விடாமல் தனியார் வாகனங்களுக்கு மிரட்டல் விடுத்திருந்த நிலையில் பெண்கள், சிறுவர்கள், ஆண்கள் எல்லோரும் பேரணியாகத் திரண்டு 18 கிலோமீட்டர் தொலைவுக்கு நடைப்பயணமாக இரயில்

நிலையத்துக்கு வந்தனர். காவல்துறை ஏராளம் காவலர்களைக் குவித்து 500 மீட்டர் தொலைவில் பாதுகாப்பு வளையம் அமைத்து வாகனங்கள், மக்களின் வருகையைத் தணித்தது. களத்துக்குப் பார்வையிட வந்த மாவட்ட ஆட்சியர் ஒரு மணி நேரம் பெண்களால் புடைசூழப்பட்டு வெளியேற முடியாமல் இருந்தார். ‘கடலில் தவிக்கும் எங்கள் உறவினர்களின் உயிருக்குப் பதில் சொல்லுங்கள்’ என்று பெண்கள் ஆட்சியரை நோக்கிக் கேட்டனர். அரசு வியூகத்துடன் அன்று இரவே மறியலைக் கலைத்தது. தீர்வு கிடைக்கும் என்று மக்களுக்கு உறுதியளிக்கப்பட்டது வெறும் கண்துடைப்பு என்பது மக்களுக்குப் பிறகுதான் புரிந்தது. மெரினா, தூத்துக்குடி (ஸ்டெர்லைட்), இடிந்தகரை, இனயம் வரிசையில் குழித்துறையும் நெய்தல் போராட்ட வரலாற்றில் இடம்பிடித்து விட்டது.

900த்துக்கும் மேற்பட்ட தமிழக விசைப்படகு மீனவர்கள் கடல் பேரிடரில் சிக்கிக்கொண்ட சூழலில் காட்சி, எழுத்து ஊடகங்கள் பேணிய மௌனம் மனதை வருத்தியது. மகுடிக்குக் கட்டுப்பட்ட பாம்பு போல அரசின் அச்சுறுத்தலுக்கு ஊடகங்கள் பணிந்தே நின்றன. வெளியான செய்திகள்கூட கள நிலவரத்தின் தீவிரத்தையும் துயரத்தையும் பிரதிபலிக்கவில்லை. தமிழகத்தில் ஆர்கே நகர் தொகுதி இடைத்தேர்தல்; குஜராத் மாநிலத்தில் டிசம்பர் 14இல் நிகழவிருந்த சட்டமன்றப் பொதுத்தேர்தல். தேசிய ஊடகங்கள் இந்தச் சூழலில் ஒக்கிப் பேரிடருக்கு முக்கியத்துவம் கொடுக்கக்கூடாது என்னும் தனிப்பட்ட அறிவுறுத்தல் விடுக்கப்பட்டதாகச் செய்திகள் கசிந்தன. தமிழகத்தில் அச்சு ஊடகங்கள் கபட நாடகம் ஆடின. காட்சி ஊகங்கள் அஞ்சி ஒதுங்கி நின்றன. குறிப்பிட்ட ஓரிரு தொலைக்காட்சிகள் கடற்கரைக்கு இரண்டு, மூன்று யூனிட்டுகளோடு வந்து விரிவான பதிவுகளை நிகழ்த்திய பிறகுதான் உண்மை நிலவரத்தை உலகம் அறிந்துகொண்டது. போகப் போக பிற தொலைக்காட்சிகளும் களத்தில் இறங்கின என்பது வேறு விடயம். சில தொலைக்காட்சிகள் துவேஷத்துடன் தவறான செய்திகளைப் பரப்பின. முகநூல் போன்ற சமூக ஊடகங்கள் உண்மை நிலையை உடனுக்குடன் அறிந்துகொள்ளப் பெரிதும் உதவின. சோரம்போகும் ஊடகங்களுக்கு மாற்றாக

வலுவான மக்கள் ஊடகங்கள் உருவாவதன் தேவையை ஒக்கிப் பேரிடர் வலியுறுத்திச் சென்றுள்ளது. துணிவுடன் களமிறங்கிப் பதிவுசெய்த ஊடகங்கள் உட்பட பெரும்பான்மையான ஊடகங்கள் பெருமுதலாளிகள், அரசியல்வாதிகளிடம் உள்ளன. வணிகமும் அரசியலுமே அவைகளின் இலக்கு. பணத்துக்குச் செய்தி என்கிற இழிவான சூழலில் ஓர் இயற்கைப் பேரிடர் நிகழ்வு தேசிய கவனம் பெறுவதிலும் அரசியல் உள்ளது.

இனயம் சரக்குப் பெட்டக மாற்று முனைய எதிர்ப்பு மக்கள் இயக்கம் வலுவான போராட்டத்தைத் தொடர்ந்து கொண்டிருந்த வேளையில் ஒக்கிப் பேரிடர் நேர்ந்தது. ஆட்சியிலிருக்கும் மைய அரசின் கோபமும் காழ்ப்புணர்ச்சியும் போராடிவந்த மக்கள்மீது குறிப்பாக கடற்கரைச் சமுதாய மக்கள்மீது மத, சாதி துவேஷப் பரப்புரைகளாகவும் 'வாழ்வாதாரப் போராட்டம்' என்னும் பெயரில் எதிர்ப்பு உத்தியாகவும் வெளிப்பட்டுக் கொண்டிருந்த வேளை அது. பேரிடரில் சிக்கியிருந்த மீனவர்களை 'உடுக்கை இழந்தவன் கைபோல்' ஓடிச்சென்று மீட்டிருக்கவேண்டிய அரசு குரோத உணர்வுடன் வாளாவிருந்தது பெருங்கொடுமை. இனவாத, அடிப்படைவாத சக்திகளின் கையில் ஆட்சி அதிகாரம் கிடைத்துவிட்டால் அடித்தள மக்களின் எதிர்காலம் என்னவாகும் என்பதற்கு மீண்டும் ஒரு சான்றாக நின்ற கொலைகார மௌனம் அது. பன்னாட்டுச் சரக்குப் பெட்டக முனையம் நிறுவ இனயத்தைத் தேர்ந்தெடுத்தது தவறான முடிவு, அதைச் செயல்படுத்தினால் விபரீதமான விளைவுகள் ஏற்படும் என்பதை மைய அரசு புலனாய்வில் அறிந்திருக்கக் கூடும். ஒக்கிப் பேரிடர்த் துயரவேளையில் இனயம் துறைமுகக் கருத்துரு கைவிடப்பட்டதாகவும் அந்தத் திட்டம் மணக்குடி - கோவளம் பகுதிக்கு நகர்த்தப்படுவதாகவும் செய்தி வந்தது.

சுனாமி மறுகட்டுமான காலத்தில் என் கடற்கரைப் பயணங்களின்போது இந்த வலி மிகுந்த உண்மையை உணர்ந்து கொண்டேன். அடித்தள மக்களை அவர்களது வாழிட, வாழ்வாதாரங்களிலிருந்து இடம் பெயர்ப்பதற்கான வாய்ப்புக்காக அரசும் தரகு முதலாளிகளும் காத்திருக்கின்றனர். தமிழகக் கடற்கரையில் சுனாமி அதற்குப் பொன்னான வாய்ப்பாக அமைந்தது; இப்போது ஒக்கிப் பேரிடரும்.

கடல் பழங்குடிச் சமூகம் எப்போதும் கடலைக் கண்டு அஞ்சியதில்லை. எத்தனை எத்தனைக் கடல் மரணங்களைச் சந்தித்தபோதும் கடலை விட்டு விலகி ஓடியதில்லை. ஒக்கிப் புயல் முதன்முதலாக அந்தச் சமூகத்தில் கடல் குறித்த பயத்தை விதைத்துள்ளது. சுனாமி 2004இல் ஆயிரக்கணக்கான உயிர்களைக் காவு வாங்கியபோதும்கூட, 'கடலும் நாங்களும் தாயும் பிள்ளைகளும் போல; பிணக்குகள் வந்தாலும் மீண்டும் ஒப்புரவாகிவிடுவோம்' என்று சொன்ன அந்தச் சமூகம் இன்று நடுக்கம் கொள்கிறது. இது கடல் ஏற்படுத்திய நடுக்கம் அல்ல, கரை உருவாக்கியது. ஒக்கிப் புயலை முன்னிட்டு, இயற்கையின் பெயரால் ஓர் இனப்படுகொலை நிகழ்ந்தேறியுள்ளது. இது பாரம்பரியக் கடலோடிச் சமூகத்தின் மீது கொடூரமாக நிகழ்த்தப்பட்ட உளவியல் போர் என்றால் பிழையில்லை. அதிகார பீடம் அவர்களைப் பீதியின் பாதையில் வழிநடத்துகிறது.

ஊழிக்காற்றையே துணிவுடன் எதிர்கொள்ளும் வேணாட்டு ஆழ்கடல் மீனவர்கள், இப்போது 30கி.மீ. வேகத்தில் காற்றடித்தால் அஞ்சிக் கிடக்கின்றனர். இனிமேல் விசைப்படகுகளில் குடும்பமாகப் போகக்கூடாது என்று தீர்மானித்துவிட்டனர். 'கடல் இனிமேல் அவர்களுக்கு இல்லை' என்பதான அதிர்ச்சியான எதார்த்தம் அந்தச் சமூகத்தின் நினைவு அடுக்கில் ஆழமாய்ப் பதிந்து போய்விட்டது. கண்ணுக்கு எட்டிய தொலைவு வரை மாற்று வாழ்வாதாரம் எதுவும் அதற்குத் தென்படவில்லை. திசையற்று நிற்கிறது கடல் பழங்குடிச் சமூகம். ∎

புலப்படா மக்கள்,
புலப்படாப் பேரிடர்

நண்பர்களே, அலைவாய்க்கரையில் நடக்கும்போது நீங்கள் அனைவரும் உற்சாகம் கொப்பளிக்கப் பேசிக்கொண்டே வந்தீர்கள். இந்த அலைகள், மணல், மணல்மேடு, கடல், அதனுடைய நீலப் பச்சை நிறம், சுற்றி இருக்கின்ற இந்தச் சூழல் எல்லாம் ஒரு கேளிக்கை அனுபவம். மீன் என்றால் நமக்கு ஓர் உணவுப்பொருள். கடலும், கடற்கரையும் நமக்கு கேளிக்கைக்கான இடமாக இருக்கின்றது. இங்கு தொன்றுதொட்டு வாழும் மக்களைப் பொறுத்தவரையில் கடல்தான் தாய்மடி; மீன்தான் அவர்களுடைய ஒட்டுமொத்த வாழ்வாதாரம். மீனவர்களைப் பொறுத்தவரை இந்த இரண்டும்தான் அவர்களின் பற்றுக்கோடு.

இயற்கைச் சீற்றங்கள் இயற்கை இயக்கத்தின் ஒரு பகுதி. ஆனால், இயற்கைச் சீற்றங்கள் ஒரு பேரிடராக மாறுவதும்,

---

* ஒக்கிப் பேரிடரை முன்னிட்டுத் தமிழக சேசுசபைக் குருமாண வர்களுக்காக கன்னியாகுமரியில் ஒருங்கிணைக்கப்பட்ட கோடை முகாமில் நிகழ்த்திய பகிர்வுகளின் ஒரு பகுதி. சங்குத்துறைக் கடற்கரை அமர்வு, 29.04.2018.

மோசமான விளைவுகளை மக்களின்மீது ஏற்படுத்துவதும் இயற்கையைப் பொறுத்தது அல்ல. இயற்கையை, சூழலை, காலத்தை, வளங்களை நாம் கையாண்டு வருகின்ற முறைதான் ஓர் இயற்கைச் சீற்றத்தை பேரிடராக்குகிறது. அரசு இயற்கையை, காலத்தை எவ்வாறு கையாளுகிறது, மக்களை எவ்வாறு கையாளுகிறது என்பது முக்கியமானது. பெரும் முதலாளிகள், கார்ப்பொரேட்டுகள் இயற்கையையும், வளங்களையும், காலத்தையும் எவ்வாறு கையாளுகிறார்கள் என்பது முக்கியமானது. என்னுடைய உரிமைக்கும், பெறுமதிக்கும் மேலான வளங்களை நான் எடுத்துக் கொள்கிறேன் என்பது மற்ற மக்களுடைய வள உரிமைகளில் நான் கை வைப்பது மட்டுமல்ல, எதிர்காலத் தலைமுறைகளின் வள உரிமைகள் மீதும் நான் கை வைக்கின்றேன். அந்த வகையில் நாமெல்லாம் கூட்டுக் குற்றவாளிகளே.

தொழில்நுட்பம் வந்த பிறகு அந்த மக்களுடைய வாழ்க்கை எப்படிப் புரட்டிப் போடப்பட்டிருக்கிறது, எப்படி பேராசைகள் அவர்களுக்குள் திணிக்கப்பட்டன, அவர்கள் என்னென்ன சிதைவுகளுக்கு உள்ளாகி வருகிறர்கள் என்பதைப் புரிந்து கொள்வதற்கு சமகால மீனவர்களோடும் நிகழ்கால மீனவர்களோடும், இளைஞர்களோடும் உரையாடல் தேவையாகிறது. அது போல, நெய்தல் சமூகத்தின் சரிபாதியாக இருக்கும் பெண்களோடு தொடர்ந்து உரையாட வேண்டிய தேவையையும் நான் உணர்ந்தேன். பெண்களோடு உரையாடத் தொடங்கிய பிறகுதான் இந்தத் திணை நிலத்திற்கு நெருக்கமாகிறேன். ஆண்களின் கதையைக் கடந்து இந்த மண் எனக்கு சொல்வதற்கான கதையைத் தேடிப் போனபோது, அது பெண்ணின் மடியில்தான் இருக்கிறது என்பதைப் புரிந்து கொண்டேன்.

நான் போகின்ற கடற்கரை ஊர்களில் எல்லாம் பெண்களைப் பார்ப்பேன். முக்கியமாக வயதான பெண்களைச் சந்திப்பேன். மீன் சுமக்கும் பெண்களைப் பார்ப்பேன். அவர்கள்தான் வாழ்க்கை நினைவுகளின் எச்சமாக நெய்தல் அனுபவங்களை இன்னும் சுமந்து கொண்டு இருப்பார்கள். அதைக் கேட்பதற்கு யாராவது வரமாட்டார்களா என்று அவர்கள் காத்திருப்பதில்லை. அவர்கள் அவர்களுடைய வேலைகளில் மும்முரமாக

இருப்பார்கள். ஆனால், நான் அவர்களிடம், 'பாட்டி, அம்மா, நான் உங்களது கதையை கேட்பதற்குத்தான் வந்தேன்' என்று உட்காரும்போது, அவர்கள் கதை சொல்லத் தொடங்குவார்கள்; கடல் தன் கதைகளை அவிழ்த்துப் போடுவது போல இருக்கும். கடற்கரைக்குப் போய்வரும் ஒவ்வொரு முறையும் கனத்த மனதோடு திரும்புவேன்.

சுனாமிப் பேரழிவு என்பது பொதுவெளியில் வெறும் ஒரு கவன ஈர்ப்புத் தீர்மானம் மட்டுமே. காலகாலமாக புதிய தொழில்நுட்பம், அரசாங்கம், அரசியல், அதிகார மையங்கள் எல்லாம் தொடர்ந்து மீனவர்கள் மீது நிகழ்த்திக் கொண்டிருக்கின்ற வன்முறைதான் அவர்களைப் பெரிதாய்க் காயப்படுத்தியிருக்கிறது, அவர்களை வீழ்த்தியிருக்கிறது. அதிலிருந்து அவர்கள் ஒருபோதும் மீண்டு எழ முடியாதவாறு அவர்கள் அடக்கி ஒடுக்கப் பட்டிருக்கிறார்கள்.

அலைகளைக் கடந்து கட்டுமரத்தைச் செலுத்துவதில் தொடங்கி, எங்கே மீன் கிடைக்கின்றது என்பதைத் தெரிந்து கொண்டு அந்த இடத்தில் போய் மீன் பிடித்து, அந்த அறுவடையைக் கரை சேர்த்துக் குடும்பத்தை வாழவைக்கின்ற வேலை ஒட்டுமொத்த கடல் சார்ந்த தொழிலில் மிக முக்கியமானது, நடுநாயகமானது, அபாயம் மிகுந்தது. ஆனால், அவன் கடலில் செல்வதற்குக் கருவிகள் வேண்டும், வலை வேண்டும், தூண்டில் வேண்டும், கட்டுமரம் வேண்டும், படகுகள் வேண்டும். இந்தக் கருவிகளை அவர்களுக்கு உருவாக்கித் தருபவர்கள் யார்? நிச்சயமாக மீனவர்கள் அல்ல.

ஒரு மீனவன் தன்னைத் தொழிலுக்குத் தயார்படுத்திக் கொள்கின்ற நிலையில் தேவைப்படுகின்ற மூலதனங்கள் இவை. கரையில் அவன் மீனைக் கொண்டு வருகிறான். அந்த மீன் எந்தெந்த இடங்களுக்கெல்லாம் பயணிக்கிறது? அது ஒரு நுகர்வு மையத்தில் விற்கப்படுகிறது. சந்தைப்படுத்தப்படுகிறது, அல்லது சில நிலையங்களில் பதனிடப்படுகிறது, பாடம் செய்யப்படுகிறது, மதிப்புக்கூட்டிய மீன் பண்டங்களாகிறது; மீண்டும் சந்தைப்படுத்தப்படுகிறது; வெளிநாட்டிற்கு ஏற்றுமதி செய்யப்படுகிறது. அறுவடை கரைசேர்க்கப்பட்ட பிறகு அது ஒரு மதிப்புக்கூட்டிய பண்டமாக மாறி செலாவணியை,

பொருளாதாரத்தைப் பெற்றுத் தருகின்ற வேலை மூன்றாவது கட்டம். முதல் கட்டம் தயாரிப்பு, இரண்டாவது கட்டம் அறுவடை, மூன்றாவது கட்டம் அதை சந்தைப்படுத்துவது. இதில் அபாயம் மிகுந்த இரண்டாவது கட்டத்தில் தன்னுடைய உயிரைப் பணயம் வைத்து மீனைக் கரைக்கு கொண்டு வருகின்றவன் மீனவன். ஆனால், அவர்கள் கொண்டு வருகின்ற அறுவடையின் பெறுமதியில் எவ்வளவு அவர்களுக்குப் போய்ச் சேர்கின்றது என்ற கேள்வியை முன்வைக்கின்றோம். இதன் வள அரசியலை நாம் அவதானிப்பிற்கு உட்படுத்துகிறோம். முன்னோக்கு, பின்னோக்கு (Forward and Backward Integration) என்கிற இரண்டு களங்களிலும் மீனவர்களுக்கு ஆர்வம் இருப்பதில்லை. நாம் கால் பதித்தால் இந்தக் களங்களில் வெற்றிபெற முடியாது என்பதுதான் மீனவர்களுடைய எண்ணமாக இருக்கின்றது.

ஆனால், புதிய தொழில்நுட்பங்களுக்கு முந்தைய காலத்தில் இதில் எல்லாவற்றிலும் மீனவர்கள் ஈடுபட்டிருந்தார்கள். கணவன் கடலுக்குப் போயிருக்கின்றான். மனைவி உப்பு விற்கப் போயிருக்கிறாள். அன்று அவர்கள் உற்பத்தியாளர்களாக மட்டும் இல்லாமல் உற்பத்தி செய்வதற்கான உபகரணங்களைக் கட்டமைப்பவர்களாகவும் அந்தக் கருவிகளைப் பழுது நீக்குபவர்களாகவும் இருந்திருக்கிறார்கள்; கரைக்குக் கொண்டு வருகின்ற அறுவடைப் பொருளைச் சந்தைப்படுத்துவது, பாடம் செய்வது என்கிற வணிகம் - தொழில் சார்ந்த கட்டங்களிலும் அவர்கள் இருந்திருக்கிறார்கள். படிப்படியாக அபாயம் மிகுந்த கட்டம் மட்டும் அவர்களிடம் விடப்பட்டு, அபாயமற்ற, இலாபமும் பெறுமதிகளும் மிகுந்த மீதி இரண்டு களங்களும் மற்ற சமுதாயங்களின் கைகளுக்குப் போய் விட்டது. இதை யார் மீதும் ஒரு குற்றச்சாட்டாக நான் வைக்கவில்லை. சுனாமிக்குப் பிறகு மாற்று வாழ்வாதாரம் என்கிற கருத்தியல் மீண்டும் மீண்டும் முன்வைக்கப்படுகிறது. மீனவர்களுக்கு என்னென்ன மாற்று வாழ்வாதார சாத்தியப்பாடுகள் இருக்கின்றன? 'துறைமுகம் வருகிறது, மீனவர்களுக்குத் தொழில் கிடைத்து விடும்' என்கிறார்கள். ஏவாளிடம் பழத்தைக் கொடுத்துவிட்டு 'நீங்கள் கடவுளைப்போல் ஆவீர்கள்' என்று சொன்ன பாம்பு போல மீண்டும் மீண்டும் இந்தத் துறைமுகம் என்கிற கனியை முன்வைத்துப்

பெருமுதலீட்டாளர்கள், அதிகார மையத்தில் இருப்பவர்கள் எல்லோரும் சொல்லிக் கொண்டே இருக்கிறார்கள்.

சுனாமியை முன்வைத்து, 'இந்தக் கடலும் கடற்கரையும் உங்களுக்குப் பாதுகாப்பானது அல்ல, சீக்கிரமாக இந்த இடத்திலிருந்து நகர்ந்து போய்விடுங்கள்' என்கிற ஒரு மந்திரம் மீனவர்களுடைய காதில் மீண்டும் மீண்டும் ஓதப்படுகிறது. அந்த மந்திரத்தை அன்று சாவின், வாழ்வாதார இழப்பின் சூழலில் மக்கள் ஏற்றுக் கொள்கிறார்கள். இழப்பின், மரணத்தின் துயர அதிர்ச்சியிலிருந்து மனரீதியாக அவர்கள் விடுபட்டிராத அந்தக் கட்டத்திலேயே, 'கடற்கரை உங்களுக்குப் பாதுகாப்பானது அல்ல, அதை விட்டு நகர்ந்து போய்விடுங்கள்' என்கிற கற்பிதம் அவர்கள் மீது ஆணி அடிக்கப்படுகிறது. கடற்கரையில் இருந்தும் கடலிலிருந்தும் அந்த மக்களை இடம் பெயர்ப்பதற்கான 'அறிவார்ந்த' காரணங்களை மீண்டும் மீண்டும் சொல்லிக் கொண்டிருந்தார்கள். இதில் எம்.எஸ்.சுவாமிநாதனுக்குப் பெரிய பங்கிருந்தது. 1991இன் கடற்கரை ஒழுங்காற்று அறிவிக்கை 2007இல் கடற்கரை மேலாண்மை அறிவிக்கையாக உருமாறியது.

'கடற்கரையை விட்டு நகர்ந்து உள்ளே வந்தால்தான் உங்க ளுக்கு வீடு; கடற்கரை நிலங்களையும் வீடுகளையும் விட்டுத் தரவேண்டும்' என்று அரசு வலியுறுத்திச் சொன்னபோது சென்னைக் கும் நாகப்பட்டினத்திற்கும் இடையில் ஏராளமான கிராமங்களில் மக்கள் ஒப்புக் கொண்டார்கள். அவர்கள் கடற்கரையிலிருந்து 8, 10 கிலோ மீட்டருக்கு அப்பால் நகர்த்தப்பட்டார்கள். பாரம்பரிய மீனவர்களுடைய தொழில் கடல் நோக்குதலைச் சார்ந்தது. கடலை அருகிலிருந்து எப்போதும் பார்த்துக் கொண்டே இருப்பது அவர்களின் தொழிலுக்கு முக்கியமானது.

கடற்கரையில் ஒரு ஆண் அவனது வீட்டில் எவ்வளவு நேரத்தை செலவு செய்து கொண்டிருப்பான்? அவன் உணவு உட்கொள்ள மட்டுமே போவான். இரவில் படுப்பது எல்லாம் வெளியேதான். ஆண்களின் வெளி என்பது கொல்லணி, கடற்கரை, அலைவாய்க்கரை. வீடு பெண்களின் வெளி. கடற்கரையில்தான் எல்லா ஏற்றினங்களையும் போட்டிருப்பார்கள். கடற்கரையில் மீனவன் கடலைப் பார்த்துக் கொண்டே இருப்பான். அதன்

நிறத்தின் மாற்றம் என்ன, அதன் நீரோட்டத்தின் போக்குகள் என்ன, எந்த நேரம் எங்கே போனால் மீன் கிடைக்கும் என்கிற விஷயம் கடலோடு ஒட்டி இருப்பதில் இருக்கிறது. ஆனால், நிறைய பண்ணச் சுற்றுலா விடுதிகள், தங்கும் விடுதிகள், தொழிற்சாலைகள் எல்லாம் கடற்கரையில் நிரம்பிவிட்டன.

மீனவர்கள் விட்டொழிந்த இடங்களை எல்லாம் பண்ணை முதலாளிகள், பெரும் பணக்காரர்கள் வாங்கிக் கொண்டே இருந்தார்கள். சென்னையில் இருந்து ஏராளமான நடிகர்கள் மகாபலிபுரத்திற்கும் சென்னைக்கும் இடைப்பட்ட ஏராளமான கடற்கரை நிலங்களை வாங்கிப் போட்டார்கள். அந்த இடங்கள் திடீரென்று விலையேறியது. கடற்கரை என்றென்றும் மீனவர்களுக்கு இல்லை என்று ஆனது. சில அறிவு மேதைகள், 'நார்வேயைப் பாருங்கள், ஜப்பானைப் பாருங்கள்!' என்று அறிவுரை சொன்னார்கள். பாரம்பரிய மீனவர்கள் மீன் பிடிப்பதற்காகக் கடலுக்குள் போகவேண்டும் என்றால், கடற்கரை விடுதிகளுக்கும் தொழிற்சாலைகளுக்கும் இடையில் ஒரு பாதை போட்டிருப்பார்கள். அதற்கு இடையில் நுழைந்துதான் போக வேண்டும்.

வளர்ச்சியின் பெயரால் மீனவர்களுக்கும் கடலுக்குமான தொடர்பு அறுக்கப்படுகிறது. அரசும் பெருமுதலாளிகளும் சரியான நேரத்திற்காகக் காத்திருந்தார்கள். சுனாமி அவர்களுக்கு ஒரு வரமாக அமைந்தது. சுனாமி தொண்டு நிறுவனங்களுக்கு மிகப் பெரிய வரப்பிரசாதமாக இருந்தது. கத்தோலிக்க சமய நிறுவனம் சுனாமியின் பின்னணியில் என்ன செய்தது? கதறி அழைத்த அந்த மக்களுடைய குரலுக்குப் பரிவோடு அன்னையாக ஓடிவருவதற்குப் பதிலாக கால் மேல் கால் போட்டுக் கொண்டு கட்டளைகளைப் பிறப்பிக்க ஆரம்பித்தது. கடற்கரை ஊர்களில் மக்கள் தலைமை, மக்கள் இயக்கங்கள் வலுப்பெற்று வந்த காலத்தில் சுனாமி அந்த இயக்கங்களைத் தகர்த்து, தொண்டு நிறுவனங்களின் பேராதிக்கத்தை மீள நிறுவியது. மக்கள் இயக்கங்களை உடைத்து, கத்தோலிக்கத் தலைமைகளின் கைகளை வலுப்படுத்தியது. நீரோடி முதல் பழவேற்காடு வரை இருக்கின்ற கடற்கரைகளில் நான் மீண்டும் மீண்டும் பயணப்பட்டதன் அடிப்படையில் இதைச் சொல்கிறேன்.

தமிழ்நாட்டுக் கடற்கரையை நான்கு மண்டலங்களாகப் பார்க்கலாம்: சோழ மண்டலக் கடற்கரை, அதற்குக் கீழே மன்னார் வளைகுடா, பாக் வளைகுடா, அதற்கு கீழே முத்துக்குளித்துறைக் கடற்கரை, தெற்கு எல்லையாக மேற்குக் கடற்கரை. இந்தக் கடற்கரைகளில் நீரோடி முதல் இராமேஸ்வரம் வரை கத்தோலிக்கம் கோலோச்சுகின்ற பகுதி. ஆங்காங்கே இஸ்லாமிய சமூகங்களும் வெகு சில இடங்களில் இந்து சமூகங்களும் வாழ்கின்றன. பல இடங்களில் நாடார்களும் கடலோடி சமூகமாக இருக்கிறார்கள். அவர்கள் அண்மைக்காலத்தில் கடலுக்கு வந்தவர்களாக இருக்கலாம்.

இந்தியாவில் முற்போக்கு சிந்தனை மிகுந்த கத்தோலிக்க சமய அலகாகக் கருதப்படும் கோட்டார் மறைமாவட்டத்தின் கடற்கரை கிராமங்களில் சுனாமிப் பேரிடர்ச் சூழலில் தன்னியல்பாக சிந்திக்கத் தெரிந்த, முடிவுகள் எடுக்கத் தெரிந்த மீனவர்கள் இல்லாதிருந்தனர் அல்லது அதற்கான சமய அரசியல் சூழல் இல்லை.

ஆரம்பகால அதிர்ச்சிகளுக்கு பிறகு நாகப்பட்டினம் மீனவர்கள் சுயமாக யோசித்தார்கள். கோட்டார், திருநெல்வேலி, தூத்துக்குடி மறைமாவட்டங்களில் இருக்ககூடிய மீனவர்களால் ஏன் அவ்வாறு தன்னியல்பாக தலைமை இடத்திற்கு வர முடியவில்லை? சிந்திக்க முடியவில்லை? முடிவுகள் எடுக்க முடியவில்லை? ஏன் கத்தோலிக்கம் இல்லாத நாகை மாவட்டக் கடற்கரை மீனவர்களால் கட்டுக்கோப்பாக இயங்க முடிந்தது என்றால், திருச்சபை மிதமிஞ்சிய கட்டுப்பாடுகளை விதித்து வைத்துள்ளது. ஒரு பேரிடர்ச் சூழலைத் திருச்சபை தன்னுடைய இழந்துபோன அதிகாரத்தை மீள நிறுவிக் கொள்வதற்கான வாய்ப்பாகப் பயன்படுத்திக் கொண்டது. திருச்சபையும், தொண்டு நிறுவனங்களும் கலெக்டருடைய தபேதார் மாதிரி செயல்பட்டன. அரசின் அதிகாரங்கள் மீனவ மக்களிடம் எடுபடாது. ஆனால் அதைச் செய்வதற்கு எளிதான ஒரு வழியை அரசு கடைபிடித்தது - சர்ச்.

மாவட்ட ஆட்சியர்களை தன்னுடைய கருவியாக அரசு பயன்படுத்துகிறது. அவர் ஒரு ரூபாய் செலவு செய்து ஒரு

லோக்கல் காலில் பிஷப்பை அழைத்து நிறைய விஷயங்களைச் சாதித்தார். 13 பேர் ஒரு வீட்டில் வாழ்ந்து வந்தனர்; இரண்டுபேர் ஒரு வீட்டில் வாழ்கின்றார்கள். இரண்டு வீடுகளையும் சுனாமி அடித்துக்கொண்டு போய்விடுகிறது. சுனாமியில் இழந்த ஒரு வீட்டிற்கு ஒரு வீடு என்று அரசு சொல்கிறது. வழங்கப்பட்ட வீட்டின் பரப்பு 650 சதுர அடி. 13 பேர் கொண்ட மூன்று கூட்டுக் குடும்பங்கள் வாழ்ந்து கொண்டிருந்த வீடு விசாலமானது. அவர்களுக்கும் அதே 650 சதுர அடியில் ஒரு வீட்டை அரசு தருகிறது.

ஆட்சியரிடம் (சுனில் பாலிவால்) சென்று பேசினால் அவர் எந்திரத்தனமாகச் சொல்லி விடுகிறார்- "One house for one house. This is government order. I can not do anything. Please understand me. I am sorry." அரசு இயந்திரம் என்பது இயந்திரத்தனமானதுதான். ஆனால், இந்தக் கள எதார்த்தம் உங்களுக்குத் தெரியும், திருச்சபைக்கும் தெரியும். மீனவர்கள் பேரிடரில் சிக்கித்தவித்த காலத்தில் உணவாகவும், உடையாகவும், பணமாகவும் உதவிகளைக் கொண்டு வந்தவர்கள், எங்கெங்கிருந்தெல்லாமோ மானுடத்தைக் கொண்டாடிய மனிதர்கள். திருச்சபை தரப்பில் ஒரு சாக்கு அரிசி வந்ததா? இன்றைக்கு வரை பதில் கிடைக்கவில்லை. திருச்சபை செய்யவில்லை, மற்றவர்களைச் செய்யவிடவும் இல்லை. அரசை நெறிப்படுத்தத் தவறிவிட்டது; அரசு செய்த எல்லா தவறுகளுக்கும் உடந்தையாக நின்றது; அரசின் கபடமான திட்டங்களுக்கு உதவி செய்தது. மக்களின் குரலுக்கு செவிசாய்க்கவில்லை. மக்களைப் பார்த்து, 'நீங்கள் போராடினால் அரசு கைது செய்துவிடும்' என்று அச்சுறுத்தியது.

கன்னியாகுமரி மாவட்டம் ஒரு வேளாண், மீன்வளப் பொருளாதாரம் சார்ந்த மாவட்டம். தமிழ்நாட்டு மீனவர்களில் 24% மீனவர்கள் கன்னியாகுமரி மாவட்டத்தில் இருக்கின்றார்கள். தமிழ்நாட்டுக் கடற்கரையில் வெறும் 6% கடற்கரைதான் கன்னியாகுமரியில் இருக்கின்றது.

எந்தத் திணை நிலத்திற்குப் போனாலும் சரி- போகிறவர்கள் கற்பிதங்களோடு, கட்டளைகளோடு அந்த மக்களை அணுகுகிறார்கள்.

எல்லாம் மாறிக்கொண்டே இருக்கிறது. நான் கடற்கரையைத் திரும்பத் திரும்பப் படிப்பதற்குப் போகின்றேன். ஒவ்வொரு முறையும் நான் கடற்கரைக்குப் போகும் பொழுது ஒரு மாணவனாக, ஒரு சிறுவனாக அதனை அணுகுகின்றேன். அரசு அனல்மின் நிலையங்கள், அணுமின் நிலையங்கள், தொழிற்சாலைகள், கடற்கரை விடுதிகள்- இது போன்று நிறைய திட்டங்களோடு, பகாசுரமான ஆசைகளோடு கடற்கரையை அணுகுகிறது. இயற்கை பேரிடர்கள் அவர்களுக்கு சாதகமாகவும் அமைந்தது என்பதை அப்போது புரிந்துகொண்டேன். மக்களை ஒரு கருவியாக, பயனாளிகளாக மட்டுமே வைத்துக் கொண்டு அரசு செய்த எல்லா முயற்சிகளும் தோல்வியைச் சந்தித்தன. ஒக்கியில் மீண்டும் அதே கேள்வி கேட்கப்படுகிறது. அரசாங்கம், அதிகாரிகள், அரசு இயந்திரம், திருச்சபை, மத நிறுவனங்கள், தொண்டு நிறுவனங்கள் எல்லோரும் கிட்டத்தட்ட அதே வேலையை மீண்டும் செய்ய ஆரம்பிக்கின்றனர். இந்தியாவின் பல கடற்கரைகளுக்கும் நான் பயணித்திருக்கிறேன். நெய்தல் திணைநில மக்களின் பொதுக்கூறு, அவர்களுடைய பண்பாடு; மதத்தை, சாதியைக் கடந்த உலகளாவிய பண்பாட்டு ஒருமை அது. எந்த மதத்தைச் சார்ந்தவனாக இருந்தாலும் கடல் கற்றுத் தருகின்ற விழுமியங்களும், மதிப்பீடுகளும், பார்வையும், போக்குகளும், விருந்தோம்பலும் எல்லாக் கடற்கரைகளிலும் ஒன்றுபோல் இருக்கின்றன. இரண்டாவது, அவர்களுடைய சிக்கல்களின் பொதுமை. புறக்கணிப்பு, நிராகரிப்பு, படையெடுப்பு, ஆக்கிரமிப்பு, திணிப்பு இவை எல்லாமே அவர்களுக்கு ஒன்றுபோல நிகழ்கின்றது.

இத்தனை சிக்கல்கள் இருக்கின்ற ஒரு சமூகம், மரணத்தோடு போராடுகின்ற ஒரு சமூகம் ஏன் சமவெளியோடு போராடவில்லை, அதிகார மையங்களோடு போராடவில்லை? சமவெளியோடு அவர்கள் குறைந்தபட்ச உறவு பேணி வருகிறார்கள். சமவெளி மக்களோடு உரையாடுவதற்கான களம், கருவி எதுவும் அவர்கள் கையில் இல்லை. அந்தக் கருவி மொழிதான் என்பதை நான் புரிந்து கொள்வதற்கு 50 வருடங்கள் ஆகியிருக்கிறது. என்னளவில் இது மிகச்சிறிய விஷயம். ஆனால், வரலாற்று அளவில் இது மிக முக்கியமான விஷயம்.

மீனவர்கள் ஏன் மரணத்தின் அருகில் வாழ்கிறார்கள்?

'தமிழ் இந்து'வில் ஆசிரியர் சமஸ் எழுதிக் கொண்டிருந்த 'நீர், நிலம், வனம்' தொடரில் மூன்றாவது அத்தியாயத்தின் தலைப்பு இது.

கடலோர சமூகத்தை மரணமும், பஞ்சமும்தான் வழிநடத்துகின்றன. அவர்களுடைய எளிமையான வாழ்க்கையில் பஞ்சங்கள் ஒரு கூறு. வருடம்தோறும் ஒரு பஞ்சத்தை தாண்டி வரும்போது கொஞ்சம் படிப்பினைகளைப் பெறுகிறார்கள். ஒரு பஞ்சம் அந்தச் சமூகத்தைச் சேர்த்து வைக்கின்றது. ஒரு செழுமை அந்தச் சமூகத்திற்கு மிதப்பைத் தருகிறது

சில நம்பிக்கைகளை, குறியீடுகளை, மதிப்பீடுகளை இனக்குழுச் சமூகம் பின்பற்றிக் கொண்டே இருக்கிறது. மரணத்தைக் கடலோர சமூகம் அணுகும் விதம் வித்தியாசமானது. மரணம் நெய்தல் வாழ்வின் ஒரு கூறு. தனது குடும்பத்தை வாழவைப்பதற்கு ஒரு கடலோடி மரணத்தை சந்தித்தே தீரவேண்டும். கடல் நோக்குதல், கடல் பழகுதல், அலை பொருதுதல், அலைகளைக் கடத்தல் எல்லாம் அந்த வாழ்வின் கூறு. ஏன் தமிழன் வீரத்தைக் கொண்டாடினான் என்றால், வீரத்தால்தான் வாழிட, வாழ்வாதார, பண்பாட்டு எல்லைகளைக் காத்தாக வேண்டும் என்பது பழங்குடியின் நிலைப்பாடு. போர்கள் அங்கிருந்து ஆரம்பித்தன என்று சொன்னால் பிழையில்லை. தன்னுடைய இனத்தைக் காத்துக்கொள்வதற்காக தலைமைப் பொறுப்பை ஏற்கின்றவனுடைய முக்கியமான கடமை, தனது பொறுப்பில் ஒப்படைக்கப்பட்ட சமூகத்தில் ஒரு உயிர்கூட இழப்பாகாமல் காத்துக் கொள்வது. அதை முன்னிட்டு அவன் பணயம் வைப்பது தன்னுடைய உயிரை.

பழங்குடிச் சமூகத்தின் தலைவன் அவனுடைய உயிரைப் பணயம் வைத்துத்தான் பசித்திருக்கின்ற தன் குடும்பத்திற்கு இரைதேடி வர முடியும். கடல் இரகசியங்களின் சேகரம். அது பின்னால் கைகட்டி நின்று கொண்டிருக்கிறது. அடுத்த கணம் அது சீறுமா, பாயுமா, பதுங்குமா? யாருக்கும் தெரியாது. அவன் கடலோடு காதைச் சேர்த்து வைத்துக் கடலுடைய மொழியையும் அடையாளங்களையும் கவனித்துக்கொண்டே இருக்கின்றான்.

❖ 1000 கடல் மைல் : வறீதையா கான்ஸ்தந்தின் 71

அந்தக் கவனம் தப்பினால் மரணம். கடல் பழங்குடி மனிதன் இந்த மரண அபாயத்தைத் தனது வழித்துணையாக்கிப் பயணிக்கக் கற்றுக் கொள்கிறான். தொழில் நுட்பங்கள் வந்திருக்கின்றன, துறைமுக மீன்பிடி வந்திருக்கிறது. ஆனாலும் கடலில் அவ்வப்போது சாவுகள் நிகழ்ந்துகொண்டே இருக்கும். விதவைகளின் எண்ணிக்கை பெருகிக்கொண்டே இருக்கும். இதற்கெல்லாம் அப்பாற்பட்டு, அந்தச் சமூகம் சமத்துவமும் தாய்மை அக்கறையும் பேணுகிறது. அந்தச் சமூகத்தைத் தேடிவந்த எவருமே வயிற்றுக்கு இல்லாமல் செத்தது இல்லை. ஒரு சமூக மேல்தட்டில் நேராத அற்புதங்கள் எல்லாம் பழங்குடிச் சமூகத்தில் நிகழும். இழப்புகளின் வலி தெரியாமல் அந்தச் சமூகம் உங்களை அரவணைத்துக் கொள்ளும். அக்கறை உணர்வுகளாலும், கொடை களாலும், பகிர்வுகளாலும் உங்களுக்கு ஆறுதல் தரும். எப்படி அதன் வீரமும் ஈகைப்பண்புகளும் மர்மமாக இருக்கின்றதோ அதுபோன்ற ஒரு மர்மம்தான் மரணத்தின் நிழலில் அந்தச் சமூகம் வாழ்ந்து கொண்டிருப்பது. மரண பயம்தான் கடல் வாழ்வின் பிழிவு. மரணத்தோடு அது தொடர்ந்து பயணித்துக் கொண்டே இருக்கும். அதனால்தான் ஒரு பழங்குடி மனிதன் எதையும் நாளைக்காக விட்டு வைத்திருப்பதில்லை. இன்றைய சிக்கலை இன்றைக்கே தீர்த்துவிட வேண்டும் என்பான்.

உங்களுக்குத் தோன்றும், அது மடமை என்று. நாளை அவன் உயிரோடு இருப்பானா என்பது அவனுக்கே தெரியாது. நேற்று குறித்து அவன் வருந்துவதில்லை. நாளை குறித்து அவன் அஞ்சுவதும் இல்லை. அன்றைய வாழ்வு அவனுக்கு முக்கியம். அவனுடைய முதலீடு என்பது அந்தச் சமூகம் தலைமுறைதோறும் சேர்த்து வைத்த நுட்பமான கடலறிவு. இந்த அறிவை நவீன தொழில்நுட்பங்கள் பிடுங்கிக் கொண்டிருக்கின்றன. அவனுடைய நிலத்தை, வாழ்வாதாரத்தை அவனிடமிருந்து பிடுங்கிக் கொண்டிருக்கின்றன. இந்த மரபறிவின் செழுமை முழுவதும் மொழியில் இருக்கிறது. இந்த மொழி ஒரு குறிப்பிட்ட பிரதேசத்தில், ஒரு குறிப்பிட்ட காலநிலையை, வாழ்வாதாரத்தைச் சார்ந்து வாழுகிற மக்களிடையே புழங்குகின்ற இனக்குழு மொழி. இந்த மொழிக்குள்தான் அவனது வாழ்க்கை, வலி, சடங்கு, சம்பிரதாயம், கொண்டாட்டம், துயரம் எல்லாம் இயங்கிக் கொண்டிருக்கிருக்கிறது.

கடல் பழங்குடி வாழ்வு சாகசம் நிறைந்தது. மரணத்திற்கும் சாகசத்திற்கும் இடையில் ஒரு மெல்லிழை - அவ்வளவுதான் கடற்கரை மனிதனின் வாழ்க்கை. சாகசம் இல்லையென்றால் வாழ்க்கை இல்லை. அந்த சாகச நாணயத்தின் மறுபக்கமாக மரணம் நிற்கிறது.

வளம் பேணுகின்ற, கடலோடு நட்பு பேணுகின்ற வாழ்க்கைமுறையைத் தொடர்ந்து கொண்டிருந்த கடலோடியிடம் புதிய தொழில்நுட்பத்தை கொடுத்து, நீ ஆழக்கடலுக்குப் போ, நிறைய மீன் பிடித்து வா என்று அனுப்பி வைத்தது நாம். இன்று அவர்களின் மீது பெரும் குற்றச்சாட்டுகளை வைக்கின்றோம், அவர்கள் பேராசைக்காரர்கள் என்று தீர்ப்பிடுகிறோம்.

கன்னியாகுமரிக் கடற்கரையினுடைய பொருளாதாரத்தில் குறிப்பிடும்படியான மாற்றம் கடந்த 50 வருடங்களில் வந்திருக்கிறது. மூன்று முக்கியமான கட்டங்களைக் குறிப்பி டலாம். தொழில் நுட்பத்திற்கு முந்தைய கட்டத்தில் யாருக்கும் கடற்கரையைப் பற்றி எந்த அக்கறையும் இல்லாமல் இருந்தது. தமிழ்நாட்டில் மொத்தமாக 18 மீனவச் சமூகங்கள் இருக்கின்றன. பரவா, முக்குவா என்போர் இந்த மாவட்டத்தின் இரண்டு முக்கியமான மீனவச் சமூகங்கள். இவ்விரண்டு சமூகங்களில் பரவர்கள்தான் முதலில் கப்பல் வேலைக்கும், வெளி நாடுகளுக்கும் போனார்கள். அதற்கு முன்னால் முத்துக்குளித்துறைப் பரவர்கள் தோணித் தொழிலில் ஈடுபட்டிருந்தனர். அத்துடன் முத்துக்குளிப்பது மற்றும் இலங்கை போன்ற நாடுகளுக்குக் கருவாடு ஏற்றுமதி செய்வது உள்ளிட்ட தொழில்களிலும் ஈடுபட்டார்கள்.

இலங்கையை இன்னொரு நாடாக முன்பெல்லாம் நாம் பாவித்தது இல்லை. 1947இல் நமக்கு சுதந்திரம் கிடைத்த பிறகுதான், இலங்கைக்குப் போவதற்கு கடவுச்சீட்டு தேவைப் பட்டது. அதற்கு முன்னர் அடுத்த தெருவிற்குப் போவது போலத்தான் எல்லோரும் இலங்கைக்குப் போய்வந்து கொண்டிருந்தார்கள். பரவர்கள் வசிக்கும் இடங்களில்தான் கப்பல் தொழிலாளிகள் பெருகினர். அவ்வாறு அவர்களுடைய பொருளாதாரம் வளர்ந்தது, சமூக அந்தஸ்து மேலே வந்தது.

1960களுக்குப் பிறகு மீன்பிடி விசைப்படகு தமிழ்நாட்டில் அறிமுகமானது. காமராஜர் ஆட்சிக் காலத்தில் லூர்தம்மாள் சைமன் மீன்வளத்துறை, பொதுப்பணித்துறை அமைச்சராக இருக்கும்போது அவர் மீன்பிடி விசைப்படகுகளைக் குளச்சல், தூத்தூர் பகுதிகளில் அறிமுகப்படுத்தினார். இந்தியா முழுமைக்கும் கொடுக்கப்பட்ட ஒரு தொழில்நுட்பம் அது. அப்பொழுது வேறு எந்த மாநில மீனவர்களும் ஆழ்கடலுக்குப் போவதற்குத் தயாராக இருக்கவில்லை. அதை வாங்குவதில் மீனவர்களுக்குப் பெரிய தயக்கம் இருந்தது. அந்தப் படகுகளை வாங்கிய மீனவர்கள் இழுவைமடி பயன்படுத்தி மீன்பிடித்தார்கள். அதைத் தொடர்ந்து விசைப்படகு சொந்தக்காரர்கள், மற்றவர்கள் என்கிற பிளவு ஏற்பட்டு கடற்கரை இரத்த நிலமானது. இது நடப்பது 1960ஆம் ஆண்டுகளில். அடுத்து 1975, 1980 காலத்தில் வெளிப்பொருத்து இயந்திரப் படகுகள் (Outboard Motor Boats) அறிமுகமாயின. பாரம்பரிய மீனவர்கள், வெளிப்பொருத்து இயந்திரப் படகுகளைப் பயன்படுத்தத் தொடங்கினர். பாரம்பரிய கட்டுமர மீனவர்கள், இயந்திரப் படகு மீனவர்கள், விசைப்படகு மீனவர்கள் என்பதாக கடற்கரை மேலும் பிளவுபட்டு, இவர்களுக்குள்ளே நிறைய மோதல்கள்.

புதிய தொழில்நுட்பங்களிலிருந்து நாம் விடுபடவே முடியாது என்கிற நிலைமையில், போராடியவர்களில் பலரும், படிப்படியாக விசைப்படகு முதலாளிகளாக மாறலாயினர்; இயந்திரப் படகுகள், விசைப் படகுகளின் எண்ணிக்கை மாவட்டத்தில் பெருகின; மீன்வள நெருக்கடி ஏற்பட்டது. 'மூன்று கடல் மைல் எல்லைக்குள் விசைப்படகுகள் மடியடிக்கக்கூடாது, அது நவீன தொழில்நுட்பத்தைப் பயன்படுத்தாத பாரம்பரிய மீனவர்களுக்காக முற்றாக ஒதுக்கப்பட்ட கடல் பகுதி' என்பதான 1982ஆம் ஆண்டு தமிழ்நாடு கடல் மீன்பிடி ஒழுங்காற்றுச் சட்டத்தின் (1982) குறிப்பிட்ட பிரிவை மதிக்காமல் விசைப்படகு மீனவர்கள் கரையில் இழுவைமடி இழுத்தனர். இந்தச் சிக்கல் பெரிதாகிக் கொண்டிருக்கும்போதே, ஆழ்கடல் மீன்பிடி அனுபவம் பெற்றிருந்த தூத்தூர் மீனவர்கள் இழுவைமடியை விட்டுவிட்டு மீண்டும் தூண்டில் மீன்பிடி முறைக்கு நகர்ந்து போகத் தொடங்கினர்.

நவீனத் தொழில்நுட்பம் வருவதற்கு முன்னரே இரண்டு மூன்று நாட்கள் ஆழ்கடலில் தங்கி மீன்பிடித்தவர்கள் அவர்கள். போகும் போது சாப்பாட்டை சமைத்து எடுத்துக் கொண்டு செல்வார்கள். உப்பு மூட்டையும் எடுத்துக் கொண்டு செல்வார்கள். முதல் இரண்டு நாட்கள் பிடிக்கின்ற மீன்களை உப்பிலிட்டு வைப்பார்கள்; இறுதி நாளில் பிடிக்கின்ற மீனை அப்படியே கரைக்குக் கொண்டு வருவார்கள். இப்போது விசைப்படகில் தொலைகடலுக்குப் போவது நிரம்ப வசதியாயிற்று. பாய்மரத்துக்குப் பதில் இயந்திரம்; உப்புக்குப்பதில் ஐஸ்.

இதே காலத்தில் 'முக்குவர்' சமூகத்திலிருந்து ஏராளம் இளைஞர்கள் கப்பல் தொழிலுக்கு போனார்கள். நாங்கள் பீடச் சிறுவர்களாக இருக்கும்போது பள்ளம்துறையிலிருந்து புத்தன்துறைக்கு 'ஹோஸ்த்து' வாங்குவதற்குப் போகும்போது, 'இது கப்பக்காரன் வீடு, இது கப்பக்காரன் வீடு' என்று அந்த வீடுகளை எளிதில் அடையாளம் சொல்லிக் கொண்டே நடப்போம். கப்பல் தொழில் மூலமாகப் பரவர் சமுதாயத்தில் பொருளாதார வளர்ச்சி வந்தது கன்னியாகுமரிக் கடற்கரையினுடைய முக்கியமான நிகழ்வு. இன்று மிகவும் சுகபோகமான வாழ்க்கைமுறைக்கு இந்தச் சமூகம் பழகிப்போய் விட்டது. கணவர்கள் இரண்டு மூன்று மாதம் ஊருக்கே வராமல் ஆழ்கடல் தொழிலில் ஈடுபட்டிருப்பார்கள். ஓர் ஆழ்கடல் பயணம் 30, 40 நாட்கள் எடுக்கலாம். போக, வர எடுத்துக் கொள்ளும் காலம் தவிர மீன்பிடி காலம் வெறும் ஆறேழு நாட்கள்தான். தமிழ்நாட்டுக் கடற்கரையில் அடிப்படைக் கட்டமைப்பு பற்றாக்குறை காரணமாக கன்னியாகுமரி ஆழ்கடல் மீனவர்கள் நீண்டகரை, முனம்பம், வல்லார்பாடம், இரத்தினகிரி, ததிடி, மங்களூர், ஒக்கா உள்ளிட்ட கேரள, மகாராட்டிர, குஜராத் துறைமுகங்களில் கரைபிடிக்கின்றனர். இப்படிப் புலம்பெயர்ந்து தொழில் செய்யும் மீனவர்களால் அந்த மாநிலங்களின் மீன்வளப் பொருளாதாரம் வளர்கிறது என்றாலும் இவர்கள் அகதிகள் போலவே நடத்தப்படுகிறார்கள். சில துறைமுகங்களில் படகின் உரிமையை அங்குள்ளவர் பெயரில் பதிவு செய்தால் மட்டுமே கரைபிடித்து அறுவடையை இறக்கமுடியும். சுரண்டலும் ஒடுக்குதலும் கணக்கில்லாமல் தொடரும். எல்லாவற்றையும்

சகித்துக் கொண்டுதான் கன்னியாகுமரி மீனவர்கள் அங்கே காலம் தள்ளுகின்றனர். இதற்கு தமிழக அரசுதான் தீர்வு கொடுக்க முடியும்.

ஆழ்கடலில் போய்விட்டால் மீன் சேமிப்பு அறை நிரம்பும் வரை அவர்கள் மீன் பிடித்துக் கொண்டிருப்பார்கள். அல்லது அவர்கள் கொண்டு சென்ற உணவுப் பொருட்கள் தீர்ந்துபோகும் வரை அவர்கள் மீன் பிடித்துக் கொண்டிருப்பார்கள். ஒரு பயணம் முடித்துக் கரைக்கு வந்தவுடன் ஊருக்கு வந்துவிட முடியாது; தொடர்ச்சியாகக் கடலுக்குச் சென்று விட்டு ஊருக்கு வருவார்கள். ஊருக்கு வரும்போது ஈட்டிய பணத்தை மட்டும் கொண்டு வருகிறார்கள். ஆழ்கடலில் போய் உயிரைப் பணயம் வைத்து பாதுகாப்பின்றி, தகவல்தொடர்பு தொழில்நுட்பங்கள் இன்றி சிரமப்பட்டு சம்பாதித்துவரும் பணத்தைக் கரைப்பது மிக எளிதாய் நடந்துவிடுகிறது.

ஆகஸ்ட் 15, ஈஸ்டர், கிறிஸ்துமஸ், ஊர்த்திருவிழா போன்ற தினங்களில் இந்த ஊர்கள் மினுமினுப்பாய்த் தெரியும்.

150, 180 பல்சர் போன்ற ஸ்போர்ட்ஸ் பைக்குகள் சாலைகளில் விரையும்; இப்பொழுது புல்லட்டின் காலம். சாலை நிறைய வண்டிகள் ஓடும். 'டாஸ்மாக்' கடைகளில் விற்பனை எகிறும். சந்தையில் போனால், சாதாரண ஆட்கள் எல்லாம் மீன் வாங்க முடியாது. விலை உயர்ந்த மீன் வாங்குபவர்கள், நிறைய மீன் வாங்குபவர்கள் இவர்களாக இருப்பார்கள். கரைக்கு வரும்போது சில மீனவர்கள் கொஞ்சம் மீன் கொண்டு வருவார்கள். அதை ஐஸ்சில் வைத்து கெடாமல் அதிக தூரத்திற்கு கொண்டு வர முடியும். கொண்டுவரும் மீன்களை சொந்தக்காரர்களுக்குப் பங்கிட்டுக் கொடுத்து விடுவார்கள். ஊருக்கு வந்தால் எதையுமே பெரிதாகத்தான் செய்வார்கள். அது நெய்தல் சிறுகுடியின் பெருவாழ்வு.

இது போன்றவொரு வாழ்க்கைச் சூழலில்தான் வேணாட்டு மீனவர்கள் ஒக்கியைச் சந்தித்திருக்கிறார்கள். சுனாமி நேரடியாக இந்தச் சமூகங்களை பாதிக்கவில்லை. 2009 பியான் புயலுக்குப் பிறகு ஒக்கிதான் எனக்கு நினைவு தெரிந்த வரையில், இவர்கள் முதன்முதலாகச் சந்திக்கும் இயற்கைப் பேரிடர்.

❖ தடாகம் - கடல்வெளி வெளியீடு ❖   76

இந்த ஊரின் பொருளாதாரத்தையும், வாழ்க்கைமுறையையும் பாதிப்பது எது? தெரிந்தோ தெரியாமலோ ஆடம்பரமான வாழ்க்கைக்கு இந்த மக்கள் பழகிப் போய்விட்டார்கள். இந்த நேரத்தில் 20 இலட்ச ரூபாய் நிவாரணம் என்பது பொது வெளியில் பெரிதாகப் பேசப்படுகிறது. இந்த 20 இலட்சத்தை ஒரு மீனவர் ஒரே வருடத்தில் எளிதாக சம்பாதித்து விடுவார். ஒரு கணவரை இழப்பது என்பது எத்தனை எத்தனை 20 இலட்சங்கள் போட்டாலும் நிரப்ப முடியாத வெற்றிடம். இந்த 20 லட்சத்தை இழுத்து இழுத்து, பேரம் பேசிக் கொடுத்து முடித்ததோடு அரசின் கோப்புகள் மூடப்பட்டு விட்டன. வள்ளவிளையில் 33 அபலைகள், நீரோடியில் 36 அபலைகள், பூத்துறையில் 16 அபலைகள், சின்னத்துறையில் 40 அபலைகள். இது தவிர, கடலூரில் 19, நாகப்பட்டினத்தில் 19, தூத்துக்குடியில் எட்டு குடும்பங்கள் ஒக்கியினால் நிராதரவாகி நிற்கின்றன. இந்தப் பெண்களுக்கான எதிர்காலம் என்ன, அவர்களுடைய மறுவாழ்வு என்ன, வாழ்வாதாரம் என்ன என்கிற ஒரு மிகப் பெரிய கேள்வி எழுகிறது. ஊர்ப் பாதிரியாருடைய கோப்புகளும் மூடப்பட்டுவிட்டன. படகுகளைப் பழுது நீக்குவதில்கூட மதிப்பீட்டில் பாரபட்சம் நேர்ந்திருக்கிறது.

ஒரு படகு என்பது சராசரியாக 80 லட்சம் முதலீடு. அந்த அளவிற்கு வசதியாக இந்த மக்கள் வாழ்கிறார்களா? கடற்கரை மக்களின் பொருளாதாரம் கடன் பொருளாதாரம்; அவர்களின் தொழில் கூட்டு முயற்சி. ஐந்து பேர், நான்கு பேர் பேர் சேர்ந்து கடன் வாங்கி மூதலீடு போட்டு ஒரு படகை உருவாக்கியிருப்பார்கள். அந்தப் படகு மூழ்கி விட்டது. ஆனால், அந்த படகின் மேல் வாங்கப்பட்ட கடன் மிதந்து கொண்டிருக்கின்றது. இந்தக் கடன் நெருக்கடியே அந்தப் பெண்கள் தங்கள் வாழ்க்கையை முடித்துக் கொள்ளும் நெருக்குதலைக் கொடுக்கிறது. ‘ஏழாயிரம் ரூபாய் சம்பளத்தில் வேலை தருகிறேன், நீ சென்னைக்கு வருகிறாயா?’ என்று கூப்பிட்டால் அவளிடம் வேதனைச் சிரிப்புதான் வெளிப்படுகிறது.

ஒக்கிப் புயல் பெண்களைத் தனி மரமாக்கியிருக்கிறது. அந்தப் பெண்கள் தங்கள் பிள்ளைகளை ஊரில் விட்டுவிட்டு சென்னை, கோவை, திருச்சி, மதுரை போன்ற பெருநகரங்களில்

பத்துப் பன்னிரண்டாயிரம் ரூபாய் சம்பளத்தில் வாழ்க்கை நடத்துவது பெரிய சிக்கல். கடந்த 2007ஆம் ஆண்டில் கடல் மீன்வளம் வீழ்ச்சியடையும் என்று சொல்லப்பட்டது. மீன்வளம் வீழ்ச்சியடைந்து விட்டால் இந்தச் சமூகத்தின் போக்கு எப்படி இருக்கும்? திருட்டு, கொள்ளை அதிகரிக்கலாம்; வன்முறை அதிகரிக்கலாம். சட்டத்தைச் சட்டை செய்யாத, தான்தோன்றித்தனமான போக்கு ஏற்கெனவே நிலவுகிறது. மீனவர்களுக்கு ஏன் இந்த அணுமுறை வந்தது என்கிற கேள்வியை எனக்குள்ளே நான் கேட்டுக்கொள்வதுண்டு.

மீனவன் என்ன சொல்கிறான்? 'நாளைக்கு நான் இருப்பேனான்னு எனக்கு தெரியாது'. மிகக்குறைவான நாட்கள்தான் அவன் கரையில் இருக்கிறான், மனைவி, பிள்ளைகளின் முகங்களைப் பார்க்கின்றான். அவனுடைய கரை வாழ்க்கை சொற்பமான நாட்கள்தான். அன்றாடத் தன்மை, மரணம், நிச்சயமின்மை, அபாயம் மிகுந்த தொழிலில் பழகி வரக்கூடிய ஒரு சமூகம், கடந்த சில பத்தாண்டுகளில் விசைப்படகு தொழில்நுட்பத்தில் பெரும் பணத்தைப் பார்க்கிறது. மரபாகத் தொடரும் பழங்குடிப் பண்புகளோடு, பெரும் பணத்தைக் கையாளுகிற வாய்ப்பும் சேரும்பொழுது அவர்களது வாழ்க்கையில் தலைகீழான மாற்றங்கள் நேர்ந்து விட்டன.

ஒக்கி வருகின்றதோ இல்லையோ, இந்தச் சமூகம் மிகப்பெரிய சமூக நெருக்கடிக்குக் காத்துக் கொண்டிருந்தது என்பது என்னைப் போன்ற பார்வையாளர்களுக்கு பயத்தை ஊட்டியது. இன்றைக்கு அதை வேகப்படுத்தக்கூடிய ஒரு விஷயமாக ஒக்கி அமைந்திருக்கிறது.

'உண்டது போய்க் கண்டது' என்று ஒரு பார்வை பழங்குடிகளுக்கு இருக்கிறது. கிடைப்பதைக் கொண்டு வாழ்ந்து அனுபவித்து விடுவது; நன்றாக சாப்பிட வேண்டும், நன்றாக உடுத்த வேண்டும் என்கிற அணுகுமுறை அவர்களுக்கு இருக்கிறது. ஒக்கி நெருக்கடி என்பது ஒக்கி மட்டுமே ஏற்படுத்திய சிக்கல் அல்ல; அரசின் பாராமுகம், ஊடகக் கற்பிதங்கள், சமவெளி மக்களின் புறக்கணிப்பு, மீனவர்களின் திட்டமிடாத வாழ்க்கைமுறை எல்லாவற்றின் கூட்டு விளைவு. அவர்களிடம் இன்றைக்கு

என்ன மீந்திருக்கின்றது? படகு மூழ்கிப் போய்விட்டது, கணவர் மூழ்கிப் போய் விட்டார்; கிரானைட் போட்ட ஒரு வீடு மட்டும் மீந்திருக்கிறது. இந்த வீட்டை விற்கவும் முடியாது. வீட்டைப் பராமரிப்பதற்கே இரண்டு நபர்கள் தேவைப்படுகிறார்கள். தன்னுடைய வருமானத்தின் ஒரு சிறு பகுதியைச் செலவிட்டு, வாழ்வதற்காக ஒரு வீடு கட்டிக் கொள்வது என்கிற சமவெளி அடித்தள மக்களின் பாணியை இங்கே பார்க்க முடியாது.

2014இல் குஜராத்திற்குப் போனபோது உடலுழைப்புச் சமூகத்தின் இயல்பு வாழ்க்கையை வியப்போடு பார்த்துக் கொண்டிருந்தேன். மிக மிக எளிமையான வாழ்க்கை. சாதரணமான வீடுகள். எது அவனுக்கு மிகவும் தேவைப்படுகிறதோ அதை மட்டுமே வாங்குகிறான். அந்த மக்கள் பேரிடர்களோடு ஒப்புரவு பேணி வாழ்பவர்கள். தொழில் நிமித்தமாக அன்றாடம் பேரிடர்களை எதிர்நோக்கும் கடல் பழங்குடி மக்கள் அவர்களிடம் கற்றுக்கொள்ள வேண்டிய பாடம் இது.

அடித்தள மக்கள் பொதுப்பரப்பின் பார்வை வீச்சுக்கு அப்பாற்பட்டவர்களாகவே உள்ளனர். பேரிடர்களை முன்னிட்டு குறுகியகால கவனம் மட்டுமே அவர்களுக்குக் கிடைக்கிறது. ஓக்கியைப் பொறுத்தவரை ஆழ்கடலில் மீனவர்களுக்கு நேர்ந்த பேரிடர் சமவெளி மக்களுக்குப் புலப்படாது இருந்தது. மொத்தத்தில் இயற்கைச் சீற்றங்களைவிட புலப்படாமைதான் மீனவர்களின் மீது கவியும் பெரும் பேரிடர். ■

ஃபார்மாலின் பீதியும்
மீன்தொழில் அறமும்

2004 சுனாமியைத் தொடர்ந்து கடல் மீனுணவு குறித்த பெரும் புரளி ஒன்று கட்டவிழ்த்து விடப்பட்டது: 'மனித சடலங்களைத் தின்ற கடல் மீன்களை வாங்கி உண்ணாதீர்' என்கிற பரப்புரைதான் அது. மீண்டும் மக்கள் இயல்பான மீனுணவுக்குத் திரும்புவதற்கு ஊடகங்களில் சில கடலறிவியல் அறிஞர்களைப் பேசவைக்க வேண்டியிருந்தது. 'மீன்கள் மனிதச் சடலத்தை உண்பதில்லை; மேலும், மீன்கள் எதைத் தின்றாலும் அது மீன் புரதமாக மாறிவிடுகிறது' என்கிற அறிவியல் உண்மையை மக்கள் ஏற்றுக்கொள்ளச் சில காலம் பிடித்தது.

போர்னியோ உள்ளிட்ட கிழக்காசியக் காடுகளை அழித்து எண்ணைப்பனைச் சாகுபடியில் இறங்கியிருந்த பெருமுதலாளிகளின் கைக்கூலிகளாய் மாறிய சில இந்திய அறிவியலாளர்கள், இந்தியப் பாமாயில் சந்தைக்கு ஆதரவாக நின்று தேங்காய் எண்ணைக்கு எதிராக பீதியூட்டும் பரப்புரையை மேற்கொண்டனர். அதன் விளைவாக, கேரள தேங்காய்ச் சாகுபடிப்

* நன்றி : தி இந்து தமிழ்.

பொருளாதாரம் பெரும் சரிவைச் சந்தித்தது. 'இதய நோய்க்கும், தேங்காய் எண்ணைக் கொழுப்புக்கும் தொடர்பில்லை' என்னும் எளிய உண்மை மக்களை எட்டுவதற்குள் தென்னை விவசாயிகளின் வாழ்வு சிதைந்து போனது.

உலகின் மிகவும் மாசுபட்ட கடல்களில் ஒன்றான இந்தோனேசியக் கடல் பகுதியிலிருந்து அறுவடையாகும் மீன்களைத் தங்கள் நாடுகளில் இறக்குமதி செய்ய, பிரிட்டன், அமெரிக்க நாடுகள் தடை செய்திருக்கும் நிலையில் இந்தியா ஆசியான் ஒப்பந்தத்தை முன்னிட்டு இந்தோனேசிய மீனை இந்தியச் சந்தையில் இறக்குமதி செய்துகொள்ள அனுமதித்தது.

இன்று சிம்லா, காஷ்மீர், சீன ஆப்பிள், ஆஸ்திரேலிய கிவி பழம், திராட்சை உள்ளிட்ட ஏராளம் காய்கனிகள் தொலைதூரங்களிலிருந்து தமிழ்நாட்டுச் சந்தைகளுக்கு வந்து கொண்டிருக்கின்றன. இப்பொழுதெல்லாம் நகர வீதிகளில் வண்ண வண்ண மாம்பழங்கள் அடுக்கி வைக்கப்பட்டிருக்கும் மால்களும் பழமுதிர்ச்சோலைகளும் என்னை ஈர்ப்பதில்லை. இனம்புரியாத அச்சத்தோடு அவற்றைக் கடந்து போய்விடுகிறேன். விரைவில் கனிந்து விடுவதற்கு, நீண்ட நாள் கெடாமல் இருப்பதற்கு, பொருளின் அளவை / எடையை / கவர்ச்சியை அதிகரிப்பதற்கு வேதிமங்கள் தடவப்படுகின்றன; பற்பல குயுக்திகள் கையாளப்படுகின்றன. கார்பைடு கற்கள் என் மாம்பழ ஆசையைக் கொன்று விட்டன.

மனித உடலின் மரபணுக்கள் பரிணாம வரலாற்று நினைவின் பதிவுகள். குறிப்பிட்ட திணை நிலம், பருவம், பயிர், விளைச்சல், உணவு முறை சார்ந்து பல்லாயிரம் ஆண்டுகளில் இம்மரபணுக்கள் தம்மைத் தரப்படுத்திக் கொண்டிருக்கின்றன. மனித உடலின் உணவுச் செரிமான முறைகளும் அதில் அடக்கம். நிலத்துக்கும் பருவநிலைக்கும் ஒவ்வாத அதிரடிச் சோதனைகளை மனித செரிமான மண்டலம் மன்னிப்பதில்லை. வரகு, தினை, பயிறு, பழம், மீன் - எதுவாயினும் திணை நிலத்தின் உற்பத்தியாயின் சிக்கல் இல்லை. வயிற்றுக்கும் உடலுக்கும் இங்கிதம் தெரியாது; பட்டதைப் பளிச்செனச் சொல்லிவிடும். அதன் விளைவுகளை நாம் அனுபவித்தே ஆகவேண்டும்.

பெருமளவு பொருட்களைப் பெருந்தொலைவுக்கு நகர்த்தி, பெரும் இலாபம் ஈட்டும் விற்பனையை முன்வைப்பது பெருமுதலாளிய வணிகம். பெருந்தொலைவைக் கடந்து உணவுப் பொருள் நுகர்வோரை வந்தடையக் காலம் எடுக்கிறது. எளிதில் கெட்டுவிடும் உணவுப் பொருட்களைக் கெடாத நிலையில் கொண்டு சேர்க்க பதப்படுத்தலின் பெயரால் நச்சு வேதிமங்களும் பயன்படுத்தப்படுகின்றன. இவ்வேதிமங்கள் மனிதவுடலில் தொடர்ந்து சேகரமாகும்போது என்னென்ன சிக்கல்களை ஏற்படுத்தும் என்பதைப் பற்றிப் பாமரர்கள் மட்டுமல்ல, படித்தவர்களும் பொதுவாக அக்கறைப்படுவதில்லை. பாரம்பரியமான உணவுகளுக்கு எதிரான புரளிகளும், அபாயமான உணவுகளின் வணிகத்தைப் பெருக்கும் கருத்தியல் புனைவுகளும் பொதுவெளியில் தொடர்ந்து பரப்பப்படுகின்றன.

அண்மைக் காலத்தில் எழுந்திருக்கும் பீதி, மீனில் ஃபார்மாலின் தடவப்படுகிறது என்னும் செய்தி. ஆந்திராவிலிருந்து வரும் மீன்களைத் தடை செய்யவும் அதன் உணவுத் தரத்தைத் தணிக்கை செய்யவும் ஒடிசா, அசாம் அரசுகள் உத்தரவிட்டுள்ளன. தமிழ்நாட்டு மீனைக் கேரள அரசு தடை செய்துள்ளது. புவனேஷ்வர், சென்னை உள்ளிட்ட பல நகரங்களில் மீன் அங்காடிகளில் அதிகாரிகள் திடீர்ச் சோதனைகள் நடத்தி நன்னீர் / கடல் மீன்களில் ஃபார்மாலின் என்னும் கரிம நச்சுத் திரவம் தடவப்பட்டுள்ளதை உறுதி செய்துள்ளனர். ஃபார்மால்டிஹைடு என்னும் நச்சு வாயுவின் கரைசல்தான் ஃபார்மாலின். அழகுப் பூச்சுப் பொருட்கள் முதல் சடலங்களைப் பதப்படுத்தும் திரவம் வரை பல்வேறு பயன்பாடுகள் கொண்ட ஃபார்மாலின், நம் உடலிலும் கூட சிறிதளவு சுரக்கிறது. ஆனால் ஃபார்மால்டிஹைடு வாயுவானது சுவாசப்பாதை, தோல் எரிச்சல் முதல் சிறுநீரக பாதிப்பு, இரத்தப்புற்று, தொண்டைப்புற்று வரை பல நோய்களை ஏற்படுத்த வல்லது.

இந்தியர்களுக்கு சராசரியாக ஆண்டுக்கு 15 கிலோ மீன்புரதம் தேவைப்படுகிறது, ஆனால் கிடைப்பதோ எட்டு கிலோ மட்டுமே. இந்தியாவின் சுகாதாரம் புரத உணவைச் சார்ந்திருக்கிறது. விலங்குப் புரதங்களில் மலிவான மீன் புரதத்தின் நம்பகத்தன்மை இன்று கேள்விக்கு உள்ளாக்கப்பட்டிருக்கிறது. மீனுணவு

மறுக்கப்பட்டால் சுகாதாரச் சிக்கல் ஏற்படும்; சிசு இறப்பு விகிதம் பெருகும்; நாட்டின் பொருளாதாரம் சீர்குலையும்.

'தமிழ்நாட்டு மக்களின் தேவைக்குப் போதுமான அளவு கடல்மீன் கிடைக்கவில்லை' என்று மாநில மீன்வள அமைச்சர் ஜெயக்குமார் சொல்வது சரியானது. ஆனால் முழு உண்மையையும் அவர் பேசவில்லை. தமிழ்நாட்டு மீனவர்களின் அறுவடையில் ஏறத்தாழ 15% பிற மாநிலங்களுக்குப் போய்விடுகிறது. கன்னியாகுமரி மாவட்ட ஆழ்கடல் மீனவர்களின் அறுவடையின் பெரும்பகுதி கேரள, மகாராட்டிர, குஜராத் கடற்கரைகளுக்குப் போய்விடுகிறது.

ஒக்கிப் புயலுக்குப் பிறகுதான் கன்னியாகுமரி மீனவர்கள் ஆழ்கடலில் பல நூறு கடல் மைல் தொலைவில் 10, 15 நாட்கள் பயணித்து மீன்பிடித்து வருகிறார்கள் என்னும் உண்மை கவனிக்கப்பட்டது. மீன் பிடிக்கும் ஏழெட்டு நாட்கள் ஒழிய, அறுவடைக் களங்களுக்குச் சென்று திரும்புவதற்கே 30 நாட்கள் வரை ஆகிவிடுகிறது. இந்த ஆழ்கடல் மீனவர்களின் மிகப்பெரிய சிக்கல் ஆழ்கடல் பயணமல்ல; அறுவடையை எங்கே கரை சேர்ப்பது என்பதுதான். தமிழ்நாட்டுக் கடற்கரையில் மீன்பிடி விசைப்படகுகளுக்கான அடிப்படைக் கட்டுமானங்களின் பற்றாக்குறை காரணமாகவே கன்னியாகுமரி மீனவர்கள் மேற்குக் கடற்கரை மாநிலங்களில் கரைபிடிக்கிறார்கள்.

குஜராத் மாநிலத்தில் 10% மக்கள் மட்டுமே அசைவ விரும்பிகள். ஆனால், இந்தியக் கடல்மீன் அறுவடையில் 22% குஜராத் கடற்கரையில் கரையிறங்குகிறது. அதற்கான அடிப்படைக் கட்டுமானங்களையும் மீன்வளத் தொழில் கட்டமைப்புகளையும் நிறுவிக்கொள்ளச் சாதகமான சூழல் அங்குண்டு. போர்பந்தர், மொண்ட்ரெல், விராவல் விசைப்படகு கட்டும் மையங்கள் நம் நாட்டில் பிரசித்தமானவை. குஜராத்தில் கரைசேரும் அறுவடையில் 90% பிற மாநிலங்களுக்கும் வெளிநாடுகளுக்கும் அனுப்பப்படுகின்றன. விராவலில் மட்டும் 67 மீன் பதனிடு மையங்கள் உள்ளன. சிஐஎஃப்டி, சிஎம்எஃப்ஆர்ஐ மையங்களும், மீன்வளக் கல்லூரியும் அங்குண்டு. நாகர்கோவில் நகரத்தின் அளவே உள்ள விராவலில் ஆறு விசைப்படகு அணையும்

தளங்கள் உள்ளன. ஏறத்தாழ 5000 விசைப்படகுகள் அங்கு அணைகின்றன. விராவல் இந்தியாவின் மிகச் சிறந்த உயர் தொழில்நுட்ப மீன்பிடி கிராமம் ஆகும்.

இந்தியாவின் மிகச் சிறந்த மீனவர்கள் வாழும் கன்னியாகுமரிக் கடற்கரையில் இவை போன்ற வசதிகளை ஏற்படுத்தியிருந்தால். நமது மீனவர்களின் அறுவடை நேரடியாக இங்கே கரையிறங்கி, அருகாமையிலுள்ள நுகர்வு மையங்களில் சந்தைப்படுத்தப்பட முடியும்; அல்லது உடனடியாக பாடம் செய்துவிட முடியும். ஆந்திர மீன்களில் ஃபார்மாலின் தடவுவது போன்ற நிலைமை இங்கு ஏற்படாது.

மீன்வளப் பொருளாதாரத்தில் சிக்கலான, அபாயம் மிகுந்த வேலை பாரம்பரிய மீனவர்களுடையது; துறைமுக மீன்பிடி முறை வரவான பிறகும்கூட அவர்கள் இயற்கையோடு போராடித்தான் மீன் புரதத்தைக் கரை சேர்க்கிறார்கள். மீன்பிடி படகு, தளவாடங்களின் உற்பத்தியும் பராமரிப்பும், கரை சேரும் அறுவடையின் சரக்குப் போக்குவரத்து, சந்தைப்படுத்தல், பதனிடுதல் முதலிய தொழில்களும் மீனவர்களிடம் இல்லை. அவ்வளவு ஏன், தான் அறுவடை செய்து கரை சேர்க்கும் மீனுக்கு விலை நிர்ணயிக்கும் உரிமை கூட மீனவனிடம் இல்லை. நம் நாட்டில் மீன்வளப் பொருளாதாரத்திலிருந்து பாரம்பரிய மீனவர்கள் முற்றிலுமாக விலக்கி வைக்கப்பட்டிருக்கிறார்கள். அவர்களை மீன்வள வளர்ச்சியின் பங்காளிகளாக என்றுமே நாம் கருதியதில்லை. அவர்களின் தார்மீக உரிமைக்குரலை நாம் பொருட்படுத்துவதுமில்லை.

மேற்சொன்ன சூழலில் மீனில் ஃபார்மாலின் நச்சு கலந்திருப் பதாக ஆளாளுக்கு சோதனைக் கிட்களுடன் கிளம்பி ‘20 பிபிஎம் நச்சு’ என்றெல்லாம் சோதனை முடிவுகள் கிடைத்திருப்பதாக ஊடகங்களில் பரபரப்பை ஏற்படுத்தி வருகின்றனர். விழிப்பாக இருக்கச் சொல்வதற்கும் பீதி ஊட்டுவதற்கும் நிறைய வித்தியாசம் இருக்கிறது. இந்தப் பீதி 1000 கோடி ரூபாய் வணிகத்தை விழுங்கிவிட்டுள்ளது. அதை விட முக்கியமாக, ‘மீனுணவு பாதுகாப்பானதல்ல’ என்பதான அச்சம் பொதுமக்கள் மனதில் ஆழமாய் வேரூன்றத் தொடங்கியுள்ளது. இது ஆரோக்கியமான

சூழல் அல்ல. கலப்படமும், உணவைப் பதப்படுத்த நச்சுப் பொருட்களைக் கலப்பதும் புதிய கதைகளல்ல. ஆனால் மீன் நச்சு விடயத்தில் காட்டுத்தீ போல பீதி பரப்பப்பட்டுவிட்டது. கார்ப்பொரேட் / ஏற்றுமதிச் சந்தை முதலாளிகள் இதன் மறைமுகப் பயனாளிகள் என்று சந்தேகிக்க இடமுள்ளது.

மீனவர்கள் கரை சேர்க்கும் அறுவடையில் ஃபார்மாலின் நச்சினைத் தடவுவதில்லை. அதற்கான தேவை எழவும் இல்லை. ஆழ்கடல் மீனவர்கள்கூட, மீன்களைத் துள்ளத்துடிக்க நொறுக்கிய பனிக்கட்டிகளிட்டு சேமிப்பறையில் வைத்து, அப்படியே கரையிறக்குகிறார்கள். அப்படியென்றால், ஃபார்மாலின் நச்சு எந்த நிலையில், எங்கே தடவப்படுகிறது? அதை அரசுத் துறைகள் உடனடியாகக் கண்டறிந்து தடுத்தாக வேண்டும். இடைநிலை வணிகர்களின் பேராசை இதற்குக் காரணமாகலாம். ஆனால் பாதிக்கப்படுபவர்கள் யார்? அடி முதல் நுனி வரை மீன்வளப் பொருளாதாரத்தின் அத்தனைக் கண்ணிகளையும் இந்தப் பேராசை நொறுக்கி எறிந்துவிடும்.

அறிக்கைப் போர்களைக் கடந்து உணவுப் பாதுகாப்பை உறுதி செய்வதற்கு நாம் வெகு தொலைவு பயணிக்க வேண்டியுள்ளது. ஐக்கிய நாடுகளின் உணவு வேளாண் கழகம் 1995இல் வெளியிட்ட 'பொறுப்பார்ந்த மீன்வளம் நடத்தை விதிகள்' என்னும் ஆவணம் இதற்கான தெளிவான அறிவுறுத்தல்களை வழங்கியுள்ளது. 20 இலட்சம் ச.கி.மீ. பொருளாதாரக் கடற்பரப்பைக் கொண்ட நம் மீனவளப் பொருளாதாரம் ஒரு கூட்டுப் பொறுப்பு; இதில் மீனவர்கள், வணிகர்கள், நுகர்வோர் அனைவரும் பங்காளிகள் என்பதை செயலளவில் அரசு அங்கீகரித்தாக வேண்டும். பங்கேற்பு / கூட்டுறவு முறையில் மீன் பதப்படுத்தல், சந்தைப்படுத்தல் தொழிலில் அடித்தட்டு மக்களை ஈடுபடுத்தும் மீன்வளத் திட்டம் காலத்தின் தேவை.

தரைவாழ் விலங்குகளின் புரதத்தைவிட கடல்மீன் புரதம் மேம் பட்டது, மலிவானது, பாதுகாப்பானது. சுகாதாரமான மீனுணவு கடைக்கோடி இந்தியனுக்கு வசப்பட வேண்டுமாயின் பங்கேற்பு மேலாண்மையும் கூட்டுக் கண்காணிப்பும் தேவை. ஃபார்மாலின் சிக்கல் அதற்கான வாசலைத் திறந்துவிட்டுள்ளது. ∎

இந்திய மீன்வளம் - நான்கு முகங்கள்

சரக்குக் கப்பல்களில் பணிபுரியும் கன்னியாகுமரி மாவட்டக் கடலோடிகளிடம் உரையாட வாய்ப்புக் கிடைக்கும்போது, கடற்கரையில் பிறந்து வளர்ந்தவர்கள் என்கிற அடிப்படையில் அவர்களிடம் வழக்கமான ஒரு கேள்வியை முன்வைப்பேன்:

“பல நாடுகளின் கடற்கரைகளுக்குப் போயிருப்பீர்கள். அங்குள்ள பாரம்பரிய மீனவர்களைச் சந்தித்ததுண்டா? அவர்களிடம் வித்தியாசமாக எதையாவது கவனித்ததுண்டா?”

கப்பல்கள் துறைமுகத்துக்குள்ளே நுழைய ஏராளம் நடைமுறைகள் உண்டு. கப்பல் அணையுமிடத்துக்குப் போவதற்கான அனுமதி கிடைக்கும் வரை கடலில் காத்திருக்க வேண்டும். கப்பல் துறைமுகத்தில் அணைந்த பிறகு சரக்குக் கைமாற்றம் தொடங்கி, பராமரிப்பு, எரிபொருள், பயணத்துக்கான ரேஷன் பொருட்கள் கொள்முதல் வரை ஏராளம் வேலைகள் உண்டு. இந்த இடைவேளை நேரத்தில் கப்பல் பணியாளர்கள் கரையில் இறங்கிப் பொழுதைக் கழிக்கலாம். ஒவ்வொரு பணியாளருக்கும் ஒவ்வொரு இரசனை. உவரிக் கடற்கரைக்காரரான

ஆன்றனி டெலி வித்தியாசமான இரசனையுள்ளவர். துறைமுகம் அருகேயுள்ள வரலாற்று முக்கியத்துவம் வாய்ந்த இடங்கள், மீனவர் கிராமங்களைத் தேடிச்சென்று பார்ப்பதுதான் அவருடைய பொழுதுபோக்கு.

"என் கடல் பயணங்களில் ஐரோப்பிய, இந்தோனேஷிய, கொரிய, ஜப்பானியக் கடற்கரைகளுக்குப் போயிருக்கிறேன். நான் அறிந்தவரையில் உலகம் முழுவதும் கடலோர மீனவர்களின் அடிப்படைக் குணங்கள் ஒன்று போலவே இருக்கின்றன. முரட்டுத்தனம், உரத்த குரலில் பேசுவது இதிலெல்லாம் உலக மீனவர்கள் ஒன்றுபோல் இருக்கிறார்கள். ஆனால் வாழ்க்கையையும் தொழிலையும் அணுகும் முறையில் நிறைய வித்தியாசம். ஐரோப்பியக் கடற்கரைகளில் மீனவர்களுக்கு 'கிளப்கள்' இருக்கின்றன. எல்லோரும் செய்தித்தாள் படிக்கிறார்கள். நல சங்கங்கள் இருக்கின்றன. மீன் அங்காடிகளில் தூய்மையும் அமைதியும் நிலவுகின்றன. மீனுக்கு நிர்ணயிக்கப்பட்ட விலை மட்டுமே. விலை நிர்ணயிக்கும் உரிமை மீனவர்களிடம்தான் இருக்கிறது. பேரம், ஏலம் எல்லாம் கிடையாது. நாளைய பிழைப்பு என்னாகுமோ என்கிற ஆற்றாமையும் இல்லை. வேறு எந்தத் தொழிலிலும் ஈடுபடும் மனிதர்களைப் போலவே தன்னம்பிக்கையுடன் வாழ்கிறார்கள்."

கப்பல் மாலுமி ஆன்றனி டெலி சொல்வது கேட்க வியப்பாயிருந்தாலும் மேலை நாடுகளில் இதுதான் கடற்கரை எதார்த்தம்.

இந்தியக் கடற்கரைகளில் பேசுவது போல கொரிய, இந்தோனேஷியக் கடற்கரைகளில் வசைமொழி, இரட்டை அர்த்தம் தொனிக்கும் பேச்சுகள், அடிதடி எல்லாம் இருக்கின்றன. மேலைநாட்டுக் கடற்கரைகளில் இவை மிக அரிது. இதை அறம் சார்ந்த பொதுப்புத்தியுடன் அணுக வேண்டியதில்லை. சமூக, வள - அரசியல், வரலாற்றுப் பின்னணியில் அணுகுவதே சரியானது. கேரளச் சூழலைப் பாருங்கள் - ஒவ்வொரு இனக்குழுவும்/ தொழில்குழுவும் அங்கு அரசியல் ரீதியாக வலுவானது. வாழிட, வாழ்வாதாரக் கூறுகளில் ஒவ்வொரு இனக்குழுவும் தனக்கான இடத்தை / பங்கை உத்தரவாதம் செய்து கொள்கிறது.

மீனவ இனக்குழுக்களுக்கான வாழ்வாதாரக் கட்டமைப்புகள், அடிப்படை வாழிட வசதிகள் அனைத்தும் அவர்களுக்குச் சாத்தியமாகியிருக்கிறது.

மூன்றாண்டுகளுக்கு முன்னால் சாமந்த் சுப்பிரமணியனின் 'மீனைப் பின்தொடர்தல்' (Following fish) (பென்குயின் பதிப்பகம்) என்னும் பயண நூலை வாசித்தேன். இந்தியாவின் கடலோர மாநிலங்கள் தோறும் பயணிக்கும் சாமந்த், அந்தந்தப் பகுதிகளின் சமையல் ருசிகளுடன் மீனைச் சுவைத்துக்கொண்டே போகிறார். கேரளக் கடற்கரைகளில் கிடைக்கும் பலவகையான கள்ளையும் சுவை பார்த்துச் செல்கிறார். அவரது பயண அனுபவத்தை வாசித்துச் செல்லும்போது கடற்கரை இனக்குழு வாழ்க்கையின் வாடையை உணர முடியும்.

இந்தியக் கடற்கரைகளின் நான்கு மாறுபட்ட முகங்களை இங்கு பகிர்ந்துகொள்ள வேண்டும். மீன்பிடித்தல், வள அரசியல், வாழ்க்கை எல்லாம் ஒரே நாட்டில் எவ்வளவு மாறுபட்டுக் கிடக்கின்றன!

1950களின் இறுதியில் விசை (இழுவை) மீன்பிடி படகுகள் இந்தியாவில் முதன்முதலாகத் தமிழ் நாட்டில், குளச்சல், தூத்தூர்ப் பகுதிகளில் அறிமுகமாயின. தொடக்கத்தில் இழுவைமடியைப் பயன்படுத்தினாலும் தூத்தூர் மீனவர்கள் விரைவில் வலை, தூண்டில் மீன்பிடி முறைக்கு நகர்ந்துவிட்டனர். மற்றவர்கள் போகத் துணியாத ஆழ்கடல்களில் சுறா, சூரை, கலவா போன்ற மீன்களை வேட்டையாடுவதில் இவர்கள் வல்லவர்கள். தமிழ்நாட்டின் கடற்கரையில் (1076 கி.மி) 6% அளவுதான் கன்னியாகுமரி மாவட்டக் கடற்கரை. அங்கு வாழும் மீனவர்களோ 24%. இருப்பினும் மீன்வள நெருக்கடி இங்கே பெரிதாக இல்லை. காரணம் இருக்கிறது. பெரும்பான்மையான விசைப்படகுகள் ஆயிரம் கடல் மைல் தொலைவுக்கு அப்பால் சென்று மீன் பிடிக்கின்றன. விராவலை (குஜராத்) மிஞ்சிய மீன்வள மையமாக தூத்தூர் உருவாக ஏராளம் வாய்ப்புகள் இருந்தாலும் இவர்களின் அறுவடைத் திறனுக்கு ஏற்ற மீன்பிடி கட்டமைப்புகளை இன்றுவரை மாநில அரசு நிறுவிக் கொடுக்கவில்லை. இன்னொரு முக்கியமான தகவல் - விராவல்,

இராமேசுவரக் கடற்கரைகளை அடியொற்றி கன்னியாகுமரி விசை மீன்பிடி படகுகளிலும் சமவெளி மக்களின் நுழைவு நிகழ்ந்துவிட்டது. இங்குள்ள ஒட்டுமொத்த விசைப்படகு மீனவர்களில் இப்படி நுழைந்திருப்பவர்களின் எண்ணிக்கை 25 விழுக்காட்டை தாண்டிவிட்டது.

போர்ட் பிளேர் (அந்தமான்) அருகே இருக்கும் ஜங்கிலிகாட் துறைமுகத்துக்கு 2016 மே மாதம் சென்றிருந்தேன். அந்தமான் - நிக்கொபார் தீவுப்பகுதிகளில் அமைந்திருக்கும் ஒரே மீன்பிடி துறைமுகம் ஜங்கிலிகாட். அந்தமான் - நிக்கொபாரின் பதிமூன்று பழங்குடிகளில் சில இனங்கள் அலைவாய்க்கரையை ஒட்டிய பகுதிகளில் சிறு அளவில் மீன் வேட்டையில் ஈடுபடுவதுண்டு. வில்-அம்பு, ஈட்டி போன்ற ஆதி வழமையில் அவர்கள் மீன் வேட்டை நடத்துகிறார்கள். அந்தமான்- நிக்கொபார்த் தீவுக் கடல்கள் கட்டுக்கோப்புடன் கண்காணிக்கப் படுகின்றன. இயற்கை மணம் மாறாத கடல் சூழலியல் அங்கு நீடிப்பது இந்தக் கட்டுக்கோப்பினால்தான். மூன்று கடல்மைல் (5.4 கி.மீ.) தொலைவுக்கு அப்பால் மட்டுமே விசைப்படகுகள் மீன் பிடிக்க அனுமதிக்கப்படுகின்றன. இந்திய தீபகற்பப் பகுதியிலிருந்து தீவுக்கு மீன் பிடிக்க வரும் படகுகள் தனியாக உரிமம் பெற்றிருக்கவேண்டும். இழுவைமடி விசைப்படகுகள் அங்கு பெரிதாக அனுமதிக்கப்படுவதில்லை. கடலோரக் காவல்படையின் படகுகள் கடலைத் தொடர்ந்து கண்காணித்துக் கொண்டிருக்கின்றன. அங்கு 400க்கும் மேற்பட்ட இயந்திரம் பொருத்திய நாட்டுப் படகுகளில் மீன்பிடிக்கும் ஆந்திரா மீனவர்கள் மீன்பிடி நுணுக்கங்களை தூத்தூர் மீனவர்களிடம்தான் கற்றுக் கொண்டார்கள்.

இந்தியாவின் அதிதொழில்நுட்ப மீன்பிடி கிராமமாகப் போற்றப்படும் விராவல் குஜராத்தில் இருக்கிறது. நாகர்கோவில் பரப்பளவு கொண்ட சிறு நகரம் இது. எட்டு கிலோமீட்டர் தெற்காக இருக்கும் சோம்நாத் கோவிலுக்கு வரும் பெருந்திரளான திருப்பயணிகள் தங்கிச் செல்ல சில விடுதிகளும் இங்கு உண்டு. ராஜ்கோட் பிராந்தியத்தில் போர்பந்தர் சிறு துறைமுகம். அதன் தென்பகுதியில் அமைந்திருக்கும் மொண்ட்ரெல், விராவல்-இரண்டும் படகு கட்டும் துறைகள். ஒரு மீன்வளக் கல்லூரியும்

மத்திய கடல் மீன்வள ஆய்வுமையத்தின் (CMFRI, CIFT) கிளையும் விராவலில் உண்டு. பாரம்பரியமாக இந்தத் தொழில் இசுலாமிய சமூதாயத்தினர் கையில் இருக்கிறது. மேற்குக் கடற்கரை நெடுக பல மாநிலங்களிலிருந்தும் படகு கட்டும் ஆர்டர்கள் வருகின்றன. விராவல் படகுகள் இந்திய அளவில் பிரசித்தி பெற்றவை.

நவம்பர் 2014 குஜராத் பயணத்தின்போது விராவலில் மூன்று நாட்கள் தங்கியிருந்தேன். 15 படகு கட்டும் மையங்கள் தவிர, விராவலில் 67 மீன் பதனிடும் மையங்கள் உள்ளன. அவற்றில் ஐந்தாறு தவிர மற்றவை இசுலாமியரிடம் உள்ளன. ஆறு விசைப்படகு அணையும் துறைகள் உள்ளன. பதிவு செய்யப்பட்ட 8,000 விசைப்படகுகளில் 40,000 தொழிலாளர்கள் வேலை செய்கின்றனர். தெற்கு குஜராத் பாரம்பரிய மீனவர்களான கர்வாக்கள் இப்போது கடலுக்குள் போகாத படகு முதலாளிகள், மீன் வணிகர்கள்; சுகவாசிகள். ஆந்திரா, ஒடிஸ்ஸா போன்ற கிழக்கு மாநிலங்களிலிருந்து ஆண்டுதோறும் பஞ்சம் பிழைக்க வரும் ஒப்பந்தக் கூலிகளுக்கு மாதம் 4000, 5000 மாத ஊதியம். அறுவடையில் இவர்களுக்குப் பங்கில்லை.

விராவலுக்குத் தெற்காக இருக்கும் ஜாலேஷ்வரில் குடியேறிய இசுலாமியர் 400 ஆண்டுகளுக்கு முன்னால் கட்ச் (வட குஜராத்) பகுதியிலிருந்து புலம் பெயர்ந்தவர்கள். ஆயிரம் குடும்பங்கள், 400 இயந்திரப் படகுகள். விராவல், ஜாலேஷ்வர் இரண்டும் தெற்கு குஜராத் கடற்கரையின் மாறுபட்ட முகங்கள். வடக்கே, கட்ச் உப்புப் பிரதேசத்திலும் மீனவர்கள் வாழ்கிறார்கள். இந்திய மீனவர்களில் மிகமிக அவலமான நிலையில் வாழும் மீனவர்கள் இவர்கள்! கட்ச், வறுமை கோலோச்சும் கடற்கரை.

குஜராத் தொழில் வளர்ச்சி அடைந்த மாநிலம் என்கிறார்கள். மீன் வளத்துறைக்கு அது பொருந்தாது. இந்தியாவின் மீன் அறு வடையின் கால்பங்கு குஜராத்தில் கரைசேர்கிறது. கரையிறங்கும் மீனறுவடையில் 10% கூட குஜராத்தில் செலவாவதில்லை. அறுவடைகளின் ஒரு பகுதி பதனிடப்பட்டு ஏற்றுமதியாகின்றன. மீதி பனிக்கட்டியிடப்பட்டு டெல்லி, மஹாராஷ்ட்டிரா, கர்நாடகா போன்ற பிற மாநிலங்களுக்குத் தரைவழியாய்க் கொண்டு செல்லப் படுகின்றன. அசைவ உணவுகளுடன் குஜராத்தின்

பெரும்பான்மை மக்களுக்கு ஒவ்வாமை இருப்பது போலவே மீனவர்கள், மீன்வளம் போன்றவற்றிலும் உள்ளன.

தென்தமிழகக் கடலோர மீனவர்களின் துயரமாக அறியப்படும் இராமேசுவரத்தீவு முத்துக்குளித்துறையின் வட எல்லையில் இருக்கிறது. மன்னார் வளைகுடாவின் வளம் கொழிக்கும் கடலுயிர்க் கோளத்தின் இந்திய எல்லையானது இராமநாதபுரம், தூத்துக்குடி, திருநெல்வேலிக் கடற்கரைகளை உள்ளடக்கியது. பவளப்பாறைகளும் கடற்கோரைகளும் 21 தீவுகளும் மன்னார்க் கடலுயிர்க் கோளத்தின் 3600 வகை உயிரினங்களின் உயிர்நாடியாகும். இராமேசுவரத் தீவு, மண்டபம் ஆகிய இரண்டு மீன்பிடி மையங்களிலும் இயங்கும் விசைப்படகுகள் விசை இழுவைமடியைப் பயன்படுத்துகின்றன. இரட்டைமடி (இரண்டு விசைப்படகுகள் இணைந்து இழுக்கும் ஒற்றை மடி), சுருக்குவலை ஆகிய (தடை செய்யப்பட்ட) மீன்பிடி முறைகளால் மன்னார்க் குடாக் கடலுயிர்க் கோளம் அழிவை நெருங்கிக் கொண்டிருக்கிறது. விசை இழுவை மடிகளால் இங்குள்ள பவளப்பாறைகளும் கடற்புல் படுகைகளும் அழிந்து வருகின்றன. இந்தப் பின்னணியில் இராமேசுவரம் மீனவர்கள் எல்லைக் கடலில் கைது, வதை, சிறைபிடிப்பு, படகு, வலைகள், அறுவடை பறிமுதல் போன்ற துயரங்களுக்கு ஆட்படுவதாகச் செய்திகள் தொடர்ந்து வந்துகொண்டேயிருக்கிறன.

மன்னார்க் கடலின் தாங்குதிறனை மிஞ்சிய விசைப்படகு எண்ணிக்கை, குதிரைச் சக்தி, கட்டற்ற (தடைசெய்யப்பட்ட) மீன்பிடி முறைகள். இராமேசுவரத்தின் பூர்வகுடி மீனவர்கள் இன்று வரை பாரம்பரிய மீன்பிடி முறைகளையே சார்ந்திருக்கிறார்கள். விசைப்படகு முதலீட்டாளர்கள் 1970களில் தீவுக்கு வந்தவர்கள். இலங்கை உள்நாட்டுப் போர் நிகழ்ந்த 1983-2009 காலகட்டத்தில்தான் தென் தமிழகக் கடற்கரையில் விசைப்படகுத் தொழிலில் மிகை முதலீடும் கட்டற்ற போக்கும் வளர்ந்தது. இராமேசுவரம் விசைப்படகுத் தொழில் இன்று தீவைச் சாராத இனத்தவர்களின் கையில் இருக்கிறது. மன்னார்க் கடலின் வளமும் வற்றிவிட்டது. வட இலங்கைத் தமிழ் மீனவர்களும் தென் தமிழகப் பாரம்பரிய மீனவர்களும் விசைப்படகு முதலீட்டாளர்களும் தீர்வறியாமல் திணறி நிற்கின்றனர்.

புலம் பெயர்ந்த கூலித்தொழிலாளர்களை நம்பியிருக்கும் விராவல்; அடிப்படைக் கட்டமைப்பு வசதிகள் கூட இல்லாமல் தவிக்கும் தூத்தூர்; எதிர்காலத்தை இழந்து நிற்கும் இராமேசுவரத் தீவு; மீன்வளத்தையும் கடல் சூழலியலையும் சமன் செய்து பராமரிக்கும் ஜங்கிலிகாட். இந்த நான்கு மீனவள எதார்த்தங்களும் ஒரே நாட்டில் நிலவுகின்றன.

சிறுதொழில் இனக்குழு வாழ்வாதாரம், மீன்வள- சூழலியல் மேலாண்மை, மீன்வளப் பொருளாதாரம், பங்கேற்பு மேலாண்மைக் கூறுகளை முன்வைத்து ஆழமான விவாதங்களை முன்னெடுக்க இது பொருத்தமான விடயம். அண்மையில் இராமேஸ்வரம் மீனவர் பிரிட்ஜோவின் நடுக்கடல் படுகொலையை முன்வைத்து தீவு கொந்தளித்தது. இரண்டாண்டுகளுக்கு முன்னால் ஐந்து தமிழக மீனவர்களுக்கு இலங்கை அரசு மரண தண்டனை அறிவித்தபோதும் இதுபோன்றவொரு போராட்டத்தைக் கண்ணுற்றோம். ‘இன்று தென்தமிழக மீனவர்களின் சிக்கல், கடல் துயரங்களை எப்படித் தவிர்ப்பது என்பதல்ல, அத்துயரத்தோடு எப்படிப் பொருந்தி வாழ்வது என்பதே’ என்று ஷர்மா- குப்தா இணையர் ‘தாவா நிலவும் கடல் விளிம்புகள்: தெற்காசிய மீனவர்கள், நாடுகள், எல்லைகள்’ (2008) என்னும் நூலில் குறிப்பிட்டிருந்தனர். இதுதான் கள எதார்த்தம். வதை மரணங்களைத் தவிர்த்து அந்த மீனவர்களின் வாழ்வாதாரத்தை உத்தரவாதமளிக்க முடியாதா? மீண்டும் மீண்டும் சாவுகள் நேரும் அந்த மரணக்குழியை நோக்கித் தமிழக மீனவர்கள் போக நேர்வதன் காரணம்தான் என்ன? தூதாண்மை - இறையாண்மைச் சட்டகங்களுக்கு அப்பால் இதற்கான தீர்வு சாத்தியமே இல்லையா?

உண்மை பல தரப்பினருக்கு எரிச்சலைத் தரக்கூடும் ஆனால் உண்மையை நேருக்கு நேராகச் சந்திக்கும் அரசியல் தெளிவும் அறிவு நேர்மையும்தான் காலத்தின் தேவை.

உண்மை ஒன்று:

கேரள அரசு 2003இல் மீனவர்களுக்காக நிறுவியிருந்த தூண்டில் வளைவு, மீன்பிடி தங்குதளம், மீன்பிடி துறைமுகம் உள்ளிட்ட அடிப்படைக் கட்டமைப்புகள் 110; கேரளக் கடற்கரையின் நீளம் 595 கி.மீ. தமிழ்நாட்டில் படகுகள், இயந்திரப் படகுகள்,

விசைப்படகுகளின் எண்ணிக்கையைக் கணக்கில் கொண்டால் குறைந்த பட்சம் 200 கட்டமைப்புகளாவது நிறுவியிருக்க வேண்டும். கன்னியாகுமரி மாவட்டத்தில் மட்டும் சுமார் 40,000 மீனவர்கள் இருக்கிறார்கள்; விசைப்படகுகள் 2500 இருக்கலாம். அடிப்படைக் கட்டுமானங்களின் போதாமையால் பெரும்பான்மையான படகுகள் பிற மாநிலங்களில் அறுவடையைக் கரையிறக்குகின்றன. தோப்பன்பாடி, வல்லார்பாடம் (கொச்சி) பகுதிகளில் தூத்தூர் மீனவர்கள் ஒடுக்கப்படுகிறார்கள், சுரண்டப்படுகிறார்கள். தூத்தூர் மீனவர்கள் கேரளக் கரைகளுக்குப் போவதும் இராமேஸ்வரம் மீனவர்கள் பன்னாட்டுக் கடல் எல்லையைத் தாண்டுவதும் போக்கிடமற்ற, கையறுநிலையின் வெளிப்பாடுதான். 5000 படகுகளுக்காக ஆறு மீன்பிடி தங்குதளங்களை/ துறைமுகங்களை விராவலில் நிறுவியளித்திருக்கிறது குஜராத் அரசு. அசைவ உணவு அரசியல் அங்கே தீவிரப்பட்டிருந்தாலும் தொழில் வளர்ச்சி குறித்து மாநில அரசுக்குத் தெளிவான பார்வை இருக்கிறது.

உண்மை இரண்டு:

மீன்வளக் கணிப்பு, மேலாண்மை குறித்து தமிழக, மைய அரசுகளின் கொள்கை அணுகுமுறையை நாம் கேள்விக்கு உட்படுத்தியாக வேண்டும். கடலின் வளங்களைக் கணித்து மிகை அறுவடை நெருக்கடியை (fishing pressure) ஒழுங்குபடுத்தும் அதிகாரம் அரசுக்கு மட்டுமே இருக்கிறது. இந்திய மீன் அளவைதள நிறுவனம் (Fisheries Survey of India) பத்தாண்டுகளுக்கு முன்பே தெளிவாகச் சொல்லிவிட்டது - 50 மீட்டர் ஆழத்துக்கு உட்பட்ட இந்திய கடற்பகுதிகளில் மீன்வளம் வற்றிவிட்டது, ஆனால் அதற்கு அப்பாலுள்ள ஆழக்கடல்களில் ஏராளம் மீன்வளங்கள் அறுவடை செய்யப்படாமல் கிடக்கிறது என்று. பாரம்பரிய முறையில் மீன்பிடிப்பவர்களும் உயர்தொழில் நுட்பங்களைப் பயன்படுத்தி மீன்பிடிப்பவர்களும் அடிப்படையில் பாரம்பரிய மீனவர்கள். இவர்கள் வாழ்வாதார உரிமையைச் சொல்லி சகோதர யுத்தத்தில் ஈடுபட்டிருந்த காலத்தில் ஆழ்கடல் மீன்வளங்களை அயல் நாட்டுக் கப்பல்கள் அரித்துப் பொறுக்கி எடுத்துக் கொண்டிருந்தன. ஒழுங்காற்றப்படாத, சட்ட விரோதமான, அறிக்கையிடப்படாத மீன்பிடி நடவடிக்கைகளை பன்னாட்டு ஆலைக்கப்பல்கள் இப்போதும் தொடர்கின்றன. மைய,

மாநில அரசுகள் இந்தப் பெரும் சிக்கலைக் கண்டுகொள்வதே இல்லை.

உண்மை மூன்று:

சங்காயம் என்கிற பொடி மீன் பொருளாதாரம். நாம் உணவில் சேர்த்துக்கொள்ளத் தகுதியற்ற பொடிமீன்கள் தமிழ்நாட்டு இறங்கு தளங்களில் பல நூறு டன் கணக்கில் கொட்டப்படுகின்றன. சிறு, சாய்சதுரக் கடைமடிக் கண்ணிகள் (tail end mesh) கொண்ட இழுவை மடிகளைப் பயன்படுத்தி அறுவடையில் இறங்கும்போது குஞ்சுமீன்கள், சிறு நண்டுகள், சங்குகள் எல்லாம் கடலடித் தரையிலிருந்து மொத்தமாக அரித்து எடுக்கப்படுகின்றன. மடி படகுக்கு வந்ததும் தரமான மீன்கள் பொறுக்கியெடுக்கப்பட்ட பிறகு இந்தப் பொடிமீன்கள் கடலில் கொட்டப்படுகின்றன. சில படகுகள் (இடமிருந்தால்) கோழித்தீவனக் கொள்முதலுக்காகக் கரைக்குக் கொண்டு வருகின்றன.

விவசாயிக்கு விதைநெல் போலவே மீனவனுக்கு சங்காயம். எதிர்வரும் ஆண்டுகளில் கடலில் இருப்பாகும் மீன்வளம் என்பது சங்காயத்தைப் பொறுத்தது. விசைப்படகுகளின் எண்ணிக்கையும் மீன்பிடி முறையும் கண்காணிக்கப்படாத சூழலில் இந்தப் பெருவிபத்து தொடர்ந்து நிகழ்கிறது. கடலில் மீன்வளம் வற்றிவிட்டது என்று புலம்புவதில் பொருளென்ன? விராவலில் சாவாளைமீன் (belt fish) முக்கியமான அறுவடை. ஏராளம் விசைப்படகுகள் சாவாளை மீனைக் குறிவைத்துக் கடலுக்குள் போகின்றன. சாவாளைக் குஞ்சுகளைப் பிடித்துவராதீர்கள் என்று தமிழ்நாட்டுக் கடற்கரைகளில் தனியாகப் பரப்புரை நிகழ்த்திய அரசு சங்காய அறுவடையை ஏன் கண்டுகொள்ளாமல் இருக்கிறது?

உண்மை நான்கு:

இந்தியாவின் கரைக்கடல்களில் மீன் அறுவடை பெரும் சரிவைச் சந்தித்துக் கொண்டிருக்கிறது. சார்டைன் (Sardine) எனப்படும் சாளை மீனின் அறுவடை வீழ்ச்சி ஒரு உதாரணம். கேரளாவில் 2012இல் நான்கு இலட்சம் டன்னாக இருந்த ஆண்டு அறுவடை 2015இல் வெறும் 46000 டன்னாகச் சரிந்தது. 2017 வரை ஒன்றேகால்

இலட்சம் டன்னுக்கு மேலே வரவில்லை. அதன் விளைவுகள் பல முனைகளில் பிரதிபலித்தன: 3000 கோடி பொருளாதார இழப்பு, 28% மீன்வள வேலை இழப்பு, மலையாளிகளுக்கு மீனுணவுப் பற்றாக்குறை. இந்தியர்கள் சராசரியாக ஆண்டொன்றுக்கு உட்கொள்ளும் அளவைவிட மலையாளிகள் நான்கு மடங்கு மீன் அதிகம் எடுத்துக்கொள்பவர்கள். மீன் விற்கும் விலை சாதாரண மனிதர்களுக்குக் கட்டுப்படியாகவில்லை.

ஆய்வில் இறங்கினால் கேரளத்துச் சாளை மீனின் கதை தமிழ்நாட்டில் வேறொரு வடிவத்தில் பிரதிபலிக்கலாம். பருவநிலை மாற்றமும் பருவமழைப் போக்குகளும்தான் இந்த அறுவடை வீழ்ச்சிக்கு முக்கியமான காரணங்களாய்ச் சொல்லப்படுகின்றன. பருவமழை சீராக நின்று பெய்தால்தான் கடலில் உயிர்ச்சத்துக்கள் வந்து சேரும், குஞ்சு மீன்களுக்கு இரை கிடைக்கும். எல் நினோ போன்ற பருவநிலைக் கோளாறுகளின் காரணமாக கடலாழத்திலிருந்து மேலே வரும் குளிர்ந்த நீர், குஞ்சு மீன்களைக் கொன்று விடுகின்றன. குஞ்சுகள் இல்லை, அல்லது குஞ்சுகளுக்கு இரை கிடைக்கவில்லை என்பது சாளை மீனின் அறுவடை வீழ்ச்சிக்கு முக்கியமான காரணங்களாகச் சொல்லப்படுகின்றன.

கடல், மீன்களுக்குச் சமாதியாகிக் கொண்டிருக்கிறது. உயிர் வாழ, மீன்களுக்கு உயிர்வளி வேண்டும். குறைந்தபட்சம் லிட்டருக்கு நான்கைந்து மில்லி அளவு உயிர்வளி. நம் கரைக்கடல்கள் உயிர்வளி வீழ்ச்சிப் பகுதிகளாக மாறி வருகின்றன. (2 மில்லி/லிட்டர்). சில இடங்கள் 'மரண மண்டலங்களாக' மாறி வருகின்றன. அண்மையில் இந்திய முற்றுரிமைப் பொருளாதாரப் பகுதி (Exclusive Economic Zone) உள்ளிட்ட வங்காளக் கடற்பகுதியில் 65,000 ச.கி.மீ. பரப்பு மரண மண்டலமாகிவிட்டது. சூரை, சீலா மீன்கள் அங்கிருந்து காணாமலாகிவிட்டன.

நமக்கு மீனுணவு வேண்டும்; அது கடலிலிருந்தே வர வேண்டும். ஆனால் கடல் கல்லறையாகிக் கொண்டிருப்பதில் நமக்குக் கவலை இல்லை. பருவமழையின் சிறு பகுதிகூட கடலில் கலக்க அனுமதிக்க மாட்டோம். நதி நீர் வீணாய்க் கடலில் கலக்கிறது என்று கூக்குரலிடுவோம். எண்ணூர்க் கப்பல் விபத்தில்

கழிவுகள் கடலில் பரவியபோது, அது மீனவர்களின் பிரச்சினை என்று ஒதுங்கிக் கொண்டோம். பெருமணல் தொடங்கி எண்ணூர் வரை கரைக்கடல் கழிவுக் கிடங்காகிக் கொண்டிருக்கிறது. மீன் உற்பத்தி செய்யும் திறனை கரைக்கடல்கள் இழந்து கொண்டிருக்கின்றன. ஆழ்கடல் மீனை உற்பத்தி செய்வதில்லை. பெருந்தொழிற்சாலைகள் மாசுகளைக் கடலில் வெளியேற்றிக் கொண்டே இருக்கின்றன. கடல் மீன்வள மேலாண்மையில் அரசு தவறவிட்ட முக்கியமான கடமை இது.

இருநாட்டளவில் தூதாண்மைப் பரிவர்த்தனைக்குப் போகுமுன் நம் வீட்டுச் சிக்கல்களை - பங்காளிச் சண்டைகள் என்றால் பிழையில்லை- சரிசெய்தாக வேண்டும். படகு எண்ணிக்கை, கட்டற்ற, அழித்தொழிக்கும் மீன்பிடி முறைகளை ஒழுங்கு படுத்துதல், பாரம்பரிய மீன்பிடி முறைகளுக்கு ஒதுக்கப்பட்ட கடல்வெளியை உரியவர்களுக்கு விட்டுத்தருதல், ஆழ்கடல் மீன்பிடித்தலை ஊக்குவிக்க விசைப்படகு தொழிலுக்கு கடன், மானியம், தொழில்நுட்பம், தாய்க்கப்பல் வழிகாட்டல் போன்ற வற்றுக்குப் போதுமான நிதியை ஒதுக்குதல் வேண்டும்.

இந்தியக் கடற்கரைகளின் எரிகிற பிரச்சினை இவை. அரசுகளின் கொள்கைப் போக்குகளும் அரசு இயந்திரமும் இந்தச் சிக்கல்களின் மூலகாரணங்களாய்த் தென்படுகின்றன. மீன்வளக் கொள்கை இடையீடுகளில் பாரம்பரிய மீனவர்களின் பங்கேற்கும் வாய்ப்புகள் கூட இன்று வரை உருவாகவில்லை. உயர்நிலை ஆய்வுகளாயினும், மீன்வள தொழில் கல்வியாயினும் பாரம்பரிய கடலறிவு கணக்கில் கொள்ளப்படுவதில்லை. கடலின் சூழலியலையும் மீன்வள இருப்பையும் பராமரித்து வந்த பாரம்பரிய மீன்பிடி முறைகளிலிருந்து வெகுதூரம் விலகி வந்துவிட்டோம். மீன்வளத்தின் எதிர்காலமே கேள்விக்குறியாகி நிற்கிறது. முற்றுரிமைப் பொருளாதாரக் கடல் பகுதியிலுள்ள பெரும் கனிம வளங்களின்மீது கார்பொரேட் பேராசையின் பார்வை விழுந்துவிட்டது. அடித்தள மக்களுக்கான உணவு உத்தரவாதத்தையும் பாரம்பரிய மீனவர்களின் ஒரே வாழ்வாதாரத்தையும் நேரடியாகப் பாதிக்கும் சிக்கல் இது. அதிகாரத்தில் இருப்பவர்களுக்கு மக்களின்மீது உண்மையிலேயே அக்கறை உள்ளதா?

"...நாளைய பிழைப்பு என்னாகுமோ என்கிற ஆற்றாமை எந்த மீனவனுக்கும் இல்லை; வேறெந்தத் தொழிலிலும் ஈடுபடும் மனிதர்களைப்போல் மீனவர்கள் இங்கு தன்னம்பிக்கையுடன் வாழ்கிறார்கள்."

ஐரோப்பிய மீனவர்களைக் குறித்து கப்பல் மாலுமி ஆன்றனி டெலி குறிப்பிட்ட வாழ்க்கை தமிழ்நாட்டுப் பாரம்பரிய மீனவர்களுக்குச் சாத்தியம் ஆகுமா? ∎

அபலைகளின் பேரிடர்

ஒக்கிப் புயலில் காணாமல் போன, கரைசேராத 500க்கும் மேற்பட்ட மீனவர்களைக் கண்டுபிடித்துத் தருமாறு அரசை வலியுறுத்தக் கோரி மதுரை உயர்நீதிமன்றக் கிளையில் ஆள்கொணர்வு மனு ஒன்று சமர்ப்பிக்கப்பட்டிருக்கிறது. அந்த மனுவிற்கு பதில் தரவேண்டும் என்று நீதிமன்றம் அரசைக் கேட்டிருக்கிறது. 26 வருடங்களுக்கு முன்னால் கடலில் இறந்து போன சின்னத்துறை கிராமத்தைச் சார்ந்த நான்கு பேருக்கு இன்று வரை இறப்புச் சான்றிதழ் கிடைக்கவில்லை. இறப்புச் சான்றிதழ் கிடைக்கவில்லை என்பதனால், இறந்து போனவருடைய குடும்பத்தினருக்கு அரசின் எந்தவிதமான நிவாரணமோ, மறுவாழ்வு கவனிப்போ இன்றுவரை கிடைக்கவில்லை.

இராமேஸ்வரத்தில் அவ்வபோது ஏராளமான மரணங்கள் நிகழ்ந்து கொண்டிருக்கின்றன. அப்படி மரணமடைந்த ஐம்பதுக்கும் மேற்பட்ட மீனவர்கள் குறித்த தரவுகள் என் பார்வைக்கு வந்தது. 2008இல் நான் இராமேஸ்வரத்திற்குப் போயிருந்தபோது அத்தகைய விதவையர் சிலரைச் சந்திக்கும்

* நன்றி : தி இந்து தமிழ்.

வாய்ப்புக் கிடைத்தது. மகனை இழந்த அம்மாக்கள், கணவனை இழந்த மனைவிகள், தந்தையை இழந்த பிள்ளைகள் இறந்து போனவர்களுக்காகக் காத்திருக்கும் உறவினர்கள் கரையில் இருக்கிறார்கள். ஒருவர் இறந்து விட்டார் என்பதை உறுதி செய்வதற்கு குறைந்தபட்சம் ஏழு ஆண்டுகள் காத்திருக்க வேண்டும் என்கிற ஒரு சட்டம் நம் தமிழ் நாட்டில் இருக்கிறது. நிலம் சார்ந்த புரிதலில் இதன் நியாயத்தைப் புரிந்து கொள்ள முடியும். கடலைப் பொறுத்தவரை சடலங்கள் கிடைத்தால் மட்டுமே இழப்பீடு, மறுவாழ்வு உதவிகளை அரசு வழங்குகிறது. இல்லையேல் உறவினர்கள் ஏழாண்டுகள் காத்திருக்க வேண்டும்.

காஷ்மீர்ப் பகுதியில் தீவிரவாதம் என்கிற ஒற்றைச் சொல்லின் பின்னணியில் ஏராளமான இளைஞர்கள் தொடர்ந்து காணாமல் போய்க் கொண்டிருக்கிறார்கள். கணவர்களைத் தேடிக் காத்திருக்கின்ற மனைவியர்கள், மகன்களைத் தேடிக் காத்திருக்கின்ற அபலை அன்னையர்களின் எண்ணிக்கை அங்கு கூடிக் கொண்டே போகிறது.

அக்டோபர் 2017இல்நான்கு மீனவர்கள் ஆழ்கடலில் விசைப்படகைக் கப்பல் இடித்த விபத்தில் மரணமடைந்து விட்டார்கள். அதில் இருவர் சின்னத்துறையில் ஒரே குடும்பத்தைச் சார்ந்தவர்கள் (கன்னியாகுமரி மாவட்டம்). இன்று வரை அந்த மீனவர்களுக்கு இறப்புச் சான்றிதழோ, நிவாரணமோ கிடைக்கவில்லை. அவர்களின் உறவினர்கள் மீண்டும் மீண்டும் மாவட்ட ஆட்சியர் அலுவலகத்தின் வாயில்களைத் தட்டிக் கொண்டிருக்கிறார்கள்.

அதே குடும்பத்தைச் சார்ந்த வேறு இரண்டு பேர் ஒக்கிப் புயலின்போது கடலில் காணாமல் போய்விட்டார்கள். இப்பொழுது அந்தக் குடும்பத்தில் வருவாய் ஈட்டும் நான்குபேரும் இழப்பாகியிருக்கிறார்கள். இலங்கையில் வெள்ளை வேன் கடத்தல் அரச பயங்கரவாதமாகத் தொடர்ந்து அரங்கேறிக் கொண்டிருக்கிறது. வெள்ளை வேனில் பிடிக்கப்பட்டுச் செல்லுகின்ற எந்தவொரு மனிதரும் இன்று வரை பகல் வெளிச்சம் கண்டதில்லை. தங்களுடைய கணவர்கள், மகன்கள் இறந்து விட்டார்களா, இன்னும் சித்தரவதைகளை அனுபவித்துக்

கொண்டிருக்கிறார்களா என்கிற முடிவிற்கு வரமுடியாமல் இன்றுவரை உறவினர்கள் தவித்துக் கொண்டிருக்கின்றனர். பேரிடரை, பயங்கரவாதத்தை, வன்முறையைப் பொதுவாக ஆண்களின் கண்களின் ஊடாகவே நாம் பார்த்துக் கொண்டிருக்கிறோம். இதுபோன்ற நெருக்கடிகளின்போது பெண்களுக்கு என்ன நிகழ்கிறது என்பது குறித்தான அக்கறை பொதுப்பரப்பில் வெளிப்படுவதில்லை.

இன்று இராமேஸ்வரத்தில் தவித்துக் கொண்டிருக்கின்ற விதவையர்கள், கைம்பெண்கள், மகனை இழந்த அன்னையர்கள் ஏராளம். இவர்களுக்கு மறுவாழ்வு தரப்படவில்லை; அரசு இந்தப் பிரச்சினையில் இதுவரை அக்கறை காட்டியதாகத் தெரியவில்லை. காஷ்மீரில் கணவனை, மகனை இழந்த கைம்பெண்கள், விதவையர் இணைந்து ஒரு தோழமையை உருவாக்கியிருக்கிறார்கள். காணாமலாகும் ஆணின் மனைவியை அரை விதவை என்கிறார்கள். தங்களுடைய துயரத்தைச் சமூகமாக இணைந்தே எதிர்கொள்வது, அதிலிருந்து மீட்சி பெறுவதற்கான வாய்ப்புகளைத் தேடுவது என்னும் கருத்தியலை முன்வைத்து இத்தோழமை இயங்கி வருகிறது.

தமிழ்நாட்டுக் கடற்கரையில் 2004 சுனாமியில் ஏராளமான குழந்தைகள், இளைஞர்கள், பெண்கள் இறந்துபோன சூழலில் அந்தப் பேரிடரின் தாக்கத்தையும் வீச்சையும் எல்லோரும் புரிந்து கொள்ள முடிந்தது. பேரிடரைத் தொடர்ந்து பாதிக்கப்பட்ட மக்களுக்குச் சமூக உளவியல் ஆதரவும் உதவிகளும் கிடைத்து வந்தன. ஒரு பேரிடரில் மிகமிக முக்கியமான இழப்பு மரணம். மரணத்தை நம் திணைச் சமூகங்கள் அதனதன் கலாச்சார வரலாற்றுப் பின்னணியிலேயே எதிர் கொள்கின்றன.

கணவனை இழப்பது என்பது உறவு இழப்பினால் வரும் துயரம் மட்டுமல்ல. கணவனின் பிரிவினால் மிகப் பெரிய கடமையும் சுமையும் மனைவியின் தோள் மீது சுமத்தப்படுகிறது. இந்த நேரத்தில் பெண்களுக்கு உளநல ஆதரவு தேவை. சமூகம் அவர்களுக்கு எதிர்காலம் குறித்த நம்பிக்கையை ஊட்ட வேண்டிய தருணம் இது. நம்பிக்கையை வெறும் வார்த்தைகளால் தந்துவிட முடியாது. அருகாமை, புரிதல், அக்கறையால் மட்டுமே அது

சாத்தியம். இந்த வெற்றிடச் சூழலை எப்படி எதிர்கொள்ள வேண்டும் என்பதற்கான தீர்க்கமான திட்டங்கள் தேவை.

அரசு அதன் போக்கில் சில உதவிகளைச் செய்யக்கூடும். ஆனால் சமூகம் இதில் முனைப்போடு ஈடுபடவேண்டிய தேவை இருக்கிறது. இராமேஸ்வரத்தின் மீனவ விதவைகள், கைம்பெண்கள், ஆதரவற்றோர், அபலைகள் தவிர 2004 சுனாமி விதவைகள் தமிழ்நாட்டுக் கடற்கரையில் ஏராளம்பேர் இருக்கின்றார்கள். சுனாமியில் மனைவியை இழந்த கணவர்கள் வெகுவிரைவில் மறுமணம் செய்து கொண்டார்கள். கணவனை இழந்த மனைவியர்கள் இளம் வயதினராக இருந்தபோதும் அவர்களை மறுமணம் செய்துகொள்ள யாரும் முன்வரவில்லை. மறுமணம் என்பது தாம்பத்திய வாழ்க்கை சார்ந்த விஷயம் மட்டுமல்ல; அது குடும்பப் பொருளாதாரத்தை இணைந்து சுமக்கும் கடமை நிமித்தமானது. ஒக்கிப் புயல் சூழலில் மிகப்பெரிய நேரடி இழப்பைச் சந்தித்துக் கொண்டிருக்கின்ற கன்னியாகுமரி, நாகை, கடலூர், தூத்துக்குடி மாவட்டக் கடற்கரைப் பெண்கள் ஒரு தோழமையை உருவாக்கிக் கொள்ள வேண்டிய தேவை எழுகிறது. இதை அறிவுப்பூர்வமாக அணுக வேண்டும்.

2008இல் இராமேஸ்வரம் தீவில் கடலில் அற்பாயுளில் இறந்துபோன மீனவர் ஒருவரின் இளம் மனைவியின் வீட்டிற்கு இரண்டு ஆர்வலர்கள் என்னை அழைத்துப் போனார்கள். ரவீணா ராணிக்கு அப்போது 33 வயது. ஆறு மாதங்களே நீடித்த அவரது திருமண வரழ்க்கையை இலங்கைப்படை முடிவுக்கு கொண்டு வந்துவிட்டது. கடந்த 22 வருடங்களாக தையல் இயந்திரம் தரும் சிறு வருமானத்தில் பாம்பன் நெடுஞ்சாலையின் நத்தம் புறம்போக்கில் பத்திற்குப் பதினைந்து அடி குடிசையில் வாழ்கிறார் அவர்.

அதிகாரிகளால் அடிக்கடி பிரித்தெறியப்படுவதும் மீண்டும் கட்டிக் கொள்ளப்படுவதுமாக அங்கே இருந்து வரும் நூற்றுக்கு மேற்பட்ட குடிசைகளில் ரவீணாவின் குடிசையும் ஒன்று. ரவீணாவின் முகம் புயலடித்து ஓய்ந்த சமுத்திரத்தை நினைவூட்டியது. எந்த பாதிப்புமற்ற, எதனுடனும்

ஒட்டுதல் இல்லாத இனம்புரியாத வேதனைகளை ஆழத்தில் பதித்துக்கொண்ட முகம்.

"மொதல்ல நான் நம்பல. ஒவ்வொருத்தரா ஓடிவந்து இப்படி ஆயிடுச்சுன்னு சொல்லத் தொடங்கினப்ப சித்தப்பிரம்ம பிடிச்சமேனிக்கு ஒக்காந்துட்டேன், அழுகல. என் வீட்டு ஆளு, என்னவிட்டுப் போனப்ப 1995ல எனக்கு கல்யாணமாகி ஆறுமாசம்கூட ஆகல. இப்பவும் ரோட்டுல ஒரு ஆம்பலன்ஸ் சத்தம் கேட்டாலும் பதறாட்டமா இருக்கு. போன வள்ளம் கரைக்கு வரலன்னு ஒவ்வொருத்தரும் தவிக்கிறப்ப, எம் மனசு பக்குபக்குன்னு அடிச்சுக்கும். என் விதி அவ்வளவுதாம்னு நெனச்சுக்கிட்டு, ஒரு தையல் மிஷினும் நானுமா இருக்கேன். எந்தக் கடவுள் புண்ணியமோ, எனக்குப் புள்ளைங்க இல்லாமப் போச்சு. அம்மாவுக்கும் எனக்கும் எப்படியோ பொழப்பு ஓடுது. ஆம்பள இல்லாத வீட்ல என்ன வருமானம் வரும்? கடலுக்கு போறவங்களுக்குமே அன்னாடம் போனாதான் வீட்ல அடுப்பு எரியும். சுதந்திரமா மத்தவங்கமேனிக்கு வெளியே போகமுடியாது. கடலுக்குப் போற ஆம்பள எதுத்தாப்ல வந்தா, நாம ஒதுங்கிக்கிறனும். ஒரு நல்லது கெட்டதுக்குப் போக முடியாது. சொந்தக்காரங்கன்னு யாருகிட்ட பேசினாலும் சனங்க சந்தேகப்பட்டுப் பேசுவாங்க. இதைதான் தாங்கறதுக்கு கஷ்டமா இருக்கு. இலங்கைக்காரன் கடல்ல செய்யிற கொடுமையைவிடவும் இதுதான் தாங்க முடியாத கொடுமை."

குஜராத் கலவரத்தின்போது குறிப்பிட்ட சமுதாயத்தைச் சார்ந்த ஏராளமான பெண்கள் தாக்கப்பட்டார்கள். நேரடியாகப் பாதிக்கப்பட்டார்கள். பல்வேறு விதமான வன்கொடுமைகளுக்கு உள்ளாக்கப்பட்டார்கள். அவர்களில் மீந்திருக்கின்ற பெண்களில் பலர் தங்களுடைய கணவர்களை, மகன்களைப் பறிகொடுத்தவர்கள். அவர்களுக்கும் ஏறத்தாழ இது போன்ற துயர வாழ்க்கைதான் மிஞ்சியிருக்கின்றது. ஊடகங்களின் பரபரப்புகளுக்கு இடையில் இவர்களைக் குறித்தக் கரிசனம் இன்னும் மேலெழவில்லை.

தீவிரவாதம், எல்லைப் பாதுகாப்பு எனச் சொல்லி நாகலாந்தில் இந்திய இராணுவம் முகாமிட்ட ஏறத்தாழ 20 வருடங்களில்

ஏராளம் ஆண்கள் கைதாயினர், கொடுமைகளுக்கு ஆளாயினர். அங்கு ஏராளம் பெண்கள் வல்லுறவுக்கும் வன்கொடுமைக்கும் ஆட்பட்டுக் கொண்டிருப்பதாகத் தொடர்ந்து செய்திகள் வருகின்றன. தங்கள் கையறுநிலையை உலகின் கவனத்துக்குக் கொணர வேறு வழி தோன்றாத நிலையில், நாகலாந்தின் எட்டுப் பெண்கள் யாரும் கற்பனை செய்ய முடியாத ஒன்றைச் செய்தார்கள். முழு நிர்வாணமாகத் தெருவில் இறங்கி, "இந்திய இராணுவமே, எங்களை வன்புணர்வு செய்!" என்று எழுதப்பட்ட பேனரைப் பிடித்தபடி போராட்டம் நடத்தினர். உயிரினும் மேலானது மானம். நாகலாந்து மக்களைக் காக்கத் தங்கள் நிர்வாணத்தையே ஈகம் செய்த அவர்களை 'நாகலாந்தின் அன்னையர்கள்' என்று அந்த மாநிலம் கொண்டாடுகிறது.

ஒக்கிப் புயலில் நடுக்கடலில் ஜீவமரணப் போராட்டம் நடத்தும் தங்கள் கணவர்களை, மகன்களைத் தாமதியாமல் சென்று மீட்டுவர கப்பற்படையை அனுப்பக்கோரி டிசம்பர் 2017இல் 10,000 வேணாட்டுக் கடற்கரைப் பெண்கள் குழித்துறையில் நிகழ்த்திய 12 மணிநேர இரயில் மறியல் போராட்டம் பெண் துயரத்தின் வரலாற்று வெளிப்பாடு. ஆட்சியாளர்களின் அலட்சியம் நூற்றுக்கணக்கான அடித்தளப் பெண்களை அபலைகளாக்கி விட்டிருக்கிறது. ஒரு பேரிடரின் உண்மை விலை இதுதான். நிகழ்கால ஊடகப் பரப்பரப்புக்கு அப்பால் உலகின் கண்களுக்கு இவையெதுவும் புலப்படுவதில்லை. மலையக மக்கள் நிலத்தோடு கொண்டிருக்கும் ஆழமான உறவை சமவெளி மனிதர்கள் புரிந்து கொண்டதில்லை. அவர்கள் பழங்குடிகளின் பயிர் நிலங்களில் புகுந்து விளைச்சலைக் கொள்ளையிடத் தொடங்கியபோது பழங்குடிப் பெண்களின் போராட்டம் தொடங்கியது. அந்தச் சமூகத்தில் பிறக்கும் குழந்தைக்கு அதன் தாய் மட்டுமல்ல, எல்லோரும் வந்து தாய்ப்பால் ஊட்டுவார்கள். பழங்குடிகள் குழுவாகச் செயல்படுவார்கள். தாய்மைதான் ஒரு பழங்குடிச் சமூகத்தைத் தலைமையேற்று வழிநடத்துகிறது.

நைஜீரியப் பழங்குடிச் சமூகத்தில் ஒரு தாய் இறந்துவிட்டால் அந்தச் சமூகம் தாயை இழந்த மகனுக்கு தாயாகிறது. உற்றார் உறவினர்களும் நிதியளிக்கிறார்கள். தாய்மை அக்கறையோடு அந்தக் குடும்பத்தை அரவணைக்கிறார்கள். ஒக்கிப் புயலின்

பின்னணியில் மிகப்பெரிய துயரத்தின் சூழலில் அண்டைச் சமூகங்களும் உலக சமுதாயமும் பாதிக்கப்பட்ட மக்களுக்குச் செய்ய வேண்டிய மிக முக்கியமான உதவி - சமூக உளநல ஆதரவு. இந்த ஆதரவு வெறும் வார்த்தைகளினால் வருவதில்லை. சரியான புரிதலினால் வருவது.

குடும்பத்தில் ஒருவரின் மறைவை மீனவச் சமூகம் எப்படிக் கையாளுகிறது? எட்டு நாட்கள் வரை துக்கம் காத்து, அதற்கு அடுத்த நிலையாக முப்பது நாட்கள் வரை அண்டைச் சுற்றங்களின் ஆதரவைத் தருவார்கள். துயர் மிகுந்த காலத்தில் குடும்ப உறவினர்கள், தொட்ட சொந்தங்களின் அருகாமை மிக முக்கியமானது.

ஒரு கிராமம் ஒரே நேரத்தில் ஏராளமான மனிதர்களை இழந்து விடுகின்றபோது, இழப்பைச் சந்தித்திருக்கும் ஒவ்வொரு குடும்பத்திற்கும் தனித்துவமான ஆதரவும் அரவணைப்பும் அந்தச் சமூகத்தின் உள்ளிருந்து கிடைப்பதற்கான வாய்ப்பு குறைந்துவிடுகிறது. ஆனால் நீண்ட வருடங்களை, அவர்கள் கழிக்க வேண்டியிருக்கிறது. அவர்களுக்குப் புதிய தலைமைப் பொறுப்பு காத்திருக்கிறது. பிள்ளைகளை முன்னிட்டே தற்கொலை முடிவைத் தள்ளிப்போட்ட விதவைகள் பலரைத் தமிழகக் கடற்கரை நெடுக நான் சந்தித்திருக்கிறேன். பேரிடர்த் துயரத்தின் தாக்கத்திலிருந்து மீண்டு, இயல்பு வாழ்க்கைக்குத் திரும்பினால் மட்டுமே அவர்களது பிள்ளைகளை வளர்த்தெடுக்க முடியும். வருவாய் ஈட்டுகின்ற குடும்பத் தலைவர் நிரந்தரமாக விட்டுப் பிரிந்துவிட்ட சூழலில் அந்தக் குடும்பத்தைத் தூக்கி நிறுத்துவதற்கு வாழ்வாதாரம் தேவைப்படுகிறது. பிள்ளைகளுடைய படிப்பைக் கவனிப்பதற்கு நிதி உதவி தேவைப்படுகிறது.

பேரிடர் மறுவாழ்வும் மறுகட்டுமானமும் பெண்மையப் படுத்தப்பட வேண்டும். திணை மண்ணின் பொருளாதாரம் அடிப்படையில் பெண்மையப் பொருளாதாரம்தான். அபலைகளின் மறுவாழ்வை கொள்கைத் தளங்களில் நாம் இன்னும் அணுகத் தொடங்கவில்லை. அரசியல் துணிவுடன் நாம் உடனடியாக நிகழ்த்த வேண்டிய இடையீடு இது. ∎

பகுதி

இரண்டு

சந்திப்புகள்

கடல் அணங்கின் கண்

வெய்யில் வெப்பத்தைச் சரிசமமாக வினியோகம் செய்கிறது. வானம் வஞ்சனையின்றிப் பெய்கிறது. ஆனால் பலன்களும் பாதிப்புகளும் சமமாய் நிகழ்வதில்லை. பேரிடர், வறட்சி, பஞ்சம், போர், வன்முறை எதுவாயினும் அவற்றின் பாதிப்புகள் எல்லோருக்கும் ஒன்றுபோல் ஏற்படுவதில்லை, நீடிப்பதும் இல்லை. எளிதில் பாதிக்கப்படும் இனங்கள், பொருளாதாரத் தட்டுகள், வயதுக் குழுக்கள், பாலினம் - இவற்றையெல்லாம் இயற்கையின் நியதியாய்ப் பார்த்துப் பழகிப்போய்விட்டது. என் பார்வை எவ்வளவு பாரபட்சமானது என்பது சுனாமிக்குப் பின்னான கடற்கரைப் பயணங்களின் போதுதான் உறைத்தது. முக்கியமாக, பேரிடரைப் பெண்ணின் கண்களின் வழியாக நாம் இன்னும் பார்க்கத் தொடங்கவில்லை என்னும் எதார்த்தம்.

சுனாமியின்போது இறந்து போனவர்களில் பெண்களின் எண்ணிக்கை ஏன் அதிகமாக இருந்தது? சுனாமி மறுகட்டுமான காலத்தில் மீனவக் குடியிருப்புகள் கடற்கரையிலிருந்து ஐந்து, பத்து கிலோமீட்டர் தொலைவுக்கு நகர்த்தப்பட்டபோது

ஏன் பெண்கள் அதிகமான பாதிப்புகளுக்கு உள்ளானார்கள்? சுனாமி நிவாரண முகாம்களில் ஆண்களுக்கு வடிகால்கள் கிடைத்தபோதும் பெண்கள் எப்படிப் பெருந்துயரில் உழன்றார்கள்? ஒக்கிப் பேரிடரில் பலநூறு மீனவர்கள் சிக்கிக் கரை திரும்பாமல் போனபோது அவர்களின் துணைவியர்கள், அன்னையர்கள், தங்கையர்கள் அனுபவித்த துயரங்கள் ஏன் கண்டுகொள்ளப்படவில்லை? கடலுக்குப் போன கணவன் கரை திரும்பாமல் போனால் மனைவியின் எதிர்காலம் என்ன?

சுனாமியில் வீழ்ந்துபட்ட கடலோரக் குடும்பங்கள் மீண்டெழ நீண்ட காலம் தேவைப்பட்டது. கடலோடி சமூகங்களின் பொருளாதாரம் பெண்ணின் தோள் மீதுதான் உட்கார்ந்திருக்கிறது. ஆனால் பெண்ணின் நேரடிப் பொருளாதாரப் பங்களிப்பு சூன்யமாகிவிட்ட நிலையில், வாழ்வாதார முதலீடுகளின் வீழ்ச்சி அந்தச் சமூகங்களின் ஒட்டுமொத்தப் பொருளாதார வீழ்ச்சிக்குக் காரணமானது. சுனாமிப் பேரிடர் சாவுகள் சில நிமிடங்களில் நிகழ்ந்து முடிந்துவிட்டன. இருபாலினரும், எல்லா வயதினரும் சாவுகளின் பட்டியலில் இருந்தார்கள். ஒக்கிப் பேரிடர், நடுக்கடலில் பொருளீட்டும் ஆண்களைத் தேர்ந்துக் கொன்றது. கடலில் இறந்த ஒவ்வொரு ஆணும், காணமலான ஒவ்வொருவரும் ஒரு மீனவக் குடும்பத்தின் தலைவன்; அல்லது பொருளீட்டி வரும் ஒரே நபர். ஒக்கிப் பேரிடர் அபலையர்க்கு நேர்ந்த பெரும் துயர் - வாழ்வாதார நம்பிக்கையின் இழப்புதான்.

பேரிடர்கள் எப்போதேனும் நிகழ்வது. ஆனால் ஒரு கடலோடியைப் பொறுத்தவரை அன்றாட வாழ்க்கையே இடர் நிறைந்ததுதான். கடலோர வாழ்வில் இடர்கள் பருவ நிலையால் மட்டும் நிகழவில்லை; மனிதப் பேரிடர்களும் அவர்களை அச்சுறுத்திக் கொண்டிருக்கின்றன. சங்கு குளியாளிகள், இராமேஸ்வரம் மீனவர்கள், பழவேற்காடு மீனவர்களின் வாழ்வாதாரம் மரணத்தோடு இன்னும் நெருக்கமாகப் பின்னிக் கிடக்கிறது.

கடற்கரை ஊர்களில் இளம் விதவையர், அபலையர் எண்ணிக்கை கவனிக்கும்படியாக உள்ளது; கணவனால் கைவிடப்பட்ட

பெண்களின் எண்ணிக்கை ஊர்தோறும் பெருகி வருகிறது. கடல் அபலைகளின் கண்ணீர் வாழ்க்கையைக் கவனப்படுத்தும் தருணமாக அமைந்தது ஒக்கிப் புயல். 2018 ஜனவரி பிப்ரவரி மாதங்களில் அபலைகளை நேர்காணல் செய்ய கடலூர், நாகை, இராமநாதபுரம், தூத்துக்குடிக் கடற்கரைகளுக்கு திரைப்பட இணை இயக்குநர் வினோத்துடன் பயணித்தேன். அரசு நலத்திட்டங்கள் இந்த அபலைகளைச் சென்றடையவில்லை. பெண் துயர் பெருந்துயர். கடலலையின் பேரிரைச்சல் இந்த அபலைகளின் குரலை விழுங்கிவிட்டிருக்கலாம். தமிழின் அறநெறியும், தாய்மை அக்கறையும் வழிந்தோடும் பழைய கடற்கரை காணாமல் போய்விட்டதாகவே தோன்றுகிறது.

2014இல் தமிழகக் கடற்கரை நெடுக நான் சுனாமி மீள் பயணம் மேற்கொண்டிருந்தேன். முக்கியமாக முதிர்வயது மீனவப் பெண்களைச் சந்தித்து உரையாடி வந்தபோது கைப்பாணிக்குப்பத்தில் (மரக்காணம், விழுப்புரம்) விஜயாவைச் சந்தித்தேன். கணவனால் இளவயதில் கைவிடப்பட்ட இவர் மீன் வியாபாரம் செய்து தன் பிள்ளைகளை வளர்க்கிறார். எங்கள் உரையாடல் முற்றுப் பெற்று, நான் வெளியேறும்போது பெருமூச்சோடு விஜயா சொன்ன இந்த இரண்டு சொற்கள் என்னை மிகவும் பாதித்தன:

“பொம்பளயாப் பொறக்கக்கூடாதுங்க.”

இராமநாதபுரம் மாவட்டக் கடற்கரையில் 180க்கும் மேற்பட்ட கைம்பெண்களும் விதவைகளும் இருக்கிறார்கள். 2008இல் நான் சந்தித்த இரவீணா இராணிக்கு அப்போது 33 வயது. இருபது வயதில் திருமணமாகி ஆறு மாதங்களுக்குள் அவர் கணவர் மன்னார்க் கடலில் சுட்டுக் கொல்லப்பட்டார். உரையாடலுக்கு இடையில் ‘எலங்கைக்காரம் சுடுறதவிட இதுதாங்க பெரிய கொடும’ என்று சொன்னபோது என்னை முதன்முதலாக ஒரு பெண்ணாக உணர்ந்தேன். மணப்பாடு சோபனா, பழவேற்காடு கிருஷ்ணவேணி, தூத்துக்குடி ஆசியா பீவி, தங்கச்சிமடம் மங்கையர்க்கரசி என்பதாக என்னை உலுக்கிய பெண் கதைகளின் பட்டியல் நீள்கிறது. சுனாமிக்குப் பிறகு மனைவியை இழந்த கணவர்களில் 50 வயதுக்கு மேற்பட்ட

பலர் மறுமணம் செய்துகொண்டார்கள். கணவர்களை இழந்த இளம் விதவையர்களைப் பொறுத்தவரை மறுமணம் என்பது வெறும் கனவு.

கடல் பழங்குடிச் சமூகம் தாய்மை அக்கறையோடு இயங்கும் சுதந்திரமான சமூகம் என்பது ஒப்புக்குத்தான். இந்த எதார்த்தம் எனது கடற்கரைப் பயணங்களின்போது என்னை மீண்டும் மீண்டும் தாக்கியது. விளிம்பு நிலையில் வாழும் கடல் பழங்குடி சமூகத்தில் பெண்ணின் இடம் எது என சிந்திக்கத் தூண்டியது. ஒக்கிப் புயலுக்குப் பிறகு தமிழகக் கடலோரப் பெண்களின் பெருந்துயர்மீது என் கவனம் திரும்பியது. நெய்தலின் கல்வி, பண்பாட்டு, சமூகக் கூறுகள் கட்டமைத்திருக்கும் 'பெண்வெளி' பேரிடர்க் காலங்களில் பெண்ணுக்கு ஏற்படுத்தும் சிக்கலின் பரிமாணங்களைப் புரிந்துகொள்ள, நம்மைப் பெண்ணாக உணர்வது முக்கியமானது என்று உணர்ந்தேன்.

ஒரு மீனவக் குடும்பத்தில் கணவரின் மரணம் மனைவிக்கு என்னென்ன சிக்கல்களை ஏற்படுத்துகின்றன? சமூகப் போராளி பாத்திமா பாபு சொல்கிறார்-

"பழங்குடி மீனவர்கள் விளிம்புகளில் வாழ்பவர்கள். மீனவப் பெண்களோ, விளிம்பின் விளிம்பில் இருக்கிறார்கள். இவர்களுக்குக் குரல் இல்லை. இவர்கள் துணிச்சல் மிகுந்தவர்கள். குடும்பம் என்னும் சாம்ராஜ்யத்தில் தங்களை மகாராணியாக உணர்பவர்கள். ஒரு மீனவப் பெண் துணைவரை இழந்துவிடும்போது அவளது எல்லைகள் குறுகிவிடுகின்றன. ஒரு கூண்டுக்குள் அவள் அடைபட்டுப் போகிறாள். கடல் பேரிடரின் பின்னணியில் அங்குள்ள கைம்பெண்களின் நிலையைப் பண்பாட்டுப் புரிதலுடன் அணுக வேண்டும். கணவர் இறந்துவிட்ட நிலையில் அவர் தரப்பு உறவினர்கள் இரண்டு வகையான அணுகுமுறைகளைத் தேர்ந்தெடுக்கிறார்கள். முதலாவது, அவளைப் பிள்ளைகளோடு வீட்டைவிட்டு வெளியேற்றி, பொருளாதாரச் சுமையைத் தவிர்த்து விடுவது, அல்லது, அவளுக்கு உரிமையான சொத்துகள் இருந்தால் அதை அபகரித்துக் கொள்வதற்காகவோ, வீட்டு வேலைக்காரியாகப் பயன்படுத்திக் கொள்வதற்காகவோ அவளை வீட்டுக்குள்ளேயே

சிறைப்படுத்திவிடுவது. பத்து காசு வேண்டுமென்றாலும் அவள் கணவரின் உறவினர்களிடம் இரந்து நிற்க வேண்டும், சுயமாக அவளால் எந்த முடிவும் எடுக்க முடியாது. அவளுடைய உலகம் அதோடு இருண்டுவிடும். மாற்று வாழ்வாதார வாய்ப்புகளை அவள் தேடிப் பெறுவதில்கூட மிகப்பெரிய சமூகத் தடங்கல்கள் இருக்கின்றன.''

``எனக்கு எல்லாமே அவுருதாம். புள்ளைகளப் பத்திரமாப் பாத்துக்கோன்னு சொல்லிட்டுப் போனவரு, இன்னிக்கு மூணு மாசமாகியும் காணம். இந்தப் பச்சப் புள்ளைக்கிப் பாலு வாங்குறதுக்குக் கூட காசில்ல. மூத்தவனுக்கு மூணு மாசமா ஸ்கூல் பீஸ் கட்டல. அரசாங்கம் ஒன்னுமே சொல்லமாட்றாங்க. நாங்க எப்புடி சாப்டுறது, எப்புடி வாழ்றதுங்க? பேசாம நானும் ரெண்டு புள்ளிங்களும் செத்துப் போயிடலாம்னு தோணுது.''

தேவனாம்பட்டினம் (கடலூர்) சுனாமி மீனவர் காலனியில் இலஞ்சியம்(28) பேசியதிலிருந்து ஒரு குறிப்பு இது. தேவனாம்பட்டினம், இராசப்பேட்டை மீனவக் குடியிருப்புகளிலிருந்து தேங்காப்பட்டினம், குளச்சல் விசைப்படகுகளில் தொழிலுக்குப் போன 19 பேர் கரை திரும்பவில்லை. இங்கு நான் சந்தித்த அபலைகளில் ஆறு பேர் 22-28 வயதுக்கு உட்பட்டவர்கள். பெரும்பான்மையரும் 'அஞ்சாப்பு', 'எட்டாப்போடு' படிப்பைக் கைவிட்டவர்கள். +2வில் 950/1200 மதிப்பெண்கள் எடுத்த தீபிகா (26, தேவனாம்பட்டினம்), மேலே படிக்க விரும்பியவர்.

``+2வில் 950 மார்க் எடுத்தேன் சார். மேல படிக்க ஆசப்பட்டேன். 'ஒனக்கெதுக்குப் படிப்பு, நான் சம்பாரிச்சுப் போடுறேன், புள்ளைகள ஒழுங்கா வளத்து'ன்னு வீட்டுக்காரரு சொன்னாரு. இப்போ, 'அவரு போயிட்டாரு, நீ வேலைக்குப் போ, அரசாங்கம் வேல தருது'ண்றாங்க. என்னப் படிக்கவுட்ருந்தா இப்ப எதாச்சும் வேலைக்குப் போவேன், இப்ப என்ன செய்யிறதுன்னு தெரியல.''

என்று புலம்புகிறார் தீபிகா,

கஸ்தூரியின் (64, தேவனாம்பட்டினம்) கதை இரண்டு கடல் பேரிடர்களை உட்படுத்திய துயரம்.

“சுனாமி வந்தப்போ என் வூட்டுக்காரரு வயித்தில தண்ணியேறி ஊனமாயிட்டாரு. 22 வருசமா எவ்ளவோ செரமப்பட்டு, யாரு ஒதவியும் இல்லாம என் ரெண்டு புள்ளைங்களையும் வளத்துட்டேன். ரெண்டு பேரும் கேரளாவுல தொழிலுக்குப் போனவன்க. ஒக்கிப் புயல்ல சிக்கிட்டானுக. எம் புள்ளைக வந்துட்டாப் போதும். புள்ளைகளத் திருப்பிக் குடுத்துருங்க!”

மடிப்பிச்சை கேட்கிறார் கஸ்தூரி.

நீரோடிப் பெண் ஒருவர் (கன்னியாகுமரி) ஒக்கிப் புயலுக்கு இரண்டு வாரங்களுக்குப் பிறகு தன் குழந்தையைப் பெற்றெடுத்திருக்கிறார்.

”பெரசவத்துக்கு முந்தி நான் கரையில வந்திருவேன், ஒங்கூட இருப்பேன்னு செல்லுண்டு தொழிலுக்குப் போன ஆளு இன்னும் வரேல. இந்தப் பச்சக் கொழந்தைக்கு நான் என்ன மறுமொழி சொல்லுவேன்?”

நம்மிடம் இந்தக் கேள்விக்குப் பதில் இல்லை.

“என் மகளுக்குக் கல்யாணமாகி அஞ்சு மாசம் ஆவுது. ரெண்டர மாசக் கர்ப்பிணி. புருசம் புயல்ல போயிட்டாம். இந்தக் கர்ப்பத்த வளரவுடணுமா, அழிச்சிரணுமாணு முடிவு தெரியாம நிக்கிதோம். சம்பவத்தோட எனக்க மகள ‘ஒங்க அம்ம வீட்டுல போ’ண்ணு கொண்டு உட்டுண்டு போவுட்டாங்க.”

மகளின் நிர்க்கதியைக் கண்டு நிலை குலையும் ஒரு தாயின் குரல் இது.

மரணம் நெய்தல் நிலத்துக்குப் புதிதல்ல. மரணமும் நிச்சயமின்மையும் கடல் வாழ்வின் விலக்க முடியாத கூறுகள். பேரிடர்களும் உயிர் அபாயமும் அங்கு இயல்பானவைதாம். கடலில் நிகழும் ஒரு மரணம், வாழ்வாதாரத்துக்காக அவரை மட்டுமே நம்பியிருக்கும் குடும்பத்தைச் சீர்குலைத்து விடுகிறது. ஒக்கிப் புயலில் உயிரிழந்த, காணாமலான ஒவ்வொரு ஆணும் ஒரு குடும்பத்தின் நம்பிக்கை விடிவெள்ளி. அந்த வெள்ளி இனிமேல் தன் வாழ்நாளில் முளைக்காது என்று உணரும் தருணம் பெண்ணுக்கு ஏற்படுத்தும் மனமாச்சரியம் அளவிட முடியாதது, ‘அப்பா எங்கம்மா’ என்று கேட்கும் பிஞ்சுக் குழந்தையின்

கேள்வியிலிருந்து, 'அடுத்த வேளை சோற்றுக்கு என்ன செய்வது' என்கிற கேள்வி வரை வாழ்வு நெடுகத் தொடரவிருக்கும் கொடுங்கனவு அது. இயல்பு மறுத்தல், அழத்தோன்றாது அடங்கிக் கிடக்கும் பெருந்துக்கம், நம்பிக்கை இழப்பு, திக்கற்ற / கைவிடப்பட்ட உணர்வு - இப்படிப் பல வழிகளில் இந்தத் துயர் நிலை அந்தப் பெண்களிடம் வெளிப்படுகிறது.

"இருட்டினா பயமாயிருக்கு. என்னால உறங்க முடியில்ல. கண்ண மூடினா, 'என்னக் காப்பாத்துங்க, என்னக் காப்பாத்துங்க'ணு காதில சத்தங் கேட்டுண்டிருக்கு. கடலு சத்தங் கேட்டாலே பேடியாயிருக்கு."

மயிரிழையில் உயிர்தப்பிக் கரை சேர்ந்து, உடல் ரீதியாகவும் மன ரீதியாகவும் பாதிக்கப்பட்ட கணவர்கள், சகோதரர்களில் பலர் பேரிடர் அதிர்ச்சியிலிருந்து மீளவில்லை. 'இனிமேல் கடலுக்குப் போவமாட்டேன்' என்று ஷாலோம் (36, தூத்தூர்) போன்ற மீனவர்கள் சொல்கிறார்கள். இவர்களின் வாழ்வாதார நெருக்கடியையும் புறக்கணித்துவிட முடியாது.

நம்பிக்கையூட்டும் விதமாக அரசு ஏராளம் அறிக்கைகளையும் ஆணைகளையும் வெளியிடுகிறது, ஆனால் அவை நடைமுறைக்கு வர அபலைப்பெண்கள் எத்தனை யுகங்கள் காத்திருக்கவேண்டும் என்று தெரியவில்லை. 1987இல் விசைப்படகு மூழ்கி இறந்துபோன ஐந்து சின்னத்துறை மீனவர்களின் விதவைகளுக்கு இன்று வரை இழப்பீடோ பென்ஷனோ கிடைக்கவில்லை. அதில் ஒருவர் 70 வயதைக் கடந்து விட்டார். 2009இல் ஃபியான் புயலில் மூழ்கிய விசைப்படகோடு இறந்துபோன எட்டு தூத்தூர் மீனவர்களின் விதவைகளுக்கு இன்று வரை நிவாரணம் ஏதும் கிடைக்கவில்லை.

26 வருடங்களுக்கு முன்னால் முத்துக்குளிக்கப் போனபோது கடலில் மூழ்கிப்போன பதின்மரில் திரேஸ்புரம் (தூத்துக்குடி) ஆஷியா பீவியின் கணவரும் ஒருவர். எத்தனையோ முறை காத்துக் கிடந்து மீன்வள அதிகாரிகளைப் பார்த்துச் சலித்து விட்டார். விதவை நிவாரணம் கிடைக்கவில்லை. கணவர் இறக்கையில் இளைய மகன் எட்டு வயதுச் சிறுவன். ஆஷியா பீவிக்கு இப்போது வயது 60. 'உனது மகன் வளர்ந்துவிட்டான்,

அதனால் உனக்கு விதவை பென்ஷன் கிடைக்காது' என்று அதிகாரிகள் இப்போது புதிய காரணம் சொல்கிறார்கள்.

நாகப்பட்டினம் மாவட்டத்தில் 91,000 விதவையரில் 16,500 பேருக்கு மட்டுமே விதவை பென்ஷன் வழங்கப்படுகிறது என்கிறார் கலங்கரை தொண்டு நிறுவனத்தின் நிறுவனர் பால் மைக்.

"இந்த 26 வருஷமா என்ன சாப்பிட்டு உயிரோடு இருக்கேன், எப்படி எம்மவன வளத்தேன், மூணு பெண்பிள்ளைகளக் கரசேத்தேன்னு அரசாங்கம் நெனைக்குதாம்? மவன் 20 வயசிலியே ஒரு பொண்ணப் பாத்துக் கட்டிக்கிட்டு மூணு புள்ளயப் பெத்துக்கிட்டாம். அவனும் செத்துட்டாம். அவம் புள்ளியள வளக்கற சொமையும் இப்ப எம்மேலதாம்."

ஆயிஷா பீவி விதவைகளின் சிக்கலை ஒரு முக்கியமான புள்ளியில் நிறுத்துகிறார்:

"...ஆம்பளப் புள்ள இருக்கோ இல்லியோ, ஒருத்தி விதவை ஆயிட்டாளா, ஒடனே அவளுக்கு விதவை பென்ஷன் குடுத்துரணும். அது அரசாங்கத்தோட கடமை. எங்கள மாதிரி பெண்களத் தெருவுல பிச்சையெடுக்கிற நெலமைக்கித் தள்ளக்கூடாது. எங்களுக்கும் ஒரு வயிறும் மனசும் இருக்குண்ணு அதிகாரிக புரிஞ்சிக்கிறனும்."

திரேஸ்புரம் கடற்கரைச் சிற்றாலய முற்றத்தில் 42 விதவைப் பெண்களுக்கு மத்தியில் உட்கார்ந்து ஆஷியா பீவி எழுப்பிய குரல் காலத்தின் அறைகூவலாய் படுகிறது.

நெய்தல் பெண்கள் நெகிழ்தன்மை கொண்டவர்கள் எனினும் இப்போது நேர்ந்திருப்பது ஈடு செய்ய முடியாத பேரிழப்பு. அடிப்படையில் மீனவச் சமூகம் மாறுபட்ட வாழ்வாதாரங்களில் அக்கறை காட்டுவதில்லை. 'பெருவாழ்வு வாழ்ந்த பெண்கள் இவர்கள்' என்கிறார், ஊடகவியலாளர் அருள் எழிலன். பொருளீட்டும் ஒரே நபரை இழந்துவிட்ட நிலையில் அவர்களுடைய முக்கியமான தேவை 'மாற்று வாழ்வாதாரம்' என்கிறார் பெண்ணியவாதி முத்துச்செல்வி(43).

கணவரின், மகனின் தொழிலுக்கு உதவி செய்து, அவர்கள் கொண்டு வரும் வருவாயைப் பெருக்கி, வீட்டின் அன்றாடத் தேவைகளையும் எதிர்காலத் தேவைகளையும் திட்டமிட்டுக் கையாளுவது பெண்களே. ஆனால் பொருள் வரும் வழி அடைபட்டுப் போயிற்று. சுய தொழிலாக, கூட்டுறவாக, சிறுகுழுவாக மீன்வளம் தொடர்பான தொழில்கள் ஏராளம் இருக்கவே செய்கின்றன. மளிகை வணிகம், சந்தைப்படுத்தல் உள்ளிட்ட வாய்ப்புகளும் உண்டு. பொருத்தமான கல்வித் தகுதியுள்ள பெண்களுக்கு அரசுத் துறைகளில் / நிறுவனங்களில் வாய்ப்பளிக்கலாம். கூடிய விரைவில் அவர்கள் இயல்பு வாழ்க்கைக்குத் திரும்ப வேண்டுமெனில் சொந்தக் காலில் நிற்பதற்கான நீடித்த வாழ்வாதாரத்தை உறுதி செய்வது முக்கியமானது. ஆனால் அதோடு அவர்களின் சிக்கல்கள் எல்லாம் தீர்ந்துவிடாது.

இப்போது டாட்காமின் (பீர் முகம்மது அஸீஸ்) முனைப்பில், திருச்சி ஒடிஏ நிறுவனத்தின் (லோபிதாஸ்) ஒருங்கிணைப்பில் வேணாட்டுக் கடற்கரையில் நிகழ்த்தப்பட்ட ஒக்கி சமூக உளவியல் சேவையில் (Psycho-Social Intervention) என்னையும் இணைத்துக் கொண்டிருந்தேன். அதன் ஒரு பகுதியாக, சென்னை ஆற்றுநர்கள் அறக்கட்டளையிலிருந்து 11 பேர் ஒக்கிப் புயலில் சொந்தங்களை இழந்த பெண்களைச் சந்திக்க வந்திருந்தனர். 2018 ஜனவரி இறுதி வாரத்தில் நான்கு நாட்கள் அவர்கள் இந்தப் பெண்களோடு உரையாடிய அனுபவங்களை என்னுடன் பகிர்ந்து கொண்டனர். பேரிடர் விதவைகளைச் சந்திக்கும் பொருட்டு ஜனவரி 2018இல் கடலூர், நாகை, இராமேஸ்வரம், தூத்துக்குடி, கன்னியாகுமரி கடற்கரைகளில் வினோத்துடன் நான் மேற்கொண்ட பயணம் கசப்பான எதார்த்தங்களை முன்வைத்தது. இது தவிர 2018மே மாதத்தில் சென்னையிலிருந்து 12 சேசுசபைக் குரு மாணவர்களுக்கான கடற்கரை அனுபவ முகாமை (ஏழு நாட்கள்) ஒருங்கிணைத்திருந்தேன். அவர்களும் கள அனுபவங்களைப் பகிர்ந்து கொண்டார்கள். 20 முதல் 35 வயதுக்கு உட்பட்ட ஏராளம் பெண்கள் விதவைகளாக்கப்பட்டிருக்கிறார்கள். மறுமணம் இவர்களின் வாழ்க்கையில் அருமையான தீர்வைத் தரலாம். விதவை மறுமணத்தின் தேவையை சமூகம் புரிந்துகொள்வது

முக்கியமானது என்கிறார் முத்துச் செல்வி. அந்தமானில் காணாமல் போன தனது கணவரை மீட்டுத்தருமாறு கடந்த இரண்டு வருடங்களாக அரசோடு போராடும் மரிய கொலம்பியா (38, தூத்துக்குடி) சொல்கிறார்:

"கணவனை இழந்த குடும்பம் என்ன நிலைமையில் இருக்கிறது என்பதை அரசு அதிகாரிகள் உணர்வதேயில்லை. கணவர் இறந்துவிட்டால் ஓரிரு வருடங்களைக் கண்ணீரோடு கழித்தாலும் அடுத்த கட்டத்துக்குத் தாவிப் போய்விடலாம். என் கணவர் காணாமல் போயிருக்கிறார். நான் என்ன முடிவை எடுப்பது? வாழ்க்கையே கேள்விக்குறியாகி நிற்கிறது. அடுத்த கட்டம் என்பது எங்களுக்கு இல்லை. என் கணவர் திரும்பி வருவார் என்று நான் நம்புகிறேன். நான் பொட்டும் பூவும் கலர் சேலையும் அணிந்து கொள்கிறேன். ஆனால் சமுதாயம் என்னை எள்ளலோடு பார்க்கிறது, இழிவாகப் பேசுகிறது. எங்களால் இயல்பாக எங்கும் போகமுடியவில்லை. வேலைக்குப் போனால் பாலியல் ரீதியாகத் துன்புறுத்தப்படுகிறோம். இந்தப் பரிதாப நிலைக்கு அரசுதான் காரணம். எங்களுக்கு உரிய காலத்தில் நிவாரணம் தரமாட்டேன் என்கிறது அரசு. என் குடும்பம் நிமிர்ந்து நிற்க வேலைவாய்ப்பு வேண்டும். கணவனை இழந்த பெண் துணிந்து நிற்பதற்கு வேலைவாய்ப்புத் தருவதுதான் சரியான உதவி."

இராமேஸ்வரத்தை அபலைகளின் தீவு என்றால் பிழையில்லை.

2011 இந்திய- இலங்கை கிரிக்கெட் போட்டியில் இந்தியா வென்றபோது நான்கு இராமேசுவரம் மீனவர்கள் சர்வதேசக் கடலில் கொல்லப்பட்டனர். கிரிக்கெட் போட்டி முடிவு நான்கு இராமேசுவரம் மீனவக் குடும்பங்களைக் கண்ணீர்க் கடலில் மூழ்கடித்து விட்டது. இறுதிப்போட்டியில் இந்தியா வென்றது என்கிற செய்தியை இராமேசுவரக் கடற்கரையிலிருந்து தமிழகப் படகுகளுக்குச் சொல்ல முயன்றபோது தொடர்பு கிடைக்கவில்லை. வெறியோடு வந்த சிங்களக் கடற்படையினர், நான்கு தமிழ் மீனவர்களைப் பிடித்துக் கண்டதுண்டமாக வெட்டிக் கடலில் வீசியெறிந்து விட்டனர். படுகொலை

செய்யப்பட்டதில் ஒருவரான விக்டசுக்கு ஒரு மகள் இருக்கிறாள். மனைவி விங்க்ளிஸ்டா கணவர் குடும்பத்தின் ஆதரவில் ஒரு பெட்டிக்கடை வைத்திருக்கிறார்.

“எங்க வீட்டுக்காரர் இறந்ததுக்கு அப்புறமா வீட்ல எல்லாமே கஷ்டந்தாம். சோத்துக்கே கஷ்டப்படுறோம். இதுல எம்பொண்ண எப்புடிக் கரை சேக்கறதுன்னு தெரியல. அரசாங்கம் இறப்புக்குச் சின்ன நிவாரணம் குடுத்ததோட சரி, அதுக்கப்பறமா திரும்பியே பாக்கல.”

பெர்ப்பெத்தம்மா (58, தங்கச்சிமடம்) கணவனால் கைவிடப்பட்டவர். மூத்த மகனின் பொறியியல் பட்டப் படிப்புக்கும் வீட்டுச் செலவுக்கும் இளைய மகன் பிரிட்ஜோவின் (18) உழைப்பைத்தான் நம்பியிருந்தார். 2017இல் இலங்கைப் படையின் தோட்டா அந்த நம்பிக்கையைத் தின்றுவிட்டது.

தங்கச்சிமடம் மங்கையர்க்கரசியின் (72) கதை ஒரு நெடுந்துயர்ப் பயணம்:

“எங்க வீட்டுக்காரர் இராமேசுவரத்தில் ஒரு போட்டு வாங்கித் தொழில் செஞ்சிக்கிட்டிருந்தாரு. என் நகையெல்லாம் வித்துதாம் போட்டு போட்டோம். (இலங்கை) நேவி கடல்ல புடிச்சிட்டுப் போன 16 போட்டுல எங்க போட்டு ஒண்ணு. ரெண்டு வருசமா இந்திய அரசாங்கம் முயற்சி பண்ணி, இலங்கைக்காரம் போட்டவுட்டாம். ஆனா பராமரிப்பில்லாம கெடந்ததுனால போட்ட கொண்டுவாரப்ப வழியிலேயே மூழ்கிப்போச்சு. ரெண்டு அரசாங்கமும் எங்களுக்கு எதுவும் செய்யல.

அப்புறமா என் வீட்டுக்காரரு கூலிக்குப் போயிட்டிருந்தாரு. எலங்கை நேவி சூட்டிங் பண்ணினான். எங்க வீட்டுக்காரரு பொயத்தில குண்டடிபட்டு, அது நுரையீரலுக்கு நேரா எறங்கிடுச்சி. ஒரு புல்லட்டு மட்டும் எடுத்தாக, மத்ததெல்லாம் செதறிடுச்சு. அந்தக் கை பழுதுபட்டு, தூக்க முடியாம ஆயிடுச்சு. ‘இதுனால பின்காலத்துல பாதிப்பு வரும்’னு நரம்பு டாக்டர் அப்பவே சொன்னாரு. எனக்கு ஏழு பிள்ளைங்க - நாலு பொம்பள, மூணு பையங்க. எல்லாம் ரொம்ப சின்னச் சின்னப் புள்ளைங்க. ரொம்பக் கஷ்டப்பட்டு, கருவாட்டு வேலையெல்லாம் செஞ்சி மகனுகள வளத்தேன். பத்து வரை அவனுகளப் படிக்க வச்சேன்.

மூத்த பையன், 'அம்மா நாலு தங்கச்சிக வூட்ல இரிக்காக, நீங்க கடக்கரையில கஷ்டப்படுறீங்க, அப்பா வேலைக்குப் போயி குடிச்சிட்டு வாராரு. நா ஒழைக்கணும்மா. நா வேலைக்குப் போயி, தங்கச்சிமார நக போட்டுக் கெட்டிக் குடுக்கிரம்'னு கடலுக்குப் போனாம். கடல்ல மடி இழுத்துக்கிட்டிருக்கிறப்ப எலங்கை நேவிக்காரம் வந்து நாலுபேர் அஞ்சுபேர் போட்ட வளச்சிகிட்டாம். இவுக போட்டையும் ஆட்களை மட்டும் புடிச்சிட்டுப் போயிட்டாம். நாங்க போட்டு வச்சு அங்கங்கே தேடுனம்; எங்கெங்கயெல்லாமோ தகவல் குடுத்தோம். கண்டுபுடிச்சித் தாறம்னாங்க, அதுக்குள்ள ராசீவ் காந்தி எறந்துட்டாரு. அதுக்கப்புறம் அடுத்த மகன் தலையெடுத்து கடலுக்குப் போனான்.

வுடியகாலம் ரெண்டு மணிக்கெல்லாம் வண்டி வரும். கருவாட்டுச் சரக்குகள அமுக்கி நைட்ல கெட்டு கெட்டுவேன். அப்புடியெல்லாம் ராத்திரி பகலா வேல செஞ்சு, பையனும் சம்பாதிச்சு, நாலு பொம்பளப் புள்ளைகளையும் கெட்டிக் குடுத்தேன். எத்தனயோ மந்திரிகள் கிட்ட போய் அழுதிருக்கேன். செஞ்சிலுவைச் சங்கத்தில எல்லாம் மனுகுடுத்து பாத்தேன். எங்குடும்பத்த யாரும் திரும்பிப் பாக்கல. எம் மவன் உசிரோடு இருக்கானோ இல்லியோ தெரியல. 18 வயசில போனது. இப்போ உயிரோட இருந்தா 44 வயசு. அவம் இன்னைக்குத் திரும்ப வந்தாலும் அவனால குடும்பத்துக்கு என்ன செய்ய முடியும்? கெடய்க்க வேண்டிய நேரத்தில நீதி கெடய்க்கலியே!"

ஏழு வருடங்களுக்கு முன்னால் ஒரு நாள் கருக்கலில் தொழிலுக்குப் போன சரோஜாவின் (52, தரங்கம்பாடி) கணவர் வீடு திரும்பவில்லை. காரைக்கால் கழிமுகத்தில் படகு இயந்திரத்தை உயிர்ப்பிக்கும்போது தவறி விழுந்து இறந்து விட்டதாகச் செய்தி வந்ததோடு சரி. நான்கு மகள்களையும் ஒரு மகனையும் தன்னந்தனியாய் உழைத்துக் கட்டிக் காக்கிறார் சரோஜா. மாதம் 1000 ரூபாய் உதவித் தொகை ஒழிய நிவாரணம் ஏதுமில்லை. அத்தனைப் பிள்ளைகளையும் கல்லூரிப் படிப்பு வரை நகர்த்தியிருக்கிறார் என்பது சரோஜாவின் வைராக்கியத்தைக் காட்டுகிறது.

தரங்கம்பாடி முனியம்மா(42) அக்கரைப்பேட்டையில் திருமணமாகிப் போனவர். எட்டு வருடங்களுக்கு முன்னால் தொழிலுக்குப் போன கணவரை யாரோ அடித்துக்கொன்று கடலில் வீசிவிட்டார்கள். தனது இரண்டு வயதுக் குழந்தையுடன் ஊர் திரும்பிவிட்டார். அப்பாவும் இறந்துவிட, பார்வையற்ற அம்மாவுடன் சேர்ந்து வாழ்க்கைப் போராட்டத்தைத் தொடர்கிறார்.

தரங்கம்பாடி அஞ்சம்மாவின்(62) 18 வயது மகன் சுனாமி வெள்ளத்தால் நோயுற்று, எட்டு வருட சிகிட்சை பலனின்றி இறந்துவிட்டான். கணவர் வாழ்நாள் உழைப்பில் சேமித்த பல இலட்சம் ரூபாய் கரைந்துபோனதுதான் மிச்சம். நாகப்பட்டினம் போன கணவரை யாரோ அடித்துக் கொன்று விட்டார்கள். மீன் வியாபாரத்தில் கிடைக்கும் வருவாயில் வாழ்நாளை ஓட்டுகிறார் அஞ்சம்மா.

மச்சகந்தி(43, தரங்கம்பாடி) செருதூரில் திருமணம் செய்வித்து அனுப்பப்பட்ட சில மாதங்களிலேயே தாய்வீட்டுக்கு விரட்டப்பட்டார். திருமணத்துக்கு முன்பே கணவனுக்கு வேறொரு பெண்ணுடன் தொடர்பு இருந்திருக்கிறது. நீதிமன்றம், நாட்டாமை, ஜீவனாம்சம் ஈறாக எல்லா வகையிலும் போராடிப் பார்த்துவிட்டார். நீதிமன்றம் வழங்கிய சாதகமான தீர்ப்பைக் கூட கணவர் தரப்பு புறக்கணித்தது. கடந்த 23 வருடங்களாகத் தனித்துப் போராடித் தன் மகனை ஆளாக்கியிருக்கிறார். 'அந்தாள் பெயர என் வாயால சொல்றதில்லை' என்கிற மச்சகந்தியின் குரலில் வெளிப்படும் கசப்பான வாழ்க்கை எதார்த்தம் நம் முகத்தில் அறைகிறது.

மனைவியைக் கைவிடுவதும் மணமுறிவுகளும் கடலூர் மாவட்டக் கடற்கரைச் சமூகங்களில் மிக அரிது என்கிறார் சமூகச் செயல்பாட்டாளர் வைத்தியலிங்கம் (63, கடலூர்):

"கிராம நிர்வாகத்தின் முன்னிலையில் திருமண நிச்சயதார்த்தம் நிகழும். இரு தரப்பும் நிச்சயதார்த்தத்துக்கு எழுத்தில் ஒப்புதல் கொடுப்பார்கள். புரோகிதரும் உடனிருப்பார். திருமண நாளிலும் இரு தரப்பு புரோகிதரும், மணமகன், மணமகளும் திருமணப்பதிவில் கையெழுத்திடுவார்கள். எதிர்காலத்தில்

ஏதேனும் சிக்கல் நேர்ந்தால் கிராம நிர்வாகிகள் குழு மாவட்ட ஆட்சியரைச் சந்தித்து கணவர் பெண்ணைக் கைவிடாமல் சேர்ந்து வாழ நடவடிக்கை எடுக்குமாறு வற்புறுத்தும். பெரும்பாலும் நீதிமன்றத் தலையீடு இல்லாமல் சிக்கலுக்குத் தீர்வு கிடைத்துவிடும். இந்த நடைமுறை இருப்பதனால் கைவிடப்பட்ட பெண்கள் இங்கு மிக அரிதாகவே இருக்கிறார்கள்."

"தமிழ்நாடு அளவில் வளர்ந்திருக்கும் 'விதவையர் தோழமைக் கூட்டமைப்பு' நாகை மாவட்ட சுனாமி மறுகட்டுமானப் பின்னணியில் தொடங்கியது" என்கிறார் அதன் நிறுவனர் பால் மைக். சுயமரியாதையோடு வாழ்வதற்கான அரசு நலத்திட்டங்களும் மானிய உதவிகளும் தங்களுக்கும் வேண்டும் என்பதே அங்குள்ள இளம் விதவைகளின் வேண்டுகோளாக இருக்கிறது. சுருங்கச் சொன்னால், சார்பு நிலையிலிருந்து அவர்கள் விடுதலை பெற விரும்புகிறார்கள். பெரும்பாலும் அவர்களுக்கு இரண்டு திட்டங்கள் மறுக்கப்படுகின்றன - விதவை பென்ஷன், முதியோர் பென்ஷன். நாகையில் இயங்கி வரும் 'கலங்கரை'யில் பணிபுரியும் ராபின்சன் இதன் பின்னணியை விளக்குகிறார்:

"விதவை, முதியோர் உதவித்தொகை பெற விண்ணப்பிக்கும் பெண்கள் 18 வயதுக்கு மேற்பட்ட ஆண்மக்கள் இல்லாதவர்களாய் இருக்க வேண்டும். மாடி வீடு, நிலம் நீச்சு உள்ளவர்கள், 40 வயதுக்கு உட்பட்டவர்கள் இம்மானிய உதவியைப் பெறத் தகுதியற்றவர்கள் என்கிறது அரசுவிதி. எந்த வீட்டிலும் 18 வயதுப் பையன்கள் உழைத்துச் சோறு போடுவதில்லை என்பது அரசு அதிகாரிகளுக்கு ஏன் புரியவில்லை என்று பெண்கள் தங்கள் அங்கலாய்ப்பை வெளிப்படுத்துகிறார்கள். சொத்தில் சரிசமமான பங்கு பெண்களுக்கு உண்டு என்றாலும் அது நடப்பில் வருவதில்லை. 'எங்கள் வீட்டுச் சொத்தையே நாங்கள் நிம்மதியாய் அனுபவிக்க விடுவதில்லை. கணவர் இறந்ததோடு எங்களைக் கணவர் வீட்டார் ஒதுக்கி வைத்துவிடுகிறார்கள்' என்கிறார்கள் விதவையர்."

ஒக்கிப் பேரிடரின் பின்னணியில் அபலைப் பெண்களின் சிக்கல்களை பண்பாட்டுப் பின்னணியில் பார்க்கிறார் பன்னாட்டு மறுவாழ்வுக் கள நிபுணர் லோபிதாஸ் (53):

“முழுக்க முழுக்க ஆணைச் சார்ந்து வாழும் கடற்கரைச் சமூகத்தில் பெண் குடும்பத் தலைமை ஏற்க நேரும்போது அவளுக்குப் பலவிதமான சிக்கல்கள் ஏற்படுகின்றன. பொருளாதாரப் பிரச்சினை, குடும்ப நிர்வாகம், சமூகப்பிரச்சினை என்று இந்த சிக்கல்களை மூன்று கோணங்களில் பார்க்கலாம். குடும்பத்துக்கு சோறு போட, அன்றாடச் செலவுகளைச் சமாளிக்க, பிள்ளைகளின் கல்வித் தேவை எல்லாவற்றுக்கும் பொருள் தேவை. வேணாட்டுக் கடற்கரைக் குடும்பங்களின் வாழ்க்கை முறை செலவு மிகுந்தது. முப்பது, நாற்பது நாட்களுக்குப் பிறகுதான் கணவர் கரைக்கு வருவார். புலம்பெயர்ந்து உழைக்கும் அவர் எப்போதாவதுதான் வீட்டுக்கு வருவார். வீட்டு நிர்வாகச் சுமை பெண்ணின் மீதுதான் சுமத்தப்படுகின்றது. சாதாரணமாக ஒருநாள் வீட்டுச் செலவுக்கு 600 ரூபாய் வேண்டும். மீன் வாங்குவதற்கே 200, 300 ரூபாய் ஆகிவிடும். வசதியாக வாழ்ந்து பழகிவிட்டவர்கள் அவர்கள். கணவன் போய்ச் சேர்ந்துவிட்டால் குடும்பத்துக்கு போக்கிடமில்லை. கணவரின் இறப்பு நிவாரணம், விசைப்படகு முதலீட்டுக்கு வாங்கிய கடனைத் தீர்க்கத் தேறாது. ஒடுக்கப்பட்ட சமவெளி சமூகங்களில் கூட அறுபதுக்கு மேற்பட்ட தொழில் வாய்ப்புகள் உள்ளன. மாற்றுத்தொழிலில் இறங்குவதற்கான திறன் தலித் பெண்களிடம் இருக்கிறது. கடற்கரைப் பெண்களின் நிலை அப்படியல்ல. இந்தப் பெண்களில் வெகு சிலர் பட்டப்படிப்போ, +2வோ தேறியிருப்பார்கள். மற்றவர்கள் எல்லோரும் 5, 8ஆவது வகுப்போடு படிப்புக்கு மட்டம் போட்டவர்கள். வேலைக்குப் போவதற்குத் திறன் வேண்டும். பட்டம் படித்த பெண்களுக்கே இயல்பாகத் திறன் போதவில்லை. சிலருக்கு நகரங்களில் வேலை கிடைக்கலாம். அதிக பட்சம் 7000, 8000 சம்பளம் தருவார்கள். யானைப் பசிக்கு சோளப்பொரி. தங்கல், சாப்பாடு தேவைகளுக்கே அது போதாது. நகரத்தில் வேலைக்குப் போவதாய் இருந்தால் பிள்ளைகளை யார் கவனித்துக்கொள்வது என்கிற பிரச்சினை எழும்.”

சமூக - பண்பாடு சார்ந்த சிக்கல்களும் விதவையருக்கு ஏராளம் ஏற்படுகின்றன என்கிறார் லோபிதாஸ்.

“கணவனை இழந்த பெண்கள் எளிதாகப் பொது இடங்களில் புழங்க முடிவதில்லை. நல்லொழுக்கக் காவலர்களின்,

சந்தர்ப்பவாதிகளின் கண்கள் எப்போதும் இவர்களை மொய்த்துக் கொண்டிருக்கின்றன. கணவனை இழந்த பெண்களின் சமூகவெளி சுருங்கிவிடுகிறது. 'ஆம்பிள்ளை இல்லாம ஏன் வெளிய போற?' என்கிற கண்ணைக் குத்தும் கேள்விக்கணை அவர்கள் மீது எப்போதும் வீசப்படுகிறது. சகோதரனோ தந்தையோ வேறு உறவினரோ யாராவது ஒருவரின் துணை அவளுக்குத் தேவைப்படுகிறது. மறைமுகமாக அவளுடைய சுயசார்பு அழிக்கப்படுகிறது. விதவையை நம்பி ஒரு வங்கியோ ஊர்க்காரரோ கடன் கொடுப்பதில்லை. இன்றைய சமூகச் சூழலில், கணவனை இழந்த, கணவனால் கைவிடப்பட்ட ஒரு பெண் பொருளாதார ரீதியாக சொந்தக் காலில் நிற்பது மிகப்பெரிய சவால்."

வேணாட்டுக் கடற்கரையின் புலம்பெயரும் மீனவர் சமூகத்தில் புதிய சிக்கல்கள் நிறைய முளைத்துள்ளன என்கிறார் லோபிதாஸ்:

"வேணாட்டுக் கடற்கரையில் புலம்பெயரும் மீனவர்கள் ஏராளம் பேர் இருக்கிறார்கள். இந்தச் சமூகத்தின் பல்வேறு தீவிரமான சிக்கல்களை ஒக்கிப் பேரிடர் வெளிக்கொண்டு வந்திருக்கிறது. சில செய்திகள் அதிர்ச்சி தருபவை. மதுப்பழக்கம் பொதுவான பிரச்சினை என்றாலும், போதைப்பொருள் பயன்பாடு இங்குள்ள இளைஞர்களுக்கிடையில் வேகமாகப் பரவி வருகிறது. போதைப் பொருளை சப்ளை செய்பவர்களிலிருந்து தொடங்கி விநியோகிப்பவர்கள், போதைப்பொருள் அடிமைகளுக்கிடையே வலுவான வலைப்பின்னல் உருவாகியிருக்கிறது. புற்றுநோய் போல இந்தப் பழக்கமும் கடற்கரைச் சமூகங்களை அரித்துத் தின்று கொண்டிருக்கிறது. எச்ஐவி பாதித்த பெண்களும் ஆண்களும் நிறையப் பேர் இங்கு வாழ்கிறார்கள். குடும்பப் பிளவு, மணமுறிவு, பிரிந்து வாழ்தல் என்பதெல்லாம் ஒரு காலத்தில் கடற்கரை ஊர்களுக்குப் பழக்கமில்லாதது. புலம்பெயரும் மீனவர் குடும்பங்களில் மணமுறிவு, பிரிந்து வாழ்தல் என்பது இன்று ஒரு பொதுப் பிரச்சினையாக உருவெடுத்துள்ளது. ஒரு குறிப்பிட்ட கிராமத்தில் 36 ஆண்/ பெண் பிரிந்து வாழ்கிறார்கள். இது கத்தோலிக்கக் கிறிஸ்துவ மீனவர் கிராமம் என்பது குறிப்பிடத் தக்க விஷயம். வேணாட்டுக்

கடற்கரைப் பெண்களின் சிக்கல்களைப் பேரிடர் விதவைகளுக்கு மட்டுமான பிரச்சினையாகக் குறுக்கிவிட முடியாது."

நாகை மாவட்ட விதவைகள் தோழமை அமைப்பின் கள ஒருங்கிணைப்பாளராகப் பணிபுரியும் பியூலா(43) தரங்கம்பாடிக் கடற்கரை விதவையரின் பொருளாதார, பண்பாட்டுச் சூழலைப் புரிந்து வைத்திருக்கிறார்:

"நாகை மாவட்டத்தில் கடலோர விதவைகள் காலம்காலமாக மாமியார் மாமனாரைச் சார்ந்து வாழ்ந்தவர்கள். இப்போது அப்படியில்லை. 'பொருளாதார ரீதியாக சொந்தக் காலில் நிற்க வேண்டுமென்றால் நீங்கள் ஏதாவது ஒரு தொழிலில் ஈடுபட வேண்டும், பெறுகிற கடனை சுணக்கம் இல்லாமல் திருப்பிச் செலுத்த வேண்டும். கடனுதவிக்கு நாங்கள் ஏற்பாடு செய்கிறோம்' என்று சொல்லி அவர்களுக்கு நம்பிக்கை ஊட்டுகிறோம். எல்லாப் பெண்களும் இப்போது கூடை சுமக்கிறார்கள். எட்ட எட்ட தூரத்துக்கெல்லாம் மீன் சுமந்து போய் விற்று வருகிறார்கள். திருக்கடையூர், ஆனைக்கோவில் பக்கமெல்லாம் அவர்களைப் பார்க்கிறோம். கணவர் உடனிருந்த காலத்தில் இவர்கள் எல்லோரும் வசதியாய் வாழ்ந்தவர்கள்தான். பிள்ளைகளை வளர்ப்பதற்கு இப்போது யார் உதவியையும் எதிர்பார்க்க வேண்டியதில்லை. வீட்டுக்குள்ளேயே சிலர் பெட்டிக்கடை போட்டிருக்கிறார்கள். எல்லா விதவைகளுக்கும் சொந்தக் காலில் நிற்கும் மனநிலை வந்துவிடவில்லை. முன்பெல்லாம் பையன்கள் 14, 15 வயதை எட்டிவிட்டால் அவர்களை மீன் தொழிலுக்குத்தான் அனுப்பிக் கொண்டிருந்தார்கள். இப்போது நிறையப் பிள்ளைகளைப் படிக்க வைக்கிறார்கள்."

பாத்திமா பாபு சொல்கிறார்-

"மீனவப் பெண்களைப் பொறுத்தவரை நன்றாக உடுத்துவார்கள், அழகாக உடுத்துவார்கள். தங்களை அழகுபடுத்திக் கொள்வதில் அவர்களுக்கு ஆர்வமும் அக்கறையும் உண்டு. திருவிழாக் காலங்களில் அதைக் கவனிக்க முடியும். கணவரை இழந்துவிடுகின்ற துயரமான நிலையில் அவர்கள் தங்கள் நடை, உடை, பாவனையில் பெரிதாக கவனம் செலுத்தமாட்டார்கள். ஆனால் அதை நிரந்தரமாக்க அந்தச் சமூகம் முயலும். கணவனின்

இறப்பைச் சொல்லி, பண்பாட்டு ரீதியாக அவள்மீது பெரும் நெருக்கடிகள் திணிக்கப்படும்."

பண்பாட்டு ரீதியாக விதவைகளின் இழிநிலையில் சிறு சிறு மாற்றங்கள் வந்திருக்கின்றன என்று குறிப்பிடும் பியூலாவின் பதிலில் நம்பிக்கை தெரிகிறது.

"மெட்டியும் தாலியும்தான் திருமணத்தில் வந்தது, பூவும் பொட்டும் அம்மா அப்பா தந்து அழகு பார்த்தது. கணவரை இழந்தால் பூவையும் பொட்டையும் நாம் ஏன் ஒதுக்கவேண்டும்? இப்போதெல்லாம் ஏராளம் விதவைகள் பூ, பொட்டு வைத்துக்கொள்ளும் நம்பிக்கை பிறந்திருக்கிறது. இது சந்தோஷமான மாற்றம் இல்லையா? சமூக மனநிலை பெரிதாய் மாறிவிடவில்லை. விதவைகள் தெருவில் நடந்து போனால் மற்றவர்கள் வீட்டுக்குள் ஓடி ஒளிந்து கொள்வார்கள். மூளி, மொட்டச்சி, கம்னாட்டி போன்ற வார்த்தைகளால் அவர்களை அர்ச்சனை செய்வது, பஞ்சாயத்து நலத்திட்டங்களில் விதவைகளை ஒட்டுமொத்தமாய்ப் புறக்கணிப்பது, இப்படிப் பல வழிகளில் அவர்களுக்கு ஓரவஞ்சனை நிகழ்கிறது. இவர்களுக்கு உறுதுணையாக 'விதவைகள் தோழமை' வேலை செய்கிறது. 'உங்கள் விதவைக் கோலத்தை மாற்றிக்கொண்டு சமூகத்தில் எல்லோருடனும் கலந்து பழக வேண்டும்' என்று அவர்களுக்குத் தன்னம்பிக்கை ஊட்டினோம். அதன் விளைவாக விதவைகள் பூவும் பொட்டும் வைத்துக் கொள்ளத் தொடங்கியிருக்கிறார்கள். இது ஆரோக்கியமான விஷயம்."

காலவெள்ளம் சக்தி வாய்ந்தது. எந்தத் துயரத்தையும் அது அடித்துச் சென்றுவிடும், எந்தப் பாடத்தையும் மறக்கடித்துவிடும். ஒக்கிப் புயல் தென்னிந்தியாவைத் தாக்கி நான்கு மாதங்கள் ஓடிக் கடந்துவிட்டன. ஊடகங்களோ, அரசுகளோ பாதிக்கப்பட்ட மக்களைக் குறித்து இனிமேல் அக்கறைப்படத் தேவையில்லை என்னும் அளவுக்கு புதுப்புது பிரச்சினைகள் பரபரப்பாக முளைத்துக் கொண்டிருக்கின்றன.

வருவாய் ஈட்டுபவர்களையும் வாழ்வாதார மூலதனங்களையும் ஒருசேர இழந்து நிற்கும் கடற்கரை அபலைகளும் ஏறத்தாழ மறக்கப்பட்டுவிட்டனர். பாதிக்கப்பட்டவர்களைப் பொறுத்தவரை

அவர்களுக்கு நேர்ந்த இழப்பின் தாக்கம் இப்போதுதான் உறைக்கத் தொடங்கியிருக்கிறது.

ஒக்கி விதவையர்களின் எதிர்காலத்தைப் பற்றி முதலில் பேசியாக வேண்டும். கணவரின் மறைவு பண்பாட்டு ரீதியாக, சமூக உறவு ரீதியாக, பொருளாதார ரீதியாக மனைவியின் வாழ்க்கையில் தலைகீழ் மாற்றத்தை ஏற்படுத்தி விடுகிறது. கடலூர்ப் பெண்கள் பேசும்போது, "புள்ளைகளப் பத்திரமா பாத்துக்கோன்னு சொல்லிட்டு போனாரு" என்று குறிப்பிட்டார்கள். 'எனக்கு எல்லாமே அவருதான்' என்று ஒரு மனைவி அழும்போது அதைக் கணவரின் அக்கறை என்பதை விட, பெண்ணைச் சார்பு நிலையில் வைத்திருக்கவே ஆண்கள் விரும்புகிறார்கள் என்பதே உண்மை. பேரிடரில் இறந்தவர்களின் மனைவியருக்குக் கருணை அடிப்படையில் அரசு வேலை வழங்க வேண்டும் என்னும் கோரிக்கை ஒரு கட்டத்தில் பரப்புரையாக எழுந்தபோது நான் அதை சந்தேகப் பார்வையோடுதான் அணுகினேன்.

ஒரு கடற்கரை பெண்ணின் கடமைகள் என்னென்ன? அவள் எதைச் செய்தால், எதைத் தவிர்த்தால் இந்த சமூகம் அவளை அங்கீகரிக்கும்? குடும்ப பொருளாதாரத்தில் மீனவப் பெண்ணுக்கு நேரடிப் பங்களிப்பு என்பது மறுக்கப்பட்டிருக்கும் நிலையில், கணவனின் உழைப்பைச் சார்ந்துதான் குடும்பம் முன்னோக்கி நகர முடியும் என்னும் நிலையில் கணவனின் மறைவு குடும்பத்தின் எதிர்காலத்தை சூன்யமாக்கிவிடுகிறது. கண்ணீர், சடங்கு எல்லாம் முடிந்து, அவளும் பிள்ளைகளும் தனித்து விடப்படும் போது வாழ்க்கையை அவள் எவ்வாறு எதிர்கொள்ளப் போகிறாள்? ஆண் துணையற்ற குடும்பத்தில் வழிப்போக்கன் கூட அறங்காவலர் ஆகிவிடுகிறான். ஒவ்வொரு கட்டத்திலும் ஏற்படும் பொருளாதாரத் தேவைகளுக்கு அவள் யார் காலையாவது பிடித்தே ஆக வேண்டியிருக்கிறது. ஒவ்வொரு உதவியும் தூண்டிலில் கோர்க்கப்பட்ட இரை போன்று நிபந்தனைகளுக்கு உட்பட்டது. இதைத் தாண்டிச் செல்வதற்கு அவள் பகீரத முயற்சியுடன், வைராக்கியத்துடன் போராடியாக வேண்டும். பண்பாட்டுக் கண்காணிப்புகள் எதிர்நீச்சல் போடும் பெண்களை விட்டுவைப்பதில்லை.

ஒக்கிப் பேரிடரில் கணவனைப் பறிகொடுத்த பெண்கள் மூன்று பெருஞ்சுவர்களைக் கடக்க வேண்டியிருக்கிறது. ஒன்று: துணைவரின் இழப்பிலிருந்து உளநல ரீதியாக மீண்டெழுந்து இயல்பு வாழ்க்கைக்குத் திரும்புவது; இரண்டு: மாற்று வாழ்வாதாரங்களை அடையாளம் கண்டு களமிறங்குவது; மூன்று: பிள்ளைகளின் படிப்பைத் தொய்வின்றித் தொடரவைப்பது.

இறப்பு உறுதி செய்யப்பட்ட வீடுகள், உறுதி செய்யப்படாமல் கணவர் / மகன் திரும்பி வருவார் என்கிற இயற்கையை மீறிய நம்பிக்கையோடு இருப்பவர்கள், நடுக்கடலில் நெருக்கமானவர்களின் மரணத்துக்கு நேர்சாட்சியாய்க் கிடந்தவர்கள், மரணத்தைத் தொட்டுவிட்டு மயிரிழையில் தப்பித்தவர்கள், தந்தையின், தமையனின் மரணத் துயரத்தை எதிர்கொள்ள முடியாத அதிர்ச்சியினால் படிப்பைத் தொடரமுடியாத பள்ளி / கல்லூரி மாணாக்கர் - இப்படிப் பலவகையான பாதிப்புகளுடன் ஏராளம் பேர். எல்லா ஆறுகளும் கடலில் சேர்வதுபோல் குடும்பத்தின் ஒட்டுமொத்த துயரமும் பெண்ணை வந்தடைகிறது. குடும்பத்தின் வடிகால் பெண்; பெண்ணுக்கு வடிகால் என்ன?

அறுபது நாள் இடைவெளியில் பொருளீட்டும் நான்கு ஆண்களைக் கடல் விபத்துகளில் பறிகொடுத்த ஒரு வீடு: கணவர், இரண்டு மருமகன்கள், ஒரே மகன்- நான்கு பேரும் இறந்து போயினர். வீட்டில் மூன்று விதவைகளும் ஒரு முதிர்கன்னியும். 'அரசு எங்கள் அழுகுரலைக் கேட்கவில்லை. நாங்கள் நான்கு பேரும் பிள்ளைகளோடு கடலில் மூழ்கி இறந்து விடுகிறோம்' எனக் கதறுகிற முதிர்கன்னி.

இவர்கள் எல்லோரும் நிமிர்ந்து உட்கார நம்பிக்கை கொடுப்பதுதான் இந்தத் தருணத்தின் முக்கியமான தேவையாக உணர்ந்தோம். ஓர் அசாதாரண சூழலில் மனிதர்கள் அசாதாரணமாக நடந்துகொள்வது என்பது இயல்புதான். ஆனால் நாட்கள் போகப் போக அவர்கள் இயல்பு நிலைக்கு திரும்பியாக வேண்டுமே.

பேரிடர்த் துயரத்திலிருந்து மீண்டெழ உளநல ஆதரவு தேவை. ஆனால் எதிர்காலத்திற்கான நம்பிக்கை ஏற்பட வேண்டுமென்றால் வாழ்வாதார வாய்ப்புகளை மீள உருவாக்க வேண்டும். ஒக்கிப்

பேரிடரில் இறந்தவர்களில் பெரும்பான்மையரும் விசைப்படகு, கண்ணாடியிழைப் படகுப் பொருளாதாரம் சார்ந்தவர்கள். மீண்டு வந்தவர்கள் தங்கள் படகுகளை இழந்துவிட்டனர். மிஞ்சிய படகுகள் பெரும்பாலும் உருக்குலைந்து போனவை. ஒரு மீன்பிடி விசைப்படகு என்பது கூட்டுப்பொருளாதார முயற்சி. கடன் வாங்கி படகு கட்டி, மீன்பிடித்துக் கடனைக் கொஞ்சம் கொஞ்சமாய்க் கழித்து விடுவதே இங்கு வழமை. வங்கிக் கடன் இவர்களுக்கு எட்டாக் கனவு. இறந்த கணவருக்காகக் கிடைத்த 20 இலட்சம் நிவாரணத்தை நிலுவையிலிருந்த படகுக் கடனின் ஒரு பகுதியைக் கழிக்கச் செலவிட்டோர் சிலர்.

மீனவர்கள் கடலைத் தவிர வேறெதையும் நிரந்தரச் சொத்தாய்ப் பார்ப்பதில்லை. கடற்கரைப் பொருளாதாரம் என்பது கடன் பொருளாதாரம். அம்மக்களின் வாழ்வாதாரம் முழுக்க முழுக்க ஆண் மையமானது. அந்த ஆண்களைக் கடல் விழுங்கிவிட்டது; அவர்களின் ஒரே முதலீட்டையும் கடல் கொண்டுவிட்டது. பிற சமூகங்களைப் போன்று 'ஆணில்லாத சூழலில் அவன் மனைவிக்கு மனிதாபிமான அடிப்படையில் வேலை' என்கிற அணுகுமுறை இங்கே எடுபடாது. அதற்கான கல்வித் தகுதியோ மாற்றுத் தொழில் திறன்களோ பெண்ணுக்குக் கிடையாது. மன்னார்க் கடல் துப்பாக்கிச் சூட்டில் இறந்துபோன, ஊனமாக்கப்பட்டவர்களின் மனைவியர் / அபலைகளுக்கும்கூட உடனடி நிவாரணமாகச் சில இலட்சங்களை வழங்குவதோடு அரசு தன் கடமையை முடித்துக்கொள்கிறது. இந்தச் சூழலில் 'ஒக்கி விதவைகளுக்கு அரசு வேலை' என்பது இலவுகாத்த கிளியின் கதைதான்.

கடல் விதவைகள்/ அபலைகள் தோழமையை நிறுவி அதன் வழியாக மாற்று வாழ்வாதாரங்களைக் கூட்டு முயற்சியாக உருவாக்குவது இதற்கு அருமையான தீர்வாகலாம். பேரிழப்பைச் சந்தித்தவர்கள் ஒன்றுகூட வேண்டும்; சிறு குழுக்களாக குடிசைத்தொழில் முனைவுகளை ஆராயவேண்டும். கூட்டுறவு முயற்சி தனிநபர் முனைவுகளைவிட வலுவானது. உற்பத்தி, சந்தைப்படுத்தல், ஏற்றுமதி என்பதாக அவை விரிவுபெற முடியும். 2004 சுனாமிக்குப் பிறகு நாகை மாவட்டத்தில் 'கலங்கரை' என்னும் தொண்டு அமைப்பு இதைச் சாதித்துக் காட்டியிருக்கிறது. கணவனை இழப்பது என்பது வாழ்வின் கடைசி

நம்பிக்கையை இழப்பதல்ல; பொருளாதாரத் தற்சார்பு இவர்களின் சுயமரியாதையையும் அடையாளத்தையும் மீட்டெடுக்க உதவும். நாகப்பட்டினம் விதவைகள் தோழமை இன்று 1500 உறுப்பினர்களுடன் தமிழ்நாடு முழுவதும் பரந்திருக்கிறது.

ஒரு பெண் தொழில் கற்றுத் தேர்ந்திருந்தால் குடும்பத்துக்கு அது உபரி வருவாயைக் கொணரும். 'உற்பத்தியில் பங்கேற்பு' என்பது பெண்ணுக்குத் தன்னம்பிக்கையைத் தரும். கணவர் வீழ்ந்துவிட்டால் பெண் கற்ற தொழில் கைகொடுக்கும். 1850களின் தென் எல்லைப் போராட்ட நெருக்கடி காலத்தில் நாடார்ப் பெண்களுக்குக் கிடைத்த குச்சித்தையல் பயிற்சி இப்படித்தான் உதவியது.

கன்னியாகுமரி, தூத்துக்குடி, நாகை, கடலூர் மாவட்டங்களில் ஒக்கி விதவைகள் / அபலைகளின் எண்ணிக்கை 200த் தாண்டும். இவர்களில் 35 வயதுக்கு உட்பட்ட விதவைகள் ஏராளம் பேர். தேவனாம்பட்டினத்திலும் வேணாட்டிலும் 24 - 30 வயது வரம்புக்குள் விதவைக்கோலம் பூண்ட பலரை நேரில் சந்தித்தேன்.

பெண்களின் சமூகப் பாதுகாப்புக்கும் பொருளாதார உத்தரவாதத்துக்கும் உதவுகிற மற்றொரு முக்கியமான இடையீடு விதவை மறுமணம். பொதுவாக விதவை மறுமணத்தைக் கடல் பழங்குடிச் சமூகம் வரவேற்பதில்லை. நாகை மாவட்டம் பாலையூரில் மறுமணம் செய்துகொண்ட விஜயாவை (40) சந்தித்தேன். 'அணைதுணை இல்லாம சின்னஞ்சிறுசுக எத்தினி காலம் வாழ்றது? நாமளாப் பாத்து அதுகளுக்கு ரெண்டாங் கல்யாணம் செஞ்சி வைக்கிறது நல்லது' என்கிறார் விஜயாவின் மாமியார் ராணி (63).

'இளம் விதவைகளை மறுமணம் செய்துகொள்ள அந்தச் சமூகத்தைச் சார்ந்த, முற்போக்கு எண்ணம் கொண்ட இளைஞர்கள் முன் வரவேண்டும். வரதட்சணையற்ற திருமணம் கடற்கரைச் சமூகத்தில் சாத்தியப்பட வேண்டும். இன்றைய கடலோர சமூகப் பொருளாதாரச் சூழலில் குழந்தைப் பேறுகளின் எண்ணிக்கை குறைக்கப்படுவது ஆரோக்கியமான அணுகுமுறை" என்கிறார் முத்துச்செல்வி (43,சென்னை).

கடலோர அபலைப் பெண்களின் துயரங்களுக்கு நிரந்தரமான தீர்வு என்ன? சமூகம்தான் தீர்வுகளுக்கான வாசல்களைத் திறந்துவிட வேண்டும் என்கிறார் பாத்திமா பாபு:

"கணவனை இழந்த, கணவனால் கைவிடப்பட்ட கடலோரப் பெண்கள் ஒருங்கிணைவதற்கான சூழலை ஏற்படுத்துவதுதான் இப்போதைய தேவை. தங்கள் சிக்கலுக்கான தீர்வுகளுக்கு அவர்களே இணைந்து குரலெழுப்புவதற்கான வாய்ப்புகளை நாம் உருவாக்கித் தரவேண்டும். மக்கள் அரசியலில் அவர்களுக்கான பங்கை அவர்கள் எடுத்துக்கொள்ள வேண்டும். அதற்கு உறுதுணையாய் நிற்பதுதான் சமூக உணர்வாளர்களின் அதிமுக்கிய கடமை."

ஒக்கிப் பேரிடர் நேர்ந்து நான்கு மாதங்கள் ஆகிவிட்டன. பாதிக்கப்பட்ட இளம் விதவைகளின் மறுவாழ்வைக் குறித்துத் தீவிரமாய் யோசிப்பதற்கான காலம் வந்துவிட்டது. ■

பின்னிணைப்பு

காலம் கைவிட்ட கடல் அபலைகள்

அஞ்சலி *(28, தேவனாம்பட்டினம், கடலூர்):*

"எனக்கு ஸ்கூலுக்குப் போற ரெண்டு பசங்க இருக்காங்க. புயல் வந்து ரெண்டு மாசமாச்சு, என் வீட்டுக்காரரர் இருக்காரு, இல்லன்னு இல்லாம ரெண்டுத்துக்கும் பொதுவா என்னங்க சொல்றது?"

தீபிகா *(22, தேவனாம்பட்டினம்):*

"எங்க வீட்டுக்காரரு இருக்காருன்னு எந்தத் தடயமும் கெடைக்கல. என் ரெண்டு வயசுப் பொண்ணு தெனமும் 'அப்பா எங்கே, அப்பா எங்கே'ன்னு கேட்டுட்டேயிருக்கா. அதுலியே நாங்க செத்துப் போறோம். என் வூட்டுக்காரரு காணாமப் போயிட்டாருன்னு சொல்றாங்க. அப்ப, காணாமப் போனவங்களத் தேட முடியாதா?

இலஞ்சியம் *(28, தேவனாம்பட்டினம்):*

“புள்ளைகளப் பத்திரமாப் பாத்துக்கோன்னு சொல்லி நவம்பர் 25ஆந் தேதி வீட்டவுட்டுக் கெளம்பினவரு திரும்பி வரவேயில்ல. இந்தக் கடல்ல மீனிருந்தா அவரு அங்கி ஏம் போவப்போறாரு? வூட்டவுட்டு எங்கியும் என்ன அனுப்புனதில்ல. இப்ப அவரு இல்லாம நானு என்ன பண்றது? அதிகாரிங்க வாராங்கோ போராங்கோ, ஒண்ணுமே சொல்லமாட்றாங்க.

அவரு போயிட்டாரா, இருக்காரான்னு சொல்லவே மாட்றாங்க. இந்தப் பச்சப் புள்ளைகள வெச்சிட்டு செத்துர்லாமான்னு தோணுது.”

இந்துமதி *(58, தேவனாம்பட்டினம்):*

“என் பையன் 24 வயசு. கேரளாவுக்குத் தொழிலுக்குப் போனவன். டிஎன்ஏ டெஸ்ட்டுக்கெல்லாம் போயிருந்தோம். ‘உங்க புள்ள கெடய்க்கல, நீங்க காரியம் பண்ணிக்கிங்க’ன்னு சொன்னாலாச்சும் நாங்க செஞ்சிருவோம்.

இந்த ஊர்ல நாங்க என்ன பதில் சொல்றதுன்னே தெரியல்ல! எம் புள்ளதாங்க எனக்குக் கையி. புருசங் குடிகாரம்; குடும்பத்துக்குப் பிரயோசனம் இல்லாதவரு.”

ஜான்சி *(26, தேவனாம்பட்டினம், கடலூர்):*

“எனக்கு அப்பா, அம்மா, மாமா, மாமியார் யாருமே இல்ல, எம் புருசந்தாம் எனக்கு எல்லாமே. தெருவுலியே உடமாட்டாரு. எல்லாமே வாங்கிகினு வந்து குடுப்பாரு.

இப்ப நாந்தாம் போயாவனும். அப்பா எங்கேம்மான்னு ரெண்டு புள்ளைங்களும் கேக்கறாங்க. என்ன பதில்

சொல்றதுன்னு தெரியல. ஆறாம் வகுப்பு படிக்கிறான் ஒரு பையன், இரண்டாங்கிலாஸ் போறா ஒரு பொண்ணு. இந்தப் புள்ளைங்கள நாம் எப்புடிப் படிக்க வைக்கிறது?"

பிரியா *(28, தேவனாம்பட்டினம், கடலூர்):*

"நவம்பர் 26இல் கடல்மேலேயிருந்து என் வூட்டுக்காரரு போன் பண்ணினாரு, தொழிலுக்குப் போறேன் பிரியா, பசங்களப் பாத்துக்கோன்னு. அவுரு என்ன எதுக்குமே வெளியே உட்டதேயில்ல. இப்போ எல்லாத்துக்கும் நானே ஆபீசு ஆபிசா அலையிறம். அரசாங்கம் உருப்படியா ஒரு முடிவும் சொல்லல."

இரஞ்சிதா *(25, கடலூர், தேவனாம்பட்டினம்):*

"பச்சப் புள்ளைங்களுக்கு பால் வாங்கி டீ போட்டு குடுக்கவே வழியில்ல. ரொம்பக் கஷ்டமா இருந்ததுனாலதாம் வீட்டுக்காரரு கேரளாவுக்குப் போனாரு. ஒரு நாள் போறது ஒரு வருஷம் போற மாதிரியிருக்கு. புள்ளைகளப் பாத்துக்கன்னு சொல்லிட்டுப் போனவருதாம். எனக்கு யாருமே இல்லைங்க. என் வீட்டுக்காரர மட்டும் கண்டு பிடிச்சி குடுத்திட்டாப் போதுங்க. வேற எதுவுமே வேணாம்."

தமிழரசி *(28, தேவனாம்பட்டினம், கடலூர்):*

"கன்னியாகுமரிக்குத் தொழிலுக்குப் போன எம் வூட்டுக்காரரு திரும்பி வரல்ல. புள்ளைங்க படிப்பு செலவு, சாப்பாட்டுச் செலவு ரொம்ப கஷ்டமாயிருக்கு. அரசாங்கம் குடுத்த ஐயாயிரம் ரூபாய வெச்சு எத்தினி நாள் சாப்புடுறதுங்க? யாரும் வரல, என்னாணு கேக்கல. ஒரு முடிவுந்தெரியல."

கஸ்தூரி *(62, தேவனாம்பட்டினம், கடலூர்):*

"சுனாமியில மாட்டி எம்புருஷன் ஐயனாரு படுக்கையில ஆனவருதாம். எம் நாலு புள்ளைங்களையும் மீன் வியாபாரம் செஞ்சு போராடித்தாம் வளத்தேம். எம் பெரிய பசங்க ரெண்டு பேரும் கேரளாவுக்கு தொழிலுக்குப் போனவங்க திரும்பி வரல. எம் புள்ளைங்க மட்டும் எனக்கு திருப்பி கெடச்சுட்டா போதும்க. எப்புடியாவது தேடிக் கண்டுபுடிச்சு குடுத்துருங்க."

கங்கா *(54, இராசப்பேட்டை, கடலூர்):*

"கேரளாவுக்குப் பொழைக்கப் போன என் வூட்டுக்காரரு திரும்பி வரல்ல. புயல் எடுத்ததுக்கப்புறம் அரசாங்கத்திலிருந்து எந்த பதிலும் இல்ல. அணதொணயில்லாம நானும் என் ரெண்டு பெண்பிள்ளைகளும் அழுதுகிட்டுக் கெடக்கிறோம். எங்க வீட்டுக்காரரு புயல்ல போயிட்டாரு. அரசாங்கந்தாம் எங்களுக்கு ஏதாவது செய்யனும்." ■

1000 கடல்மைல்

கடல் மர்மங்களின் முடிச்சு. கடலுக்குள் நிகழ்வது எதுவும் நம் பார்வைக்கு வருவதில்லை. தனுஷ்கோடி புயல், ஒடிஸா பெரும்புயல்கள், பியான் புயல், ஒக்கிப் புயல் உள்ளிட்ட பல்வேறு புயல் அனுபவங்கள் நமக்குப் பரிச்சயமானது. ஆனால் ஆழ்கடலில் புயலின் தாக்கம் எப்படி இருக்கும் என்பதை நாம் அறிந்ததில்லை.

2017 நவம்பர் 21இல் உருவாகி டிசம்பர் 6இல் வலுவிழந்து கரையேறிய ஒக்கிப் புயல் நமக்கு விசித்திரமான அனுபவங்களைத் தந்து சென்றிருக்கிறது. இந்தியத் தீபகற்ப நிலவிளிம்பில் இந்தப் புயல் பெரும் சேதங்களை ஏற்படுத்தி, ஒருமாத காலமாக இயல்பு வாழ்க்கையை முடக்கிப் போட்டது.

அதைவிட முக்கியமாக, தென்மேற்குக் கடற்கரையிலிருந்து 35 முதல் 80 கடல்மைல் தொலைவில் கற்பனை செய்யமுடியாத கோரத்தை நிகழ்த்திச் சென்றுள்ளது. ஏராளம் மீன்பிடி விசைப்படகுகளும் 240க்கு மேற்பட்ட மீனவர்களும் ஜலசமாதி அடைந்துவிட்டனர். இத்தனைப் பெரிய சேதம் எப்படி நேர்ந்தது?

கேரளா உள்ளிட்ட தென்மேற்குக் கடற்கரை ஒக்கிப் புயலை எதிர்கொள்ளத் தயாராயிருக்கவில்லை. இந்தியத் தீபகற்பத்தில் பொதுவாக கிழக்குக் கடற்கரைதான் புயல் பாதிப்புப் பகுதி. இம்முறை ஒக்கியின் காற்றழுத்தத் தாழ்வு மண்டலம் இலங்கைப் பகுதியை நோக்கி நகர்ந்தபோது அது வழக்கம்போல் வலுவிழந்துவிடும் என்று எதிர்பார்க்கப்பட்டது.

தாய்லாந்து வளைகுடாவில் 2017 நவம்பர் 21இல் தொடங்கிய இந்த நகர்வு படிப்படியாக மணிக்கு 65 கி.மீ. வேகமெடுத்து 120, 144, 185 என உயர்ந்து, பிறகு 111, 37 கி.மீ. வேகமாகக் குறைந்து தெற்கு குஜராத்தின் காம்பே வளைகுடாவில் டிசம்பர் 6இல் கரையேறியது. கணிக்க முடியாத பாதையும் போக்கும் ஒக்கிப் புயலின் விசித்திரம் என்கிறார்கள். புவி வெப்பமடைதல் காரணமாக இம்மாதிரியான சேட்டைப் போக்கு நேர்ந்திருக்கலாம் என்கிறது வானிலை ஆய்வு நிறுவனம்.

இந்தியக் கடற்கரைகளில் ஏறத்தாழ ஒருகோடி மீனவர்கள் வாழ்கின்றனர். இவர்களில் 40 இலட்சம் பேர் கடல் மீன்பிடி தொழிலில் நேரடியாக ஈடுபடுபவர்கள். இந்திய மக்கட் தொகையில் 0.7 விழுக்காடே வரும் இம்மீனவர்கள் தேசிய உற்பத்தியில் ஒரு விழுக்காடு பங்களிப்புச் செய்கின்றனர். கடலுக்குப் போகும் ஒவ்வொரு மீனவரும் கரையில் சராசரியாக 16 பேருக்குத் தொழில் வாய்ப்பு வழங்குகிறார் என்கிறது ஒரு புள்ளிவிவரம். மீன்பிடி படகு கட்டுதல், மீன்பிடி கருவிகள் உற்பத்தி, உதிரி, பழுது பார்க்கும் பணி, தகவல் தொழில்நுட்பக் கருவிகள், எரிபொருள், பனிக்கட்டி, சரக்குப் போக்குவரத்து, பதனிடுதல், வணிகம், ஏற்றுமதி, மீன்பண்ட ஆலைகள் எல்லாம் இதில் அடங்கும்.

50 மீட்டர் ஆழத்துக்கு உட்பட இந்தியக் கடற்பகுதிகளில் மீன்வளம் வற்றிவிட்டது. மீன்பிடி நெரிசல் மிகுந்த இந்தக் கரைக்கடல் பகுதிகளைத் தவிர்த்து, போட்டிகளற்ற ஆழக்கடலுக்குள் சென்று மீன் பிடிப்பவர்கள் வேணாடு உள்ளிட்ட கன்னியாகுமரி மீனவர்கள். 360 கி.மீ. (200 கடல் மைல்) தொலைவு வரை நீளுகின்ற முற்றுரிமைப் பொருளாதார மண்டலமும் அதற்கு அப்பால் மேலும் 270 கி.மீ. தொலைவுக்கு விரியும் பன்னாட்டுக்

கடற்பரப்பு எல்லையும் இந்திய மீனவர்கள் பன்னாட்டுக் கடல் சட்டங்களுக்கு உட்பட்டு மீனறுவடை நிகழ்த்தத் தகுந்த கடற்பரப்பு. இந்தியப் பாரம்பரிய மீனவர்களுக்குத் தகுந்த தொழில்நுட்பங்களும் தகவல் தொடர்புக் கருவிகளும் வழங்கி இக்கடல் பரப்புகளுக்கு அனுப்பினால் இந்தியப் புரதவுணவுத் தேவையை நிறைவு செய்துவிடலாம்; தொழில் வளர்ச்சி, பொருளாதாரம், அந்நியச் செலவாணி, வணிகம் என்பதான எல்லாக் களங்களும் பயன்பெறும். இதற்கு இசைவாக அரசுக் கொள்கைத் தளங்களில் தகுந்த வழிகாட்டுதல்களை வரையறுப்பது தேவை.

உலகம் முழுவதும் சரக்குக் கப்பல்கள், பயணிகள் கப்பல்கள், மீன்பிடி கப்பல்கள் எல்லாம் கடல் பாதுகாப்பு, தொலைத்தொடர்பு முறைகளைப் பிசிறின்றிக் கடைபிடிக்கின்றன. கடல் பாதுகாப்பு செயல்முறைகளில் அன்றாட வானிலைக் கண்காணிப்பும் தகவல் பரிமாற்றமும் முக்கியத்துவம் வாய்ந்தது.

கடல் கொள்ளையர்களிடம் அவ்வப்போது இந்திய மீன்பிடி படகுகள் சிக்கிக் கொள்வதுண்டு. அண்மைக்காலத்தில் இலட்சத்தீவுக்கு அருகில் அவ்வாறான ஒரு விபத்து நேர்ந்தபோது அபயக்குரல் எழுப்பியும் கடலோரக் காவல்படை உதவிக்கு வரவில்லை என்று ஒரு மீனவர் வருத்தத்துடன் குறிப்பிட்டார். இதுபோன்றவொரு நெருக்கடிச் சூழலில் மீனவர்கள் செய்ய வேண்டுவது என்ன?

“எல்லை தாண்டிப் போகும் மீனவர்களுக்கு என்ன நேர்கிறது என்பதை நாங்கள் பொருட்படுத்தத் தேவையில்லை.”

தமிழக வருவாய் நிர்வாக ஆணையர் சத்யகோபால் ஒக்கிப் பேரிடர் நிவாரணம் குறித்த உயர்நிலை விவாதத்தின்போது வெளிப்படுத்திய நிலைப்பாடு இது. கடல் வாழ்க்கை குறித்த குடிமை அதிகாரிகளின் புரிதல் அபத்தமானது மட்டுமல்ல, மேட்டிமைவாதம் சார்ந்ததும் கூட. மன்னார் வளைகுடா துப்பாக்கிச் சூடு நிகழ்வுகளின்போது இந்திய அரசின் தலைமையிட அதிகாரிகளின் நடைமுறைகள் இதை மீண்டும் மீண்டும் தெளிவுபடுத்துகின்றன. பன்னாட்டுக் கடல் விதிகளின்படி 630 கி.மீ. கடல் தொலைவு வரை இந்தியர்கள் மீன்பிடிக்கும்

உரிமையுண்டு. இலட்சத்தீவுகளின் மேற்கு எல்லையிலிருந்து மேற்காக இதே தொலைவு விதி செல்லுபடியாகும். இந்தியா தனது தனியுரிமைப் பொருளாதாரக் கடற்பகுதியை ஒட்டியுள்ள 150 கடல் மைல் பன்னாட்டுக் கடல் பரப்பைத் தனது தனியுரிமை மண்டலமாக அங்கீகரிக்கும்படி 2011இல் ஐக்கிய நாடுகளின் பன்னாட்டுக் கடல் சட்ட ஆணையத்தை (UNCOLS) கேட்டுக் கொண்டுள்ளது.

இந்தப் பின்னணியில் உலக உணவு வேளாண் கழகத்தின் (FAO) பொறுப்பார்ந்த மீன்வள நடத்தை விதிகளை (CCRF, 1995) இந்திய அரசு அணுகவேண்டும். கடலொட்டிய நாடுகள் அதனதன் தனியுரிமைப் பொருளாதார மண்டலத்தின் மீன்வளங்களை அறுவடை செய்துவர தங்கள் நாட்டின் மீனவர்களை ஊக்குவிக்குமாறு மேற்சொன்ன ஆவணம் அறிவுறுத்துகிறது. இந்நிலையில், சத்யகோபாலின் 'எல்லை தாண்டல்' குற்றச்சாட்டு பாரம்பரிய மீனவர்களின் மீதான கருத்தியல் வன்முறை ஆகும். பன்னாட்டு மீன்பிடி கப்பல்களுக்கு இந்தியா காட்டும் 'தாராளத்தையும்' இந்திய மீனவர்களின் மீது வெளிப்படுத்தும் கடுமையையும் சத்யகோபாலின் குற்றச்சாட்டுடன் இணைத்துப் பார்க்க வேண்டியுள்ளது.

இந்தியாவின் போராழக் கடல்களில் விசைமீன்பிடிப் படகுகளுடன் அறுவடை நிகழ்த்தி வருபவர்கள் வேணாட்டுக் கடற்கரை (கன்னியாகுமரி) மீனவர்கள் மட்டுமே. வலை, நெடுந்தூண்டில் நுட்பங்களைப் பயன்படுத்தி மீன்பிடிக்கும் இவர்களின் தனித்துவமான சிக்கல்களைக் கொள்கை வகுக்கும் அரசு முகமைகள் புரிந்துகொள்ளவில்லை. தேசியப் பேரிடர் மேலாண்மை ஆவணங்களில் ஆழ்கடல் புயல் மேலாண்மைக்கான வழிகாட்டுதல்களை வகுப்பதற்கு இந்தப் புரிதல் மிக முக்கியமானது.

டிசம்பர் 2017இல் நடுக்கடலில் மீனவர்களின் பாதுகாப்பு குறித்து நான்கு ஐந்து ஆளுமைகளுடன் ஒரு விவாதத்தை நிகழ்த்தினோம். சரக்குக் கப்பல் தலைமை மாலுமி சூசை ஆன்றணி, மீன்பிடி கப்பல் தலைமை மாலுமி மைக்கேல் நாயகம், விசை மீன்பிடி படகு சிராங் (நடத்துனர்) மைக்கேல் ஃபாரடே,

இயந்திரப் படகு இயக்கும் ஷாலோம், ஒக்கியில் சிக்கிய மீனவர்களை மீட்கப் படகில் சென்ற பயஸ் ஆகிய ஐவரும் கலந்துகொண்ட இவ்வுரையாடல் கடல்வாழ்வு, பாதுகாப்பு குறித்த பொதுவெளியின் புரிதலை விசாலமாக்குகிறது.

மைக்கேல் நாயகம் (68, சின்னத்துறை) அடிப்படையில் ஒரு பாரம்பரிய மீனவர்; மீன்பிடி கப்பலில் ஸ்கிப்பராக வேலைபார்த்து ஓய்வு பெற்றவர். மீன்பிடி கப்பல் வேலையில் முறையான பயிற்சி பெற்றவர். வழக்கமாக மீன்பிடி கப்பல்கள் நடுக்கடலில் மேற்கொள்ளும் பாதுகாப்பு, தகவல் தொடர்பு முறைகளை அவர் விளக்குகிறார்:

"ஒரு கப்பலின் தலைமை மாலுமி என்கிற வகையில் அன்றாடப் பருவநிலை கண்காணிப்பு (daily weather watch) எங்கள் முக்கியமான வேலை. ரேடியோ நிலையங்கள் பருவநிலை செய்திகளை நாள்தோறும் குறிப்பிட்ட இடைவேளைகளில் வழங்குகின்றன. காலை எட்டு மணி, மாலை ஆறுமணி, இரவு பத்து மணி – இப்படி. இதைக் கூர்மையாகக் கவனித்து வந்தால் காற்றழுத்தத் தாழ்வு நிலை எங்கே ஏற்படப்போகிறது, எங்கே புயலடிக்கும் என்பதை 48 மணிநேரத்துக்கு முன்பே தெரிந்துகொள்ளலாம். புயல் அபாயம் உறுதியாகத் தெரிந்தால் மீன் பிடிப்பதை நிறுத்திவிட்டு வேகமாகக் கரைபிடிப்போம். கரைதிரும்பும் வேளையில் கரையிலுள்ள பருவநிலையைக் குறித்தும் கேட்டறிந்து கொள்வோம். 'கரை பத்திரமாக இருக்கிறது, உடனே கப்பலைக் கரைபிடித்துவிடுங்கள்' என்று கரையிலிருந்து அறிவுறுத்தல் கிடைத்ததும் கரைபிடித்துவிடுவோம்."

மைக்கேல் நாயகம் தனது கடல் வாழ்க்கையில் புயலை எதிர் கொண்டதுண்டா?

"1984இல் ஒரு கடுமையான புயலை எதிர்கொண்ட அனுபவம் உண்டு. அப்போது நல்ல வேளையாக நாங்கள் துறைமுகத்தில் இருந்தோம். ஒடிசாவில் பாராதீப் துறைமுக வாயிலிலிருந்து ஒன்றரை கடல் மைல் தொலைவில் அடித்த புயல் அது. அன்று அதை சூப்பர் சைக்ளோன் (பெரும்புயல்) என்றார்கள். எங்கள் கப்பல் துறைமுகத்தின் உள்ளே நங்கூரமிட்டிருந்ததால் ஒருவாறு தப்பித்துக் கொண்டோம். கனமான வடங்களால்

அணைக்கப்பட்டிருந்த பெரிய கப்பல்கள் கூட தப்பிக்க முடியவில்லை. நேவிகேஷன் விளக்குகளைப் புயல்காற்று கால்பந்து போல அடித்து வீசிவிட்டது."

வேணாட்டு மீனவர்கள் மரபாக ஆழ்கடல் மீன்பிடி தொழிலில் ஈடுபட்டுவருகின்றனர். புயல் போன்ற பேரிடர்கள் நடுக்கடலில் உருவாகும்போது மூத்த மீனவர்களால் முன்கணிக்க முடியும். ஒக்கிப் புயலிலிருந்து இந்த மீனவர்கள் ஏன் தப்பிக்க முடியவில்லை?

"காலநிலையைக் கணிக்கும் அறிவுக்கூர்மை மட்டும் போதாது. பாதுகாப்பில் கவனம் செலுத்துபவன்தான் சிறந்த மீனவன். மீன்பிடிப்பதில் மட்டுமே கவனம் செலுத்துகிற இந்த மீனவர்கள் இயற்கையின் எச்சரிக்கையைப் பொருட்படுத்துவதில்லை. மீன்பிடி கப்பலில் அப்படி அசட்டையாய் இருக்கமுடியாது. 'பாதுகாப்புதான் முதன்மையான விசயம்' என்று எங்கள் தொழில் பயிற்சியில் அழுத்தமாய்ச் சொல்லித் தந்திருக்கிறார்கள். தான் செத்து மீன்பிடித்துப் புண்ணியமென்ன? நமது மீனவர்களுக்கு இந்தப் பயிற்சிகளை யாரும் வழங்கவில்லை. மீன்பிடி விசைப்படகுகளில் போதுமான உயிர்ப் பாதுகாப்புக் கருவிகளை வைத்துக்கொள்வதில் பொதுவாக இவர்கள் அக்கறை காட்டுவதில்லை. மீன்பிடி கப்பல்களில் பாதுகாப்பு விதிகளைக் கவனமாகப் பின்பற்ற வேண்டும். ஒரு 52 அடி, 60 அடி படகு என்றால் படகின் கொள்திறன், படகில் வேலை செய்பவர்களின் எண்ணிக்கை இவற்றை எல்லாம் அடிப்படையாக வைத்து லைஃப் ஜாக்கட், லைஃப் பாய் எல்லாம் படகில் வைத்திருக்க வேண்டும். எல்லா வகையான மீனவர்களுக்கும் இந்த விதிகளை நடைமுறைப்படுத்தியாக வேண்டும்."

தேசிய பேரிடர் மேலாண்மை ஆணையம், தேசிய புயல் மேலாண்மைத் திட்டம், இந்திய வானிலைத் துறை போன்ற ஏராளமான நிறுவனங்கள் இந்தியாவில் இயங்கிவருகின்றன. மத்திய வேளாண் அமைச்சகத்தின் கீழே மீன்வளத்துறை ஒன்று இருக்கிறது. மத்திய கப்பல் போக்குவரத்துத் துறையின் கீழே கடல் வணிகத் துறை (DG Shipping - Marine Mercantile Department) இயங்கிவருகிறது. இவை தவிர, மாநிலம் தோறும்

மீன்வள அமைச்சகமும் உள்ளது. நடுக்கடலில் மீனவர்களைப் பாதுகாக்க இந்தத் துறைகளின் சார்பில் மேற்கொள்ள வேண்டிய நடவடிக்கைகளாக ஒரு மாலுமி என்கிற வகையில் மைக்கேலின் பரிந்துரை என்ன?

“மிக முக்கியமாக, எஸ்எஸ்பி ரேடியோ படகில் இருந்தால் எந்தத் தொலைவுக்கும் செய்தி பரிமாறலாம். லிக்விட் ஃப்ரிக்வென்சி வசதி கொண்ட கருவி அது. எந்த அலைவரிசையிலும் செய்தி பரிமாறலாம், ரேடியோ நிலையங்களைத் தொடர்பு கொள்ளலாம். விலை ஒன்றும் பெரிதாக இருக்காது. ஆழ்கடல் மீனவர்கள் பயன்படுத்தும் படகுகளில் எளிதாக நிறுவிவிடலாம். ஆழ்கடல் மீனவர்களின் உயிருக்கு மதிப்பளித்து இந்தக் கருவியைப் பயன்படுத்த அரசு உரிமம் வழங்கவேண்டும்.”

ஒக்கிப் புயலில் ஏராளமான மரணங்கள் நேர்ந்துள்ளன. சாவுகளின் சரியான எண்ணிக்கை தெரியவில்லை. உயிர் தப்பியவர்கள் சிலர் கரை திரும்பியுள்ளனர். சக மீனவர்களுடைய மரணத்தின் துக்கமும், மரண வாசலுக்குள் நுழைந்து திரும்பிய அதிர்ச்சியும் கரை திரும்பியவர்களின் மனதை ஆக்கிரமித்திருக்கும் வேளை இது. இந்தப் புயல் அனுபவம் கிடைக்கும் வரை கடலையும் மீன்பிடி தொழிலையும் அவர்கள் எப்படி அணுகினார்கள் என்பது வேறு, இனிமேல் எவ்வாறு அணுகப் போகிறார்கள் என்பது வேறு. ஒக்கிப் பேரிடர் அனுபவத்திலிருந்து மீனவர்கள் கற்றுக்கொண்ட படிப்பினை என்ன?

“என்ன அனுபவம் கிடைத்தாலும் அதைப் பொருட்படுத்துவதாக இல்லை. ஒரு உயிர்காப்பு மிதவை இருந்தால் நான்குபேர் உயிர் மீந்து கிடக்கலாம். கடலுக்குப் போகிற எந்தப் படகிலாவது இருக்கிறதா? ஒரு உயிர்காப்பு உடை - லைஃப் ஜாக்கட் அணிந்து கொண்டிருந்தால் சில நாட்கள் மிதந்து கிடக்கலாம். கடன் வாங்கி 60, 70 இலட்சம் கூட்டு முதலீடு செய்து விசைப்படகு கட்டுகிறார்கள். ஆனால் தனது உயிரைப் பாதுகாத்துக்கொள்ள இந்தக் குறைந்த பட்ச ஏற்பாட்டைக்கூட செய்வதில்லை.”

வேணாட்டு ஆழ்கடல் மீனவர்கள் திறமை வாய்ந்தவர்கள் என்றாலும் உயிர்ப்பாதுகாப்பில் அலட்சியம் காட்டுகிறார்கள். உதவி கிடைக்கத் தாமதமாகும் ஆழக்கடல்களில் மீன்பிடிக்கப்

போகும் இவர்கள் இந்த அலட்சியத்துக்கு இப்போது பெரிய விலை கொடுத்திருக்கிறார்கள். மீனவர்களுக்குக் கடல் பாதுகாப்புப் பயிற்சி தேவை என்பதை ஒக்கி மரணங்கள் உரக்கச் சொல்கின்றன.

மைக்கேல் சொல்கிறார் - 'கோடிக் கணக்கில் அந்நியச் செலாவணி ஈட்டிவரும் இந்தப் பாரம்பரிய மீனவர்களுக்கு உயிர்ப் பாதுகாப்பு குறித்த குறைந்த பட்ச விழிப்புணர்வு வேண்டும்'.

'ஒக்கிப் புயல் முன்னறிவிப்பைச் சரியான நேரத்தில் மீனவர்களுக்கு ஏன் தெரிவிக்கவில்லை?' என்று கன்னியாகுமரி மாவட்ட வானியல் ஆய்வு நிலைய அதிகாரியைக் கேட்டபோது, 'நாங்கள் மீனவர்களுக்கு நேரடியாகப் புயல் எச்சரிக்கை கொடுப்பதில்லை, அரசுக்குச் சொல்லிவிடுகிறோம். அரசுதான் மீனவர்களுக்குத் தகவல் கொடுக்கவேண்டும்' என்று அந்த அதிகாரி பதிலளித்திருக்கிறார். இது சரியா?

"ஒருபோதும் அப்படிச் செய்யக்கூடாது. மீனவன் கடலில் எங்கே இருக்கிறானோ அங்கே உடனடியாக எச்சரிக்கைச் செய்தி எட்டவேண்டும். பல மட்டங்களைக் கடந்து அரைகுறையாக, தாமதமாகச் செய்தி போவதனால் யாருக்கு என்ன பயன்? எங்களுக்கு உரிய நேரத்தில் எச்சரிக்கை அனுப்பிவிடுவார்கள், நாங்களும் கப்பலைப் பாதுகாப்பாய்க் கரைசேர்த்து விடுவோம்."

இந்திய அரசு மீனவர்களுக்கு விசைப்படகு வழங்கி ஆழ்கடல் மீன்பிடித் தொழிலுக்கு அனுப்பியபோதே அவர்களது பாதுகாப்புக்கான முன்னேற்பாடுகளைச் செய்திருக்க வேண்டும். சரியான செய்தித் தொடர்பு வசதிகளும் அவசர காலப் பாதுகாப்பு ஏற்பாடுகளும் இதில் அடங்கும்.

கேப்டன் தாமஸ் சூசை ஆன்றனி (43, சின்னத்துறை) 17 வயதில் மீன்பிடி கப்பலில் கடலுக்குப் போகத் தொடங்கி, 27 வயதில் வணிகக் கப்பல் வேலைக்கு நகர்ந்தவர். தேர்டு ஆபீசர், செகண்டு ஆபிசர், சீஃப் ஆபீசர், கோஸ்டல் மாஸ்டர் நிலைகளைக் கடந்து இப்போது எஃப்ஜி மாஸ்டராகியிருக்கிறார். எஃப்ஜி மாஸ்டர் பன்னாட்டுத் துறைமுகங்களில் கரைபிடிக்கும்

உரிமம் பெற்ற வணிகக் கப்பல் காப்டன். கோஸ்டல் மாஸ்டர்கள் சாதாரணமாக இந்தியத் துறைமுகங்களில் மட்டுமே கப்பலைச் செலுத்தமுடியும்.

சூசை ஆன்றனி தனது 15 ஆண்டு சரக்குக் கப்பல் பணி அனுபவத்தின் பின்னணியில், தகவல் தொடர்பு, வானிலை கண் காணிப்பு இரண்டும் மிக முக்கியமான பணிகள் என்கிறார்:

"கடலில் பயணிக்கும் கப்பல் வானிலையை எப்போதும் கவனித்து வரவேண்டும். ஒரு புயல் எச்சரிக்கையை எடுத்துக் கொள்வோம். எங்கள் அப்பா, தாத்தா, காலங்களில் வானத்தைக் கண்காணிப்பதுதான் அடிப்படையானது. இயற்கைப் பேரிடரைப் பறவைகள் முதலில் அறிந்துகொள்ளும். கரையிலிருக்கும் பறவைகள் கடல் நோக்கிப் பறக்கும். கடலின்மேல் பறக்கும் பறவைகள் வேறு இடங்களுக்கு வேகமாய் பறந்து செல்லும். கருப்பான பறவைகள் பறந்து வருவது மிகமுக்கியமான புயல் அடையாளம். இரண்டாவது, வான்பரப்பின் தெளிவு. சாதாரணமாக பத்து மைல் தொலைவுக்குப் பார்க்க முடிகிற அளவு (Visibility) வானம் தெளிந்திருக்கும். 15 மைல் தொலைவு பார்க்கும் அளவு வானம் திடிரென தெளிவடைகிறது என்றால் அது பேரிடரின் முன்னறிவிப்பு. காற்றழுத்த வெற்றிடம் உருவாகியிருக்கிறது என்று பொருள். கருமேகங்கள் சூழ்வதும் கவனிக்கவேண்டிய அடையாளம். சூரியன் மறையும் நேரத்தில் வழக்கமாக கீழ்வானம் சிவப்பது போலன்றி, தாமிர நிறம் தோன்றுவது மிக முக்கியமான பேரிடர் காலநிலை."

அனுபவம் வாய்ந்த பாரம்பரிய மீனவர்களால் இந்த அடையா ளங்களைப் புரிந்துகொண்டு பாதுகாப்பாக செயல்பட முடியும். ஆனால் நவீன வசதிகள் கொண்ட கப்பல்களில் காலநிலையை எப்படித் துல்லியமாய்க் கணிக்கிறார்கள்?

வானிலை எச்சரிக்கை என்பது 'காற்றழுத்த வீழ்ச்சி' பற்றிய தகவல்கள்தான். மீன்பிடி கப்பல் உள்ளிட்ட எல்லாக் கப்பல்களிலும் அடிப்படையாக ஒரு கருவி இருக்கும் - நிரோடு பாரோமீட்டர். காற்றழுத்தத்தைப் பொறுத்தவரை குறைந்த அழுத்தம் உள்ள இடத்தை நோக்கி காற்றழுத்தம் மிகுந்த இடத்திலிருந்து காற்று வீசும் என்பதே நியதி. பறவைகளின்

போக்குகளில் மாறுபாடுகளைக் கவனித்தவுடன் பாரோமெட்ரிக் டென்டென்சியைப் பதிவுசெய்யத் தொடங்கிவிடுவோம் (Log down). அதாவது, ஒரு குறிப்பிட்ட பொழுதுக்கு மூன்று மணிநேரத்துக்கு முன்னும் பின்னும் காற்றழுத்தத்தில் ஏற்படும் மாற்றத்தைத் துல்லியமாகக் கணக்கிட்டுப் பார்ப்போம். காற்றழுத்தமானி மூன்று மில்லிபார் வீழ்ச்சியைக் காட்டினால் புயல் அபாயத்தை ஊகிக்கலாம்; ஐந்து மில்லிபார் வீழ்ச்சி என்றால் புயல் நெருங்கிவிட்டது என்பதை உறுதியாகச் சொல்லிவிடலாம். காற்றின் வேகம், திசை இரண்டையும் குறித்த விவரங்களையும் பதிவு செய்வோம். புயல் மையத்திலிருந்து எந்தத் திசையில் விலகிக் கப்பலைப் பாதுகாப்பாகச் செலுத்துவது, எவ்வளவு கால அவகாசம் இருக்கிறது என்பதையெல்லாம் இந்தப் பதிவுகளின் அடிப்படையில் காப்டன் தீர்மானிப்பார்.

வானிலை ஆய்வு மையங்கள் கடல் பயணிகளுக்கு என்ன வகையில் உதவுகின்றன?

“எல்லா நாடுகளிலிருந்தும் வானிலைத் தரவுகள், எங்களுக்கு வந்துகொண்டிருக்கும். சார்ட்டர்ஸ் தனியாக அன்றாடப் பருவநிலைக் கணிப்பை அனுப்பிக் கொண்டிருப்பார்கள். ஐந்து, ஏழு வருடங்களுக்கு முன்னாலுள்ள வெதர் மெசேஜும் அதனுடன் வந்துகொண்டிருக்கும். ஒரு புயல் உருவாகிறது என்றால் அது எங்கே, எப்படி உருவாகிறது என்பதை பருவநிலை ஆய்வு மையம்தான் சொல்லவேண்டும். அதன் பிறகு மூன்று மணிநேர இடைவெளியில் தற்காலச் செய்திகள் வந்துகொண்டிருக்கும். வங்காள விரிகுடாவில் புயல் மையம் கொள்கிறது என்றால் அது எந்தத் திசையில், எத்தனை வேகத்தில் நகர்கிறது, எவ்வளவு வேகமாக வலுவடைகிறது என்பதை இந்தத் தொடர் செய்திகள் தான் தெளிவுபடுத்தும். காற்றின் வேகம் அலைகளின் உயரத்தையும் இடைவெளியையும் தீர்மானிக்கும். ஒக்கிப் புயலின்போது அரசு, மீனவர்களுக்கு அதைச் சொல்லவில்லை. புலி வருகிறது, புலி வருகிறது என்றுதான் நமது வானியல் துறை சொல்கிறது. புயல் எங்கே மையம் கொள்கிறது, எந்தத் திசையில் நகர்ந்து போகிறது என்று மீனவர்களுக்குச் சொல்லவில்லை. இவ்வளவு பெரிய இழப்பு ஏற்படுவதற்கு அரசுத் துறைகளின் இந்த மெத்தனம்தான் காரணம்.”

கப்பல்களில் ரேடியோ டெலிஃபோன் வசதியுண்டு, நவீன தொலைத்தொடர்பு வசதிகளும் உண்டு. பெறுகின்ற செய்திகளைப் புரிந்துகொண்டு சரியான முடிவு எடுப்பதற்கு மொழித்திறனும் பயிற்சியும் தேவை. மீனவர்களுக்கு ஆங்கில அறிவு இராது. மீன்பிடி விசைப்படகுகளில் வயர்லெஸ் தவிர வேறு ரிசீவர்களும் கிடையாது. சூசை ஆன்றணி குறிப்பிடுகின்ற பருவநிலைக் கணிப்புகள், கடந்த கால பருவநிலை பதிவுகள் எதுவும் மீனவர்களுக்குக் கிடைக்காத நிலையில் ஆழ்கடல் விசை மீன்பிடி படகில் போகும் மீனவர்களின் பாதுகாப்புக்கு என்னதான் வழி? உயர்நிலை வானியல் ஆய்வுத் தகவல்களை இந்த மீனவர்கள் புரிந்துகொண்டு செயல்படும் வகையில் எளிமைப்படுத்தி, புரிகிற மொழியில் செய்தி அனுப்புவதற்கான வழிமுறை இன்று நடப்பில் இல்லை.

கப்பல்களுக்கு விரிவான செய்திகள் ஆங்கிலத்தில் கிடைக்கின்றன. அந்தமான் ரேடியாவில் நாள்தோறும் 10.30, 16.30 மணிச் செய்திவரும். இது ரேடியோ டெலிஃபோனில் (RT) மட்டுமே கிடைக்கும், வி.எச்.எஃப்பில் கிடைக்காது. ஆழ்கடலுக்குப் போகும் மீனவர்களுக்கு ஆர்.டி. வசதி கொடுப்பதோடு அவர்களின் பிரதேச மொழியில் வானிலைச் செய்தியைத் தொகுத்து வழங்கவும் எற்பாடு செய்யவேண்டும். இது அரசின் கடமை.''

ஒக்கிப் புயலில் 240க்கு மேற்பட்ட கடல் மரணங்கள் நேர்ந்துள்ள நிலையில் தமிழக அரசு புயல் மேலாண்மையில் முனைப்புடன் செயல்படவேண்டும். கேரள அரசு இந்திய விண்வெளி ஆய்வு நிறுவனத்துடன் ஒரு புரிந்துணர்வு ஒப்பந்தம் செய்து கொண்டுள்ளது. முதல் கட்டமாக 250 விசைப்படகுகளில் பேரிடர் உதவிகோரும் தகவல் கருவி (Distress Alert System) நிறுவும் ஏற்பாடு இது.

"கப்பல்களில் எங்களுக்கு சாட்டிலைட் ஃபோன், ஜிஎம்டிஎஎஸ் (Global Maritime Distress Alert System) இபிஐஆர்பி (Emergency Position Indicator and Radio Beacon) எல்லாம் இருக்கிறது. விபத்து ஏற்பட்டால் உடனடியாகத் தகவல் அனுப்பும் கருவி இது. அட்ச, தீர்க்கப் புள்ளிகளுடன் இந்தத் தகவல் துருவச் சுற்றுக் கோள்களுக்கு (Polar Satellites) தானாகப் போய்ச் சேர்ந்துவிடும்.

தேடுதல், மீட்புக் கப்பல் எல்லாம் உடனே வந்துவிடும். இதற்குத் தனியாய்ச் செலவிட வேண்டியதில்லை. காப்பீட்டில் எல்லாம் அடக்கம் (Protection and Indemnity Club)."

கடலில் புயலை எதிர்கொண்ட அனுபவங்கள் உண்டா?

"நான் மூன்றாம் நிலை ஆஃபீசராய் வேலை பார்க்கும்போது ஜப்பானில் ஒரு புயலைப் பார்த்திருக்கிறேன். அங்கெல்லாம் புயலைக் கணிக்க முடியாது. இம்மென்ஸ் சைக்ளோன். செய்தி சொன்னவுடன் செயல்பட்டாக வேண்டும். புயல் அறிவிப்பு வந்தவுடன் சரக்கு ஏற்றுவதை நிறுத்திவிட்டு பைலட் வெசலுடன் துறைமுகத்துக்கு வெளியே வருகிறோம். 100 கடல் மைல் வேகத்தில் புயல் வீசுகிறது. முழுவிசை வைத்தால் மணிக்கு 10 கடல்மைல் வேகம் பிடிக்கும் எங்கள் கப்பல், ஒரு கடல் மைல்கூட முன்னால் நகரமாட்டேன் என்கிறது. ஹெவி விண்ட், பனிப்பொழிவு எல்லாமாக நெருக்கடிகளுக்கிடையில் இரண்டு மூன்று நாட்கள் கழிந்துதான் துறைமுகத்தில் மீண்டும் நுழைந்தோம். வானியல் துறை சரியான நேரத்தில் தகவல் தந்ததால் நாங்கள் முன்னெச்சரிக்கையாக செயல்பட முடிந்தது. கொஞ்சம் சிரமங்களை அனுபவித்தோம். சில கருவிகள் பழுதடைந்தன என்றாலும் பெரும் சேதங்களைத் தவிர்க்க முடிந்தது.

இரண்டாவது புயல் அனுபவம், யூகேயிலிருந்து ஜிப்ரால்டர் வழியாக வரும்போது; புயல் எச்சரிக்கைச் செய்தி கிடைத்தது. கப்பலைத் திசைதிருப்பி வேறு பாதையில் கொண்டு போக புயல் அவகாசம் தரவில்லை. அதே இரவில் அலைகளின் ஆக்ரோஷத்தில் கண்ணாடிகள் எல்லாம் சுக்குநூறாய் நொறுங்கிப் போயின. பிரிட்ஜ் முழுவதும் வெள்ளம்! எல்லா எலக்ட்ரானிக் கருவிகளும் பற்றியெரிகின்றன. ரடார், ஜைரோ எல்லாம். கப்பலைச் சற்று வளைத்துக் கொஞ்சதூரம் போய், கண்ணாடி நொறுங்கிய இடங்களை பிளைவுட்டால் சரிசெய்து – மொத்தப் பணியாளர்களும் முழுஇரவு மெனக்கெட்டோம் – அதன் பிறகு அண்மையிலுள்ள ஒரு துறைமுகத்தில் கரைபிடித்துப் பழுதுகளைச் சரிசெய்தோம்.

இந்த அனுபவங்களெல்லாம் ஒருவகை, உலகப் பெருங்கடல் களைக் கடக்கும் அனுபவம் இன்னொரு வகை. பசிபிக்,

அட்லாண்டிக் கடல்களைக் கடப்பது பேரனுபவம். எவராலும் கணிக்கமுடியாத அனுபவங்கள். 250, 300 மீட்டர் நீளமுள்ள கப்பல் குறுக்காக ஒடிந்து போவதைக் கவனித்திருக்கிறேன்.

வெறும் புயல் எச்சரிக்கையால் எந்தப் பயனும் இல்லை. காற்றின் வேகம் என்ன என்பதுதான் முக்கியமான தகவல். காற்றின் விசைதான் அலைகளின் இடைவெளியை நிர்ணயிக்கிறது. 15 வினாடி இடைவெளியில் வருகிற அலையைத் தாக்குப் பிடிக்கமுடியும். ஐந்து வினாடிக்கு ஒரு பேரலை வந்தால்? ஒரு அலைக்குக் கப்பல் சுதாரித்துக் கொள்ளுமுன் அடுத்த அலை மோதினால் கப்பல் தாங்காது, குறுக்காகப் பிளந்துவிடும். ஒக்கிப் புயலில் அப்படியான அலைகள்தான் மீனவர்களின் படகுகளைச் சுழற்றியடித்தது. காற்றின் வேறுபட்ட வேகங்களுக்கு ஏற்றவாறு அலைகளின் உயரமும் அலைகளுக்கிடையிலான கால இடைவெளியும் மாறும். இதற்கெல்லாம் ஸ்டாண்டர்டு பேட்டன் இருக்கிறது. வானிலை அறிக்கை துல்லியமாக இருந்தால்தான் இவற்றையெல்லாம் கணித்துச் செயல்பட முடியும்."

நடுக்கடல் பேரிடரிலோ விபத்துகளிலோ சிக்கி உயிருக்குப் போராடுபவர்களுக்கு உதவுவது கடல் பயணிகளின் தலையாய கடமை. இராணுவக் கப்பல்களைப் பொறுத்தவரை இதை விட முக்கியமான கடமை வேறில்லை. நடுக்கடலில் கதியற்று மீனவர்கள் அபயக்குரல் எழுப்பினால் கடலோரக் காவல்படையினர் கண்டுகொள்வதில்லை என்கிறார்கள் நமது மீனவர்கள். 'நமது செயற்கைக்கோள் தொழில்நுட்பமும், இராணுவமும் மக்களின் உயிருக்கு மதிப்பளிக்காது என்றால் மக்களின் வரிப்பணத்தை தேசப்பாதுகாப்பின் பெயரால் ஏன் வீணடிக்கவேண்டும்? மக்கள்தானே தேசம்?' ஒக்கிப் பேரிடர் மரணச் செய்திகளோடு இதுபோன்ற நிறையக் கேள்விகள் எழுகின்றன..

"கடலில் விபத்து நிகழ்ந்துவிட்டால் உதவிக்கு அழைப்பதற் கென்று பன்னாட்டளவில் சில சங்கேத முறைகள் இருக்கின்றன. விசைப்படகு மீனவர்களிடம் விஎச்எஃப் கருவி மட்டுமே இருக்கிறது. சானல் 16இல் 'மே டே, மே டே, மே டே (May day), படகின் / கப்பலின் பெயர், பேரிடர் நேர்ந்த படகு

கிடக்கும் அட்ச தீர்க்கப் புள்ளிகள் (GPS Points)- ஐயாம் இன் டிஸ்ட்ரெஸ், என்று சொல்லவேண்டும். முப்பது நாற்பது கடல் மைல் தொலைவுக்குள் எந்தக் கப்பல், ஹெலிகாப்டர் இருந்தாலும் இந்தச் செய்தி போய்ச்சேரும். ஒரு கப்பலுக்குச் செய்தி கிடைத்துவிட்டால் உடனடியாக அந்த இடத்துக்கு வந்துவிடும். அவர்கள் பயணிக்கும் பாதையிலிருந்து விலகி வந்து இடரில் சிக்கி இருக்கும் படகுக்கு உதவி, அவர்களைக் கரைசேர்த்துவிட்டு மீண்டும் தங்கள் பயணத்தை மேற்கொள்வது வரை ஏற்படும் எல்லா இழப்புகளையும் செலவுகளையும் குறிப்பிட்ட காப்பீடு நிறுவனம் கவனித்துக் கொள்ளும். அபயக்குரல் கேட்டு உதவாமல் போகிற கப்பல்கள் பன்னாட்டுக் கடல் விதிகளின்படி தண்டனைக்குரியவை. உயிர்ப் பாதுகாப்புக்கு முன்னுரிமை என்பது தலையாய கடல் சட்டம். பன்னாட்டுக் கடல்சார் அமைப்பு (International Maritime Organisation - IMO) இதற்குப் பொறுப்பானது. இப்படி உதவிசெய்யும் கப்பலின் தலைமை மாலுமிக்கும் கப்பல் நிறுவனத்துக்கும் வெகுமதி அளிக்கப்படுகிறது.

உலகக் கடல்களில் ஒரு குறிப்பிட்ட நேரத்தில் எந்தக் கப்பல் எந்த இடத்தில் இருந்தது என்பதை அறிந்துகொள்ளும் தகவல் நுட்பங்கள் உண்டு. ஆம்வேர் (Automated Mutual Assistance to Vessels) என்கிற வசதியும் இருக்கிறது. இது தவிர, ஒவ்வொரு கப்பலும் பயணத் துவக்கத்திலிருந்து அன்றாடப் பயண அறிக்கை அனுப்பிக்கொண்டிருக்கும். எல்ஆர்ஐடி (Long Range Information and Tracking) என்றொரு மென்பொருள் தகவல் அமைப்பும் இருக்கிறது. இந்தக் கண்காணிப்புகளிலிருந்து எந்தக் கப்பலும் தப்பித்துவிட முடியாது.”

ஒக்கிப் பேரிடர் மரணங்களில் பெரும்பான்மையான மரணங் களைத் தவிர்த்திருக்க முடியும் என்று கடற்கரை மக்கள் சொல் கிறார்கள். புயலடித்த நாட்கள், சடலங்களின் உடற்கூறு அறிக்கை - இவற்றின் அடிப்படையில் சொல்லப்படும் குற்றச் சாட்டு இது. ஒரு கப்பல் மாலுமியாக சூசை ஆன்றனியின் கருத்து என்ன?

“புயலடித்த மறுநாள் நான் ஊருக்கு வந்திருந்தேன். இங்கு காலநிலை இயல்பாகவே இருந்தது. புயல் மையம்

நேர்கோட்டில் நகரவில்லை என்றாலும் வேகமாக நகர்ந்து போய்க் கொண்டிருக்கிறது என்று பொருள். நான் ஊருக்கு வந்த நாளில் சில படகுகள் கடலில் சிக்கியுள்ள மீனவர்களைத் தேடிப்போயிருந்தன. அதனால் பெரிதாய்ப் பலன் ஏற்படாது என்பதே என் எண்ணமாக இருந்தது. என்ன செய்திருக்கவேண்டும்? உடனடியாக கப்பல்படை முனைப்போடு களமிறங்கித் தேடல் நடத்தியிருக்கவேண்டும். குறைந்தபட்சம் 200 மீனவர்களையாவது உயிரோடு கரை சேர்த்திருக்க முடியும்."

கடலில் தவிக்கும் மீனவர்களின் உறவினர்கள் மீட்புக் கப்பல்கள் தேடவேண்டிய இடங்களின் அட்ச - தீர்க்க கோடுகளை சரியாகக் குறிப்பிட்டுச் சொன்னார்கள். ஆனால் அரசின் முயற்சிகளில் நேர்மை தொனிக்கவில்லை.

"மனித உடல் அதிகபட்சம் மூன்று நான்கு நாட்கள் மிதந்து கிடக்கும். விசைப்படகு மீனவர்கள் உயிர்க்காப்பு உடை, உயிர்க்காப்பு வளையம் எதையும் உடன் வைத்திருப்பதில்லை, முன்னெச்சரிக்கை பேணுவதில்லை. இது அவர்கள் தரப்பில் பெரிய குறைபாடு. ஒரு உயிர்க்காப்பு உடையில் சில அடிப்படைத் தகவல்களை அச்சிட்டிருப்பார்கள். கப்பலின் பெயர், எண், பதிந்துள்ள துறைமுகம் எல்லாம் அதில் இருக்கும். அணிந்திருக்கும் நபர் ஒருவேளை இறந்து விட்டால் இந்த விவரங்கள் சடலத்தை அடையாளம் காண உதவும். சுயமாக நீந்திக் கிடப்பதற்கும் உயிர்க்காப்பு உடை அணிந்திருப்பதற்கும் நிறைய வேறுபாடு இருக்கிறது. ஆறேழு நாட்கள் ஒருவர் உயிர்மீந்து கிடக்க இந்த உடை போதுமானது. எத்தனை புயலடித்தாலும் அவர்களை மூழ்கடிக்க முடியாது."

பேரிடர்ப் பாதுகாப்பு, தேடல், மீட்பு, பேரிடர் அபாயக் குறைப்பு குறித்த விழிப்புணர்வும் பயிற்சியும் மீனவர்களுக்குத் இல்லை. இது ஒருபுறம் இருக்க, விசை மீன்பிடி படகுகளுக்கு மற்றொரு வகையான ஆபத்து கடலில் உள்ளது. சொமாலியா போன்ற நாடுகளிலிருந்து கடற்கொள்ளையர்கள் அவ்வப்போது இப்படகுகளைத் தாக்கிக் கொள்ளையிடுவதாகச் செய்திகள் வருகின்றன. இதுபோன்ற நெருக்கடிகளிலும் மீனவர்களின் அழைப்புக்கு இந்திய கடலோரக் காவல்படை உதவிக்கு

வருவதில்லை என்பது மீனவர் தரப்புப் புகார். இதுபோன்ற நிலைமையில் மீனவர்கள் தங்களைப் பாதுகாத்துக்கொள்ள என்ன செய்யவேண்டும்?

“வி.எச்.எஃப்இல் அழைத்தால் 20 கடல் மைலுக்கு அப்பால் தகவல் போகாது. நமது மீனவர்கள் ஆழ்கடலில் இருக்கும் நிலையில் கடலோரக் காவல்படை அங்கே வர வாய்ப்புக் குறைவு. சில நாடுகள் கப்பல்களின் பாதுகாப்புக்காக சில அமைப்புகளை வைத்திருக்கிறார்கள். கோயாலிஷன் ஃபோர்ஸ் (Coalition Force) என்கிற ஒரு படையை ஏடன் வளைகுடாவில் (Gulf of Aden) யூகே, அமெரிக்கா, இந்தியா போன்ற நாடுகள் இணைந்து நிறுவியிருக்கிறார்கள். இந்த வளைகுடாப் பகுதிக்குள் நுழைவதற்கு முன் கப்பல் அறிக்கையிடவேண்டும். அவர்கள் கப்பலைக் கண்காணித்து வருவார்கள்.

இதுபோன்ற ஒரு பாதுகாப்பு ஏற்பாடு நமது படகுகளுக்கு இல்லை. கப்பல்களில் ‘ஷிப் செக்யூரிட்டி அலெர்ட்’ என்கிற பாதுகாப்பு எச்சரிக்கைக் கருவி இருக்கிறது. ஒரு கப்பல் இதுபோன்ற தாக்குதல் அபாயத்தைச் சந்திக்கும்போது அந்தக் கருவியின் பொத்தானை அழுத்திவிட்டால் போதும். இதற்கும் ஒரு சங்கேத அடையாளம் இருக்கிறது. தகவல் கப்பல் நிறுவனத்திலுள்ள பாதுகாப்பு அதிகாரிக்குப் போகும். கொள்ளையர்கள் கப்பலுக்குள் நுழைந்துவிடாமல் பார்க்கவேண்டும்; முடிந்தவரை தாமதப்படுத்த வேண்டும். அதற்குள் நமது பாதுகாப்புக்கு வேறு கப்பல் வந்துவிடும். கப்பலில் என்ஜின் அறையில் உள்ள சிற்றாடலில் நாங்கள் எங்களைப் பாதுகாப்பாக்கிக் கொள்வோம். சாட்டிலைட் ஃபோன் வசதியெல்லாம் அங்கு இருக்கிறது. கொள்ளையர்களோடு போராட நம்மிடம் ஆயுதங்கள் இல்லை. கப்பல் நிறுவனம்தான் நம்மைப் பாதுகாக்க ஏற்பாடுகள் செய்யவேண்டும்.”

சரக்குக் கப்பல், பயணிகள் கப்பல் என்பதெல்லாம் பெருமுதலீடு. ஒரு பெருநிறுவனம் ஏராளம் கப்பல்கள் வைத்திருப்பதுண்டு. அவர்களைப் பொறுத்தவரை இதுபோன்ற காப்பீடு, விரிவான பாதுகாப்பு ஏற்பாடுகளைச் செய்துகொள்ள முடியும். மீன்பிடி படகுகளுக்கு என்ன சாத்தியப்படும்?

"கப்பல்களுக்குக் காப்பீடுதான் பலம். நூறு கோடி மதிப்புள்ள சரக்கைக் கப்பலில் ஏற்றிச் செல்கிறோம். சரக்கு முழுவதும் இழப்பானாலும் காப்பீடு நிறுவனம் இழப்பீடு வழங்கும். கப்பல் பணியாளர்களுக்குத் தனிக் காப்பீடு, கப்பலுக்குத் தனி. பாமர மீனவர்களுக்கு இது சாத்தியப்படாது. எல்லாப் படகுகளையும் அரசுக் காப்பீட்டு வளையத்தில் கொண்டு வரவேண்டும். நாட்டுக்கு எவ்வளவோ அந்நியச் செலாவணி ஈட்டித் தருகிற இந்தியக் குடிமக்கள் அல்லவா அவர்கள்! செக்யூரிட்டி அலர்ட் கருவியை ஒவ்வொரு படகிலும் பொருத்திக்கொண்டு, தகவலை மாநில மீன்வள இயக்குநருக்கு அனுப்புகிற வகையில் செய்யலாம். அரசினால் இதை எளிதாக நடைமுறைப்படுத்த முடியும்."

இந்திய முற்றுரிமைப் பொருளாதார மண்டலக் கடல் எல்லை 200 கடல் மைல். அதற்கு அப்பால் 150 கடல்மைல் எல்லை வரை பன்னாட்டுக் கடற்பரப்பு. இந்த 350 கடல்மைல் (630 கி. மீ.) எல்லைக்கு அப்பாலும் வேணாட்டு மீனவர்கள் போகிறார்கள். சில படகுகள் 1000, 2000 கடல்மைல் தொலைவுகளில் சென்று மீன்பிடித்து வருகின்றன. டியாகோ கார்சியா அரசு கைது செய்த செய்தி ஒரு எடுத்துக்காட்டு. இவர்களின் பாதுகாப்புச் சிக்கல்களைக் கையாளுவது எப்படி?

"350 கடல் மைலுக்கு அப்பால் போகிற நம் நாட்டு மீனவர்கள் தங்கள் நலனுக்காக, சொந்தப் பொறுப்பில் போனாலும் அந்த அறுவடைகளின் பலன் நாட்டுக்குத்தான் வந்துசேர்கிறது. ஐஎம்ஓ, டிஜி ஷிப்பிங், தமிழக மீன்வளத்துறை தரப்பில் இதற்குத் தடையேதும் இதுவரை விதிக்கவில்லை. இந்த விஷயம் மட்டுமல்ல, மீனவர்களின் தொழில் தொடர்பாக ஆராய்ந்து தீர்வு காணவேண்டிய பிரச்சினைகள் ஏராளம் இருக்கின்றன. முதலில் மீனவர்களுக்கு மத்திய அரசில் தனி அமைச்சகம் வேண்டும். சரக்குக் கப்பல் உட்பட கடல் சார்ந்த எல்லாத் துறைகளிலும் விதிவிலக்குகள் உள்ளன. ஆழ்கடல் விசைப்படகு மீனவர்களின் தனித்துவமான தொழிலின் அடிப்படையில் அவர்களுக்கு சில விதிவிலக்குகளை அனுமதிக்கவேண்டும்."

ஒக்கிப் பேரிடரில் ஆட்பட்டு, மயிரிழையில் தப்பித்தவர்களில் ஒருவர் விசைமீன்பிடி படகின் ஓட்டுநர் மைக்கேல் ஃபாரடே

(36, பூத்துறை). ஆழ்கடலில் புயலின் கோரத் தாண்டவத்தை நேரடியாக அனுபவித்தவர். முன்னறிவிப்பு ஏதும் கிடைக்காமல் திடீரெனப் புயல் தாக்கும் சூழலில் ஒரு விசைப்படகின் நிலைமை என்ன? படகில் வைத்திருக்கும் உயிர்க்காப்பு உடை எவ்வளவு உபயோகமாக இருக்கும்? நம்பி அழைத்தபோது அரசு உதவிக்கு வரவில்லை எனும்போது மரணத்தை நோக்கிய அந்த அகாலப் பயண அனுபவம் எப்படி இருந்தது? விவரிக்கும்போதே அந்த மரணபயமும் வலியும் அவர் கண்களில் விரிகிறது.

"நவம்பர் 21இல் (2017) கொச்சியிலிருந்து கடலுக்குப் போனோம். 9°25' - 9°40', 73°20' - 73°30'க்குள் தூண்டில் நீட்டிக்கொண்டிருந்தோம். கொச்சியிலிருந்து 200 கடல்மைல் தொலைவில், இலட்சத்தீவுக்குக் கிழக்காக வரும் பகுதி இது. நவம்பர் 29 அன்று நாங்கள் வலை இழுத்துக் கொண்டிருக்கும்போது காற்று வீசத் தொடங்கியது. மணிக்கு 25 கிலோ மீட்டர் வேகம் இருக்கலாம். வலை இழுத்து முடித்துவிட்டு அன்று சாயுங்காலம் வரை பொறுத்திருந்தோம். காற்றின் வேகம் குறைகிற மாதிரி தெரியவில்லை. நாங்கள் கரையை நோக்கிப் புறப்பட்டோம். சுற்றுவட்டாரத்தில் மற்ற படகுகள் எல்லாம் பாரச்சூட் நங்கூரம் போட்டுக் கிடந்தார்கள். காற்று அமைதியானால் மறுநாள் வலைவிடலாம் (விரிக்கலாம்) என்பது அவர்களின் கணக்கு. அவ்வளவு சாதாரணமான காற்றுதான். மாலை ஐந்து மணிக்குக் கரைநோக்கி ஓடத் தொடங்கியிருக்கிறோம். நள்ளிரவு 12 மணி இருக்கலாம் - ஸ்டியரிங்கில் இருந்த பையன் 'அண்ணா!' என்று கூப்பிட்டான். நான் எழுந்து பார்க்கிறேன் - தளத்தில் மொத்தமும் தண்ணீர்! மேலே கிடந்த எல்லாத் தளவாடங்களையும் அடித்துக்கொண்டு போய்விட்டது. எஞ்சின் ரூமில் பார்த்தால் எஞ்சின் பாதி தண்ணீரில் மூழ்கிக் கிடக்கிறது. வானம் தெரியாத அளவுக்கு அலைகள் நாலாபுறமும் மோதி உயர்ந்து படகை அங்கும் இங்கும் அலைக்கழித்துக் கொண்டிருக்கிறது. எல்லோரும் சாகப்போகிறோம் என்று உறுதியாகிவிட்டது. காற்றின் திசைக்கு நேராகப் படகைப் போட்டுக் கொண்டு கடவுளே கடவுளே என்று எல்லோரும் கதறியழைக்கிறோம். ஒரு சுழல் காற்று படகைச் சுழற்றுகிறது. சுற்றுமுற்றும் அண்ணாந்து பார்த்தால் கடல் மட்டும்தான் தெரிகிறது - ஒரு குழிக்குள் கிடப்பது

போல. எங்கள் படகில் லைஃப் ஜாக்கெட், லைஃப் பாய் எல்லாம் இருக்கத்தான் செய்கிறது. ஆனால் நாங்கள் யாரும் நிற்குமிடத்திடத்திலிருந்து ஓரடி எடுத்து வைக்க அனுமதிக்காத சுழல்காற்று அது. எங்கள் பிடிமானத்தை விட்டுவிட்டால் காற்று எங்களை அப்படியே தூக்கி வீசிவிடும். வயர்லெஸ், ஏரியல் ஆன்டெனா எல்லாம் நொறுங்கிவிட்டது. வயரிங் எல்லாம் தீப்பிடித்து எரிகிறது. பேட்டரிகள் எல்லாவற்றையும் அடித்து உடைத்துவிட்டது.

அந்த இரவு எப்படியோ விடிந்தது. ஒருவர் முகத்தை ஒருவர் பார்த்துக்கொள்கிறோம். எல்லோர் கண்களிலிருந்தும் கண்ணீர் பெருக்கெடுத்து வழிகிறது. தொலைவில் கிடக்கும் படகுகள் எல்லாம் எங்களைக் கூவி அழைக்கின்றன. பொதுவாக உதவி கேட்கும் எந்தப் படகையும் நாங்கள் கைவிடுவதில்லை. 2015இல் ஒருமுறை கன்னியாகுமரிக்குத் தெற்குப் பகுதியில் 45 கி.மீ. வேகத்தில் காற்றடித்தபோது நாங்கள் தப்பித்துக் கொள்ளக் கரைநோக்கி ஓடிவந்தோம். அப்போது எங்களுக்குப் பின்னால் வந்து கொண்டிருந்த விசைப்படகு மூழ்கும் தறுவாயில் இப்படித்தான் எங்களை உதவிக்கு அழைத்தார்கள். அதுவும் இரவு நேரம்தான். அவர்களை நோக்கித் திரும்பி ஓடி, எல்லோரையும் மீட்டோம். அந்தப் படகில் ஏறிய வெள்ளத்தை இறைத்து வெளியேற்றி, துளையை அடைத்துப் படகையும் மீட்டுக் கரை சேர்த்தோம். இரவில் அடித்த அந்தக் காற்று காலையில் போய்விட்டது. இந்தக் காற்று இரவில் தொடங்கி மறுநாள் முழுவதும் வீசிய புயல்காற்று. சுழன்று சுழன்று அடித்துக் கொண்டிருந்ததால் யாரும் யாரையும் போய் மீட்க முடியாத நிலையில் இருந்தோம். வயர்லெஸ்ஸில் ‘எங்களைக் காப்பாத்துங்க காப்பாத்துங்க!” என்கிற அலறல் எல்லாப் படகுகளிலிருந்தும் வந்து கொண்டிருந்தது. எங்களால் அழ மட்டும்தான் முடிந்தது. ‘எவ்வளவு ஸ்பீடு தள்ளி வைத்து எப்படியாவது அவர்களைக் காப்பாற்றி விடவேண்டும்’ என்றொரு ஆவேசம் வரத்தான் செய்தது. ஆனால் புயல் எங்களை எங்கும் அசையவிடாமல் ஆணியடித்ததுபோல் நின்ற இடத்திலேயே நிறுத்தி இருந்தது. உடன் வந்த எல்லாப் படகுகளும் மூழ்கிக் கொண்டிருக்கின்றன, எல்லாரும் சாகப்போகிறார்கள் என்கிற தாங்க முடியாத வேதனை

எங்களை அலைக்கழித்தது. கையாலாகாத நிலையில் நாங்கள் இருந்தோம். எங்கள் படகு மிஞ்சியதே அதிசயம்தான். புயல் ஒருமுறை எங்கள் படகைச் சுழற்றி மேலே தூக்கிப் பட்டென்று கீழே போட்டது. பழைய படகாக இருந்திருந்தால் சுக்குநூறாகிப் போயிருக்கும்."

பேராபத்தான அந்தச் சூழலில் ஃபாரடே என்ன எதிர்பார்த்தார்?

"எத்தனையோ கப்பல்கள் ஓடிக்கொண்டிருக்கின்றன- சரக்குக் கப்பல் உட்பட. இந்தக் கப்பல்கள் எங்களுக்கு முன்னதாகவே செய்தி தந்திருக்க முடியும். 'இந்த இடத்தில் புயலடிக்கும், பாதுகாப்பாகக் கரை சேர்ந்துவிடுங்கள்' என்று செய்தி தந்திருந்தால் இந்த நிலைமை ஏற்பட்டிருக்காது. நேவி, கோஸ்ட் கார்டு கப்பல்களும் எங்களை வதைப்பார்களே ஒழிய இப்படிப்பட்ட சந்தர்ப்பங்களில்கூட எங்கள் பாதுகாப்புக்கு வரவில்லை. ஒரு தகவல் கருவியை எங்கள் படகில் பொருத்தச் சொல்லித் தந்திருக்கிறார்கள். அபயம் கேட்கும் கருவி. நாங்கள் எத்தனை முறையோ அழுத்திவிட்டோம். நேவி வரவில்லை. படகுகளிலிருந்த ஆயிரத்துக்கு மேற்பட்ட மீனவர்களின் கதறல் நேவியின் செவியில் விழவில்லை."

ஆனால் இந்தியக் கடற்படைதான் ஏராளம் மீனவர்களைக் காப்பாற்றிக் கரைசேர்த்ததாக அறிக்கை வெளியிட்டதே?

"ஏராளம் மீனவர்கள் உயிர்தப்பிக் கரை சேர்ந்தார்கள் என்பது உண்மை. ஆனால் அது இயல்பாக நடந்தது. நேவி அதிகபட்சமாக 50 பேரைக் காப்பாற்றியிருக்கலாம். அதுவும்கூட கொச்சி சதண் கமாண்டின் கப்பல்கள்தான். நாங்கள் தப்பித்து இலட்சத்தீவில் கல்பேனியில் கரை பிடித்திருந்தோம். மூழ்கிப்போன ஒரு படகிலிருந்து தப்பித்த 11 பேரும் நீந்திக் கரை சேர்ந்தனர். இரண்டு பேரைக் காணவில்லை, ஒருவர் இறந்துவிட்டார். கரை சேர்ந்தவர்கள் இறந்தவரின் சடலத்தைக் கரைக்குக் கொண்டு வந்தார்கள். புயலடித்த மூன்றாவது நாளில் அவர்களாகக் கரை சேர்ந்தார்கள். இலட்சத்தீவிலும் கவரெட்டி, அந்த்ரோக்கில் நேவி பிரிவுகள் உண்டு. அவர்கள் நினைத்திருந்தால் ஏராளம் மீனவர்களை மீட்டுவந்திருக்க முடியும். புயல் ஓய்ந்த பிறகு

அதற்கு நிறைய வாய்ப்பிருந்தது. வேதனையோடு சொல்கிறேன் - எங்களைத் துன்புறுத்துவதற்கு வருகிற நேவி, காப்பாற்ற வரவில்லை.”

ஷாலோம் (தூத்தூர், 34) இயந்திரப்படகு மீனவர். நவம்பர் 30 அன்று ஒக்கிப்புயலில் மாட்டிக்கொண்டு வாழ்வா சாவா போராட்டத்துக்குப் பிறகு அதிர்ஷ்டவசமாகக் கரைசேர்ந்தவர். ஓர் இயந்திரப் படகில் தகவல் தொடர்புக்கு, பாதுகாப்புக்கு என்னென்ன ஏற்பாடுகள் இருக்கின்றன? புயலில் ஒரு கண்ணாடியிழைப் படகு கவிழ்ந்துவிட்டால் என்ன நேர்கிறது? புயலில் தான் நிகழ்த்திய உயிர்ப் போராட்டத்தின் அவலம் மிகுந்த தருணங்களை வேதனையுடன் பகிர்ந்து கொள்கிறார் ஷாலோம்:

“நவம்பர் 29ஆம் தியதி தேங்காய்ப்பட்டணம் துறைமுகத் திலிருந்து நாங்கள் இயந்திரப் படகில் கடலுக்குப் போனோம். வழக்கமாக சின்னமீன்களைப் பிடித்துத்தான் தூண்டிலில் இரையாகப் பயன்படுத்துவோம். இங்கிருந்து கிளம்பினால் தூண்டில் நீட்டி மீன்பிடித்து, மறுநாள்தான் கரைக்கு வருவோம். கிளம்பும்போது புயல் பற்றி எங்களுக்கு எதுவும் தெரியாது. 30ஆம் தியதி விடியலில் ஐந்து மணிக்கெல்லாம் தூண்டில் நீட்டி முடிந்திருந்தோம். வெளுக்கத் தொடங்கியபோது, மேகங்களில் மாற்றம் தெரிந்தது. அபாயம் வரப்போகிறது என்று உணர்ந்தபோது தூண்டில் போடவேண்டாம் என்று தீர்மானித்துக் கரைநோக்கிப் புறப்பட்டோம். எனக்கு 20 வருடக் கடல் அனுபவமுண்டு. உடன் வந்தவர்கள் மூன்றுபேரும் 35, 40 வருடக் கடல் அனுபவம் கொண்ட பெரியவர்கள். இரண்டரை மணிநேரம் கரைநோக்கி ஓடியும் எட்டு கடல்மைல்தான் கடக்க முடிந்தது. சாதாரணமாக இவ்வளவு நேரத்தில் 25 கடல்மைல் ஓடிக் கரை பிடித்துவிடலாம். புயல் கரையிலிருந்து உட்கடல் நோக்கி வீசிக்கொண்டிருந்தது. எங்களை முன்னேற விடவில்லை. புயல்காற்று எழுப்பிய அலைகள் உயர்ந்து சட்டென்று வள்ளத்தைக் கவிழ்த்துவிட்டது. எங்கு பார்த்தாலும் உயரமான அலைகளின் இரைச்சல். உடுத்தியிருந்த துணிகளை அவிழ்த்து, வள்ளத்திலிருக்கும் இடைவெளிகளில் கட்டி, அதைப் பற்றிப் பிடித்தவாறு கிடந்தோம். என்னோடு 20 வருடங்களாகத் தொழில் செய்துவரும் என் பெரியப்பா -

எனக்குத் தொழில் சொல்லிக் கொடுத்த ஆசான் - அன்று மாலைக் கருக்கலில் என் கண் முன்னால் மூழ்கி இறந்து போனார். அந்த நேரத்துக்கெல்லாம் அலைகளின் அலைக்கழிப்பைத் தாங்காமல் படகும் மூழ்கிப் போனது. மீதமிருக்கும் நாங்கள் மூன்றுபேரும் - நானும் இரண்டு சித்தப்பாக்களும் - இரவு முழுவதும் நீந்திக் கிடந்தோம். மறுநாள் விடிந்து வெளிச்சம் தெரிந்தபோது சூரியன் உதித்த திசையைக் கவனித்துக் கரைநோக்கி நீந்தத் தொடங்கினோம். எங்கள் உடலில் பொட்டுத்துணி இல்லை. அலைகளின் வீரியம் மிகுந்த தாக்குதலால் எங்கள் கண்களைத் திறந்து பார்க்க முடியவில்லை. எப்போதாவது ஒருமுறை திறந்து மூடினோம். நீந்திக் கொண்டிருக்கும்போது - பகல் 12 மணி இருக்கலாம் - என் சித்தப்பாவின் 'என்னால முடியல்ல' என்கிற சோர்வான குரல் கேட்டது. ஆவேசத்தோடு நாங்கள் இருவரும் திரும்பிப் பார்த்தோம். அவரைக் காணவில்லை. மனம் ஆகத் தளர்ந்துபோனது. கொஞ்சம் நேரம் கடந்திருக்கும், நான் இளைய சித்தப்பாவிடம் சொன்னேன், 'சித்தப்பா, எனக்கும் முடியவில்லை'. அவர் சொன்னார், 'ஷாலோம், கரை சேர்வதென்றால் நாம் இரண்டுபேரும் சேர்ந்தே போவோம். உனக்கு இரண்டு சின்னப் பிள்ளைகள். நீ இல்லையென்றால் யாரும் உன் பிள்ளைகளைக் கவனிக்க மாட்டார்கள். நான் பிழைத்திருப்பதாக இருந்தால் நீயும் என்னோடு வந்தாக வேண்டும்' என்றார். சித்தப்பா குரலில் அவ்வளவு உறுதி. தனது இரண்டு சகோதரர்களைக் கடலில் பறிகொடுத்த அவரது மனவுறுதிதான் உயிர் பிழைத்திருக்கும் துணிச்சலைத் தந்தது. எங்களால் தொடர்ந்து நீந்த முடியாமல் தத்தளித்துக் கொண்டே கிடந்தோம். கடவுளை நோக்கிப் புலம்பினோம். அதுதான் எங்கள் கடைசி நம்பிக்கை.

ஒரு கப்பல் தொலைவில் தெரிகிறது. அது எங்களை நோக்கி வருவதும் தெரிகிறது. கொஞ்ச நேரத்தில் எங்களை நெருங்கியது. உற்சாகம் கொப்பளிக்க, மிச்சமிருந்த சக்தியைத் திரட்டிக் கப்பலை நோக்கி நீந்தினோம். உயிர்காப்பு வளையங்களைக் கயிற்றில் இறக்கி எங்களைக் கப்பலில் ஏற்றினார்கள். சற்று நேரத்தில் ஹெலிகாப்டர் வந்தது. திருவனந்தபுரத்துக்கு நேராக நாங்கள்

கிடந்திருக்க வேண்டும். இரவில் தெரிந்த ஒளிவீச்சு அந்த ஏர்போர்ட் விளக்குதான் என்று முந்திய இரவில் சித்தப்பா சொன்னது சரிதான்.''

ஷாலோமின் படகில் உயிர்ப் பாதுகாப்பு, தகவல் தொடர்புக்கு ஏதாவது ஏற்பாடுகள் இருந்தனவா? இல்லை என்று தலையசைக்கிறார் அவர். மீனவர்கள் அரசிடம் வைக்கும் கோரிக்கை என்ன?

"எப்போதும் புயல் வருது, புயல் வருது என்று சொல்லிக் கொண்டிருக்கக் கூடாது. இரண்டு நாட்களுக்க முன்பாகவாவது சரியான எச்சரிக்கை தரவேண்டும். புயல் எங்கே, எப்போது வீசும், அது எந்தத் திசையில் நகர்ந்துபோகும் என்று எச்சரிக்கை தந்தால்தான் எங்களைக் காப்பாற்றிக் கொள்ள முடியும். இந்த தகவல்களை நாங்கள் பெறுவதற்கு பொருத்தமான தகவல் தொடர்புக் கருவிகளையும் அரசாங்கம் ஏற்பாடு செய்து தரவேண்டும்.''

ஜான் பிரிட்டோ (43, சின்னத்துறை) ஓர் அமெரிக்கத் தகவல் தொழில்நுட்ப நிறுவனத்தின் சென்னைப் பிரிவின் பொறுப்பாளராகப் பணிபுரிகிறார். கப்பல்களின் இருப்பிடம் சுட்டுதல் - பின்தொடர்தல் (Geo - Positioning, Geo - tracking) சார்ந்த மென்பொருள் உருவாக்கத்தில் புலமையாளர். அடிப்படையான தகவல் தொடர்பு வசதிகளின் பற்றாக்குறையால் ஆழ்கடல் விசைப்படகுகளுடன் 240 பேர் கடலில் மாண்டுபோன ஒக்கிப் பேரிடர் நிகழ்வு ஜான் பிரிட்டோவைப் போன்ற வேணாட்டுக் கடற்கரை இளைஞர்களை மிகவும் பாதித்திருக்கிறது. ஒக்கி மீட்பு - நிவாரணக் கட்டங்களில் சென்னைப் போராட்டங்களில் இணைந்து செயல்பட்டதற்கு அப்பால், ஆழ்கடலில் மீனவர்களின் பாதுகாப்புக்கான தொழில்நுட்ப வசதிகளைச் சாத்தியமாக்குவதில் முனைப்பாக இயங்குகிறார் இவர். சின்னத்துறையில் விசைமீன்பிடி படகுகளுக்காக ஒரு தகவல் கட்டுப்பாட்டு மையத்தை இவர்களது குழு உருவாக்கியுள்ளது.

"நமது மீனவர்கள் ஆழ்கடலில் வேலை செய்கிறார்கள். நினைத்தவுடன் ஓடிச்சென்று அவர்களுக்கு நாம் உதவி செய்துவிட முடியாது. ஒக்கியில் இவ்வளவு கடல் மரணங்களுக்குக் காரணம்

தகவல் தொடர்புச் சிக்கல். கடலில் யார் எங்கே இருக்கிறார் என்கிற குறைந்தபட்சத் தகவல்கூட நம்மிடம் இல்லை. அந்தத் தகவல் நம்மிடம் இருந்தாலும்கூட, பேரிடர் வருவதை முன்கூட்டி அவர்களுக்குச் சொல்வதற்கான தொழில்நுட்ப வசதி இல்லை. இந்த இரண்டு சிக்கல்களுக்கும் மீனவர்கள் தீர்வு பெற்றே ஆகவேண்டும். அவர்களிடம் விஎச் எஃப் கருவி உண்டு. அதிகபட்சம் 20 கடல்மைல் தொலைவுக்குத்தான் அதிலிருந்து தொடர்புகொள்ள முடியும். வேணாட்டுக் கடற்கரையின் எட்டு கிராமங்களைச் சார்ந்த, சென்னையில் வேலைபார்க்கும் இளைஞர்கள் கூடி இது பற்றி விவாதித்தோம். 'நாமெல்லாம் பெரியபெரிய கம்பெனிகளில் வேலை பார்க்கிறோம். நல்ல சம்பளம், வசதியான வாழ்க்கை. நம்முடைய மக்கள் அங்கே உதவ ஆளில்லாமல் கடலில் துடிதுடித்துச் செத்துக் கொண்டிருக்கிறார்கள். 240 பேர் செத்துப்போனார்கள். இந்த நிலைமைக்குத் தீர்வு வேண்டும் என்றால், அரசுக்கு நாம் சரியான தரவுகளைக் கொடுக்கவேண்டும்' என்று யோசித்தோம். முதல் படியாக சின்னத்துறை, நீரோடி கிராமங்களிலுள்ள மீனவர்கள் கடலுக்குள் போகும்போது அவர்கள் மீன்பிடிக்கச் செல்லும் உத்தேச இடங்களின் அட்ச - தீர்க்கப் புள்ளி விவரங்களைச் சேகரித்துக் கொள்கிறோம். ஒரு கமாண்ட் சென்டரை (தகவல் கட்டுப்பட்டு மையம்) உருவாக்கி, ஒருவரை இதற்கெனப் பணியமர்த்தியிருக்கிறோம். படகுகள் காணாமலாவது, கடல் விபத்து போன்ற சூழல்களில் அரசு துறைகளுக்குத் துல்லியமான தகவல் கொடுக்க இது ஓர் அடிப்படையான ஏற்பாடு."

தொலைத் தகவல் தொடர்புத் தேவைக்கு விஎச்எஃப் கருவி தகுதியற்றது. ஆழ்கடலுக்குப் போகும் மீனவர்கள் கரையோடு தொடர்புகொள்ள படகில் சரியான தொழில்நுட்பக் கருவிகள் தேவையாயிற்றே?

"சாட்டிலைட் மொபைல் ஃபோன் இதற்குச் சரியான தீர்வு. பிஎஸ்என்எல் இந்த வசதியை வழங்குகிறது. குறைந்த பட்சம் கன்னியாகுமரி மீனவர்களுக்காவது சாட்டிலைட் மொபைல் ஃபோன் வசதியை அரசு அனுமதிக்க வேண்டும் என்று பல்வேறு முகமைகள் வழியாக அரசுக்குச் சொன்னோம். இது தவிர, எச்எஃப் என்கிற கருவி மூலம் 400 கடல்மைல்

தொலைவுக்கு எட்டமுடியும். இதற்காகவும் நாங்கள் அரசிடம் பேசினோம். கன்னியாகுமரி மீனவர் சமுதாயத்தைச் சார்ந்த மீன்வளத்துறை துணை இயக்குநர் ஆன்றனி சேவியர் இந்தக் கோரிக்கைகளைப் பரிவோடு அணுகுகிறார். மார்ச் 2018இல் அரசு துறை அளவிலான கூட்டத்தில் நானும் சஜு பெரைராவும் கலந்துகொண்டோம். அரசு சோதனை அளவில் இதற்கான ஒரு திட்டத்தை முன்வைத்துள்ளது. முதல் கட்டமாக 80 படகுகளுக்கு சாட்டிலைட் மொபைல், 80 படகுகளுக்கு எச்எஃப் கருவி, எல்லாப் படகுகளுக்கும் விஎச்எஃப் தொடர்புக் கருவிகளை வழங்கி அவற்றை இணைத்து ஒரு தகவல் வலைப்பின்னலை உருவாக்கி இயக்க அரசு திட்டமிட்டுள்ளது."

கேரளா ஐஎஸ்ஆர்ஓ (ISRO) உடன் புரிந்துணர்வு ஒப்பந்தம் போட்டு 500 அபாய எச்சரிக்கைக் கருவிகளை (Distress Alert System) வழங்கத் திட்டமிட்டுள்ளது. தமிழக விசைப்படகுகளுக்கு இந்தக் கருவி வழங்கும் யோசனை மாநில அரசுக்கு இருக்கிறதா?

"ஐஎஸ்ஆர்ஓ இங்குள்ள 20 விசைப்படகுகளுக்கு இந்தக் கருவியை வழங்கியிருப்பதாகக் கேள்விப்பட்டேன். நாங்கள் மீனவர் பாதுகாப்புக்கான எல்லாத் தகவல் தொடர்பு வாய்ப்புகளையும் ஆராய்கிறோம். கப்பல்களில் பயன்படுத்தும் GMDSS (Global Maritime Distress Signalling System) கருவியை மீன்பிடி விசைப்படகுகளில் பொருத்தச் சாத்தியம் உண்டா என்றும் முயன்று கொண்டிருக்கிறோம். அதற்குக் கடுமையான சான்றளிப்பு முறைமைகள் நடைமுறையில் உள்ளன. ஆழ்கடல் மீனவர்களின் பாதுகாப்புக்காக கப்பல் போக்குவரத்துத் துறை சில விதிமுறைகளைத் தளர்த்திக்கொள்ளுமாறு கேட்டிருக்கிறோம். அதற்கான முயற்சிகளும் தொடர்கின்றன.

ஆனால் இவையெல்லாவற்றுக்கும் மேலாக மீனவர்கள் தரப்பில் உயிர்ப் பாதுகாப்பு குறித்த அக்கறை உருவாக வேண்டும். பாதுகாப்பு விதிகளைத் தெரிந்துகொள்வதும் கடைபிடிப்பதும் முக்கியமானது. அலட்சியத்துக்கு நாம் 200க்கு மேற்பட்ட உயிர்களை விலையாகக் கொடுத்திருக்கிறோம். கடல் பாதுகாப்பு ஒரு டிசிப்ளினாக உருவாக வேண்டும். அதற்காக மீனவர்கள் ஒருங்கிணைய வேண்டும்."

வேணாட்டு ஆழ்கடல் மீனவர்கள் மீன்பிடி தொழிலின் வளர்ச்சிப் போக்குகளுக்கு இசைவாக நகர்ந்துகொண்டிருக்கிறார்கள். மிகக் குறைந்த தகவல் தொடர்பு, பாதுகாப்பு வசதிகளுடன் அவர்கள் தொலைகடல்களுக்குப் பயணிப்பது ஏறத்தாழ சாகச அனுபவம்தான். அத்தனை அபாயங்களையும் கடந்து மதிப்புமிக்க அறுவடையை இங்கு கரை சேர்க்கிறார்கள். இந்தியர்களுக்கு மலிவான மீன்புரதமும், பொருளாதார வளர்ச்சியும், அந்நியச் செலாவணியும் பங்களிப்புச் செய்யும் இந்தப் பாரம்பரிய மீனவர்களுக்கு அரசுத்தரப்பில் என்ன வேண்டும்? தூத்தூர் விசைப் படகு மீனவர் பயஸ் (37) சொல்கிறார்:

"எங்கள் தாத்தா காலத்தில் கரைமடி, சிறு கட்டுமரம் இருந்தது; அப்பா காலத்தில் வள்ளம் வாங்கினார்; மச்சான் போட்டு வாங்கினார். பிறகு நானும் ஒரு போட்டு வாங்கினேன். சொந்தக் காசில் வாங்கவில்லை, மச்சான் மாமன்களிடம் கடன் புரட்டி வாங்கியதுதான். அந்தக் கடன்களைத் தீர்த்து, இன்னொரு புது போட்டு வாங்கினேன். இப்போது புதிய போட் எடுத்த கடன் மட்டும்தான் இருக்கிறது. ஆழ்கடலில் மீன் இருக்கிறது. அதைப் பிடித்துவர வாய்ப்புத் தந்தால் நான் ஒரு கப்பல் வாங்குவேன். அதில் நீங்கள் சொல்கிற எல்லாப் பாதுகாப்பு முஸ்தீபுகளுடன் மீன்பிடிக்கப் போவேன். எப்படி நிறைய மீன் பிடிக்க வேண்டும் என்பது எனக்குத் தெரியும். என் திறமையைப் பயன்படுத்திக்கொள்ள அரசுக்குத் தெரிய வேண்டும். இன்று பத்து மீன் கொண்டு வருகிறேன், நாளை 100 மீன் கொண்டு வருவேன். அதனால் இந்த நாட்டுக்குத்தானே இலாபம்? ஒரு திறமையான அரசாங்கம் எங்களைப் பாதுகாப்பாகக் கடலுக்குள் போய் மீன்பிடிக்க வசதி செய்து தரவேண்டும், போகாதே, புயல்வரும் என்று சும்மா மிரட்டிக் கொண்டிருக்கக் கூடாது. ஏனென்றால் கடலை விட்டால் எங்களுக்கு வேறு கதியில்லை."

ஆழ்கடல் சாகச மீன்பிடி முறையில் கைதேர்ந்த வேணாட்டு மீனவர்கள் புதிய தெம்போடு, முழுப் பாதுகாப்போடு மீண்டும் கடலுக்குள் போகவேண்டும், அதற்கு அரசும் உதவவேண்டும். ∎

ஓக்கி, ஊடகம், அரசு

டி. அருள் எழிலனுடன் உரையாடல்

அருள் எழிலன்: மனித குலத்தை கவலைக்குள்ளாக்கும் மூன்று நான்கு வகையான பேரிடர்களை உலக அளவில் பட்டியலிடுகிறார்கள். அதில் ஒன்று, பெருங்கூட்டமான மனிதர்கள் மண்ணுக்குள் புதைந்துபோவது (நிலச்சரிவு, பனிமலைப் பேரிடர்கள்); இன்னொன்று, பெருவெள்ளப் பேரிடர் - மழைவெள்ளத்தில் மனிதர்கள் கூட்டங்கூட்டமாக அடித்துச் செல்லப்படுவது. அது போலவே கடலோரங்களை ஒட்டி நிகழும் புயல், வெள்ளப் பேரிடர்களையும் குறிப்பிடுகிறார்கள்.

சென்னையில் ஏதோவொரு வேலையில் மூழ்கியிருக்கும்போது முகநூலில் ஒரு காணொளி வந்தது. என் கிராமத்து இளைஞர்கள் புயலின் காணொளித் துணுக்கு ஒன்றைப் பதிவிட்டிருந்தார்கள். ஓட்டிப் பார்த்தால் அதில் என் வீடு அழகாகத் தெரிகிறது. மகிழ்ச்சியோடு அதை என் முகநூல் பக்கத்தில் பகிரவும் செய்தேன் - 'மஞ்சள் நிறத்தில் தெரிவதுதான் என்வீடு' என்கிற குறிப்போடு. 'உங்கள் வீடு அழகாக இருக்கிறது' என்று நிறையப்பேர் கருத்திட்டிருந்தார்கள். நெடுநேரத்துக்குப் பிறகு

சட்டென்று எனக்குள் பொறி தட்டியது - வீசுவது புயலல்லவா? கரையில் இப்படியென்றால் கடலுக்குள் எவ்வளவு கடுமையாக இருந்திருக்கும்! உடனே தொலைக்காட்சியை உயிர்ப்பித்துப் பார்க்கிறேன். புயல் பற்றிய செய்தி எதுவுமில்லை. முற்பகல் 11.00 மணிக்குச் செய்திகள் பல சானல்களிலும் சொல்லத் தொடங்கியிருந்தன. கன்னியாகுமரி மாவட்டத்தில் இரப்பர், தென்னை, வாழை மரங்கள் சாய்ந்தன, இயல்பு வாழ்க்கை பாதிக்கப்பட்டுள்ளது, குமரி மாவட்டம் துண்டிக்கப்பட்டுள்ளது என்று ஒரு தொலைக்காட்சி குறிப்பிட்டது. நவம்பர் 30 மதியம் சென்னை மண்டல வானிலை ஆய்வு மைய அதிகாரி, 'குமரி மாவட்டத்தில் ஒக்கிப்புயல் வீசியுள்ளது' என்று அறிவித்தார். புயல் வீசி ஓய்ந்த பிறகுதான் அந்தச் செய்தி வந்தது. நான் மிகுந்த அதிர்ச்சிக்கு உள்ளானேன். ஒரு பேரிடர் நிகழ்ந்திருக்கிறது என்று உணர்ந்தேன். எனக்கு நினைவு தெரிந்த நாளிலிருந்து குமரி மாவட்டத்தில் ஒரு புயலைப் பார்த்ததில்லை. ஊரில் இப்படி ஒரு புயல் வீசியிருந்தால் கடலுக்குள் மிகுந்த பாதிப்பு ஏற்பட்டிருக்கும் என்கிற எண்ணம் ஏற்படவே, தொலைக்காட்சிச் சானல்களில் தாவினேன். ஏறத்தாழ எல்லா சானல்களும் அந்த விசயத்திற்குள் இறங்கிவிட்டிருந்தன.

வறீதையா கான்ஸ்தந்தின்: தொடக்கத்தில் காட்சி ஊடகங்கள் களத்துக்குப் போகவே இல்லை. 900 பேர் ஆழ்கடலில் பரிதவித்துக் கொண்டிருந்த வேளையில் '90 பேர் கடலில் காணாமல் போயுள்ளனர்' என்று தமிழக அரசு கொடுத்த அறிக்கைகளையே காட்சி ஊடகம் சொல்லிக் கொண்டிருந்தது.

எழிலன்: ஒரு தொலைக்காட்சியின் நேரலையில் செய்தியாளர், 'ஏராளமான மீனவர்கள் இன்னும் கரைதிரும்பவில்லை என்று சொல்கிறார்களே?' என்று கேட்கும் போது ஓர் ஓய்வு பெற்ற ஐஏஎஸ் அதிகாரி, 'மீனவர்கள் அவர்களைப் பார்த்துக்கொள்வார்கள், இங்கே உள்ள பிரச்சினைகளை முதலில் கவனியுங்கள்! வீட்டுக்கு முன்னால் ஒரு மரம் சாய்ந்து கிடக்கிறது. அதை அறுத்துப் போட 4000 ரூபாய் கேட்கிறான்!' என்கிறார். அவர் மரியாதைக்குரிய மனிதர்தான். இதைப் பார்க்க

நேர்ந்தபோது கோபமும் ஆத்திரமும் ஏற்பட்டது. கடலில் ஏதோ விபரீதங்கள் நிகழ்ந்து கொண்டிருப்பதாய் உணர்ந்தேன். அந்தத் தொலைக்காட்சியில் வேலை பார்க்கும் என் நண்பர் ஒருவரைத் தொலைபேசியில் அழைத்தேன். ‘உங்கள் காமிராக்களைக் கொஞ்சம் கடற்கரைப் பக்கம் திருப்புங்கள்; நீங்கள் வேறு எதையோ பேசிக் கொண்டிருக்கிறீர்கள். அங்கே மிகப்பெரும் மானிட அவலம் நேர்ந்து கொண்டிருப்பதாய்த் தோன்றுகிறது’ என்றேன். அழைப்பைத் துண்டிக்காமல் அவர் நியூஸ் ரூமை நோக்கிக் கத்தினார் - ‘உங்கள் காமிராக்களைக் கடற்கரை நோக்கித் திருப்பவேண்டுமாம், அருள் எழிலன் கால் பண்றார்’ என்று. என் கோபத்தை அவர் குரல் பிரதிபலித்தது. அழைப்பை நான் துண்டித்துக் கொண்டேன். அரைமணி நேரத்துக்குப் பிறகு அங்கிருந்து செய்தியாளர்கள் என்னை அழைத்தார்கள். ‘எனக்கு எதுவும் தெரியாது. நீங்கள்தான் களத்துக்குப் போய் செய்தி சேகரிக்க வேண்டும். நீங்கள் தயார் என்றால் நான் உதவுகிறேன்; கடற்கரையில் மிகப்பெரிய பேரிடர் நிகழ்ந்திருக்கிறது’ என்றேன். இன்னொரு அரைமணி நேரத்தில் ஏராளம் செய்தி யூனிட்டுகளைக் கடற்கரைக்கு அனுப்பிவிட்டார்கள். தொடர்ந்து எல்லாத் தொலைக்காட்சிகளும் கடற்கரைக்குப் போய்ப் பதிவுகளை நேரலையில் ஒளிபரப்பின. தொலைக்காட்சி ஊடகங்கள் மட்டும் வேலை செய்திருக்கவில்லை என்றால் ஒக்கிப் பேரிடர் அவலங்களை ஒட்டுமொத்தமாக மூடி மறைத்திருப்பார்கள். எனக்கு இதற்கு முன் ஓரிரு அனுபவங்கள் ஏற்பட்டிருக்கின்றன.

தமிழகத்தின் தலைநகர் சென்னையில் வர்தா புயலின் பாதிப்பு அதிகமாக இருந்தது. நானும் அதில் நேரடியாக மிகவும் பாதிப்புக்கு உள்ளாகியிருந்தேன். உயிரிழப்புகள் அந்தப் புயலில் பெரிதாய் இல்லை - நான்கைந்துபேர் இறந்திருக்கலாம். ஆனால் பாதிப்புகள் நிறைய. அரசு ஒரு காசுகூட நிவாரணம் அளிக்கவில்லை. 2015 சென்னை வெள்ளத்தில் நூற்றுக்கணக்கான மக்கள் அடித்துச் செல்லப்பட்டார்கள். நாலாயிரம் ரூபாயை மட்டும் அரசு நிவாரணமாய்க் கொடுத்தது. வலுவான வாக்கு வங்கியை வைத்திருக்கும் அந்த மக்களுக்கே பேரிடர் நிவாரணம் தராத அரசு, எல்லைப் பகுதியில் வாழுகிற, அரசியல் வலுவற்ற

மீனவர்களை எப்படி நடத்தும் என்பது பெரும் கேள்வியாய் இருந்தது. நல்ல வேளையாக, ஊடகங்கள் ஒக்கிப் பேரிடர்ச் சூழலைக் கடற்கரையில் கையாண்ட விதம் அரசை இறங்கிவர வைத்தது.

மீனவ மக்களின் பிரதிவினைகளும் ஊடகத்தில் அவர்கள் பேசிய விதமும் ஊடகங்களை மலைப்புக்கு உள்ளாக்கியது. என் ஊடக நண்பர்கள் அதிர்ச்சியுடன் சொன்னார்கள் - 'மீனவர்கள் இப்படியெல்லாம் பேசுவார்களா! இப்படியும் ஊர்கள் இருக்கிறதா? தெளிவாக, துணிச்சலாகப் பேசுகிறார்கள்!' நான் சொன்னேன், 'இதுவல்ல, இதற்கு மேல் பலமடங்கு பேசுவார்கள். கன்னியாகுமரிக் கடற்கரை முழுவதும் இப்படித்தான் இருப்பார்கள்'. கன்னியாகுமரிக் கடற்கரையில் ஏழைகளே இல்லை என்பதல்ல, இங்குள்ள மக்கள் ஓரளவு நன்றாக வாழ்ந்து பழகியவர்கள். கல்வியில் வளர்ச்சி அடைந்தவர்கள். ஊடகப் பதிவுக்கு இங்கே வந்திருந்த எல்லா நண்பர்களும் இங்கு மீண்டும் வருவதில் ஆர்வம் காட்டுகிறார்கள். ஊடகவியலாளர்கள் அறிந்துகொள்ளாத, புரிந்துகொள்ளாத ஓர் உலகம் இங்கு தனித்து இயங்கிக் கொண்டிருக்கிறது என்பதை ஒக்கியை ஒட்டி அவர்கள் புரிந்து கொண்டனர்.

சுனாமி நாகை, கடலூர், கன்னியாகுமரி உட்பட தமிழகக் கடற்கரையைக் குலைத்துப் போட்ட அவலம். அதைவிடக் கொடுமை, எல்லோரும் அதை வேடிக்கை பார்த்தார்கள், ஒக்கிப் பேரிடரின்போது அதை நாம் அனுமதிக்கவில்லை. எப்படி அந்த ஆச்சரியம் நிகழ்ந்தது என்று தெரியவில்லை. மீனவ சமூகத்தைச் சேர்ந்த பத்திரிக்கையாளர்கள் காட்சி ஊடகவியலாளர்கள், உங்களைப் போன்ற செயல்பாட்டாளர்கள் - நாம் எல்லோருமே அவரவர் அளவில் கவனமாகவும் சிறப்பாகவும் செயலாற்றினோம். எல்லோரும் வேலை செய்தோம். இதை ஒரு தனிமனித சாதனை என்று சொல்ல வரவில்லை. கடலில் போன உயிர்கள் போனவைதான். ஆனால் நமது உழைப்பு எல்லாம் அரசின் மீதான அழுத்தமாக மாறியது. ஒக்கிப் பேரிடர்ச் சூழலில்

மீனவர்கள் போராடித் தோற்றுப் போனார்கள் என்று சொல்லிவிட முடியாது. சுனாமிச் சூழலோடு ஒப்பிடும்போது ஒக்கிச் சூழலில் மீனவர்களின் சுயமரியாதை அதிகமாக வெளிப்பட்டது. பிற சமூகங்கள் நம்மைப் பற்றித் தெரிந்துகொள்வதற்கு அதிகமான வாய்ப்புகளை உருவாக்க முடிந்தது.

மீனவர் பிரச்சினைகள் அச்சு ஊடகங்களின் கவனத்தை என்றுமே பெறுவதில்லை. ஒக்கியிலும் அதுதான் நிகழ்ந்தது. இராமேசுவரம் எப்போதுமே பதட்டத்துக்குரிய பகுதியாக செய்திகளில் அடிபடும். அதற்கு ஒரேயொரு நியூஸ் வேல்யூதான் - இலங்கைப் படையினரின் துப்பாக்கிச் சூடு. பொதுப்புத்தியில் மீனவர்களுக்கு ஒரேயொரு பிரச்சினைதான் - இலங்கை அரசாங்கம் அவனைச் சுடுகிறது. அச்சு ஊடகங்கள் அவ்வாறுதான் செய்திகளைக் கட்டமைத்து வந்தன: 'நமது கடல் எல்லைக்குள் வந்து மீனவர்களைச் சுட்டது சிங்கள இராணுவம்'; 'கச்சத்தீவருகே இலங்கைப்படை தமிழக மீனவர் மீது துப்பாக்கிச் சூடு'. தினப் பத்திரிக்கைகள் இப்படியென்றால் வார இதழ்கள் 'இது வழக்கமானதுதானே' என்று ஒதுக்கிவிடுவார்கள். எப்போதாவது ஓரிரு பக்கங்களுக்கு வருகிற அளவில் ஒரு கட்டுரையைத் தயாரித்து வைப்பார்கள். அந்த வாரம் இடமிருந்தால் போடுவார்கள். தமிழ்நாட்டில் முக்கியமான நிகழ்வுகள்தான் அந்தச் செய்தி வெளிவருவதைத் தீர்மானிக்கும்.

இன்னொரு முக்கியமான விஷயம் - இந்தச் செய்திகளை யார் எப்படிப் போடுகிறார்கள் என்பதில் மீனவர்களுக்கு ஆபத்து இருக்கிறது. ஆபத்தான வகையில் செய்திகளைத் தயாரிப்பவர்களும் இருக்கிறார்கள். அண்மைக் காலத்தில் தினசரி வாசிப்பவர்கள் கவனித்திருப்பார்கள் - 'நெடுந்தீவு அருகே மீன்பிடித்துக் கொண்டிருந்த தமிழக மீனவர்கள் கைது', 'நெடுந்தீவு அருகே தமிழக மீனவர்கள்மீது இலங்கைப்படை துப்பாக்கிச் சூடு' என்பதாக ஒரே மாதிரியான செய்திகள் தொடர்ந்து வெளியிடப் படுகின்றன. 'தமிழக மீனவர்கள் அத்துமீறுகிறார்கள், அதனால் தாக்கப்படுகிறார்கள்' என்பதான தோற்றம் பொதுப்புத்தியில் திணிக்கப்படுகின்றது.

மீனவ மக்களைக் குறித்து ஊடக ஆளுமைகளுக்கு மேலோட்டமான புரிதல்தான் இருக்கிறது. அண்மையில் தூத்தூரில் ஒரு நண்பரின் வீட்டில் தஞ்சாவூர் தோழர் ஒருவருடன் சில நாட்கள் தங்கியிருந்தேன். பிரம்மாதமான கவனிப்பு. நானோ மிக சொற்பமாக சாப்பிடுகிறவன். கிழங்கு, மீன் என்று வகைவகையாக உபசரித்ததில் தஞ்சாவூர் தோழர் அசந்துபோனார். ஒருநாள் இரவில் முற்றத்தில் உட்கார்ந்து உரையாடிக் கொண்டிருந்தபோது தோழர் அந்த நண்பரிடம் கேட்டுவிட்டார் - ‘ஏன் இப்படி ஆடம்பரமாக வாழ்கிறீர்கள்?’ என்று. ‘இதில் என்ன ஆடம்பரம் இருக்கிறது?’ நண்பர் திருப்பிக் கேட்டார். ‘இந்த வீட்டை சிம்பிளாகப் போட்டிருக்கலாமே?’ என்று தோழர் கேட்க, ‘சிம்பிளாக் கட்டுவதற்கு என்ன இருக்கிறது? நான் நாளை கடலுக்குப் போனால் திரும்பி வருவேன் என்று என்ன நிச்சயம்? வாழும் வரை எனக்குப் பிடித்த மாதிரி சந்தோஷமாய் வாழ்ந்துவிட்டுப் போகிறேன். நான் சம்பாதிக்கிறேன் - கொள்ளையடிக்கவில்லை - நான் வாழுகிறேன், அவ்வளவுதான்.’

தோழர் வியந்துபோனார். ‘எவ்வளவு தெளிவான பதில்! நான் இந்தக் கோணத்தில் யோசிக்கவேயில்லை’ என்றார். அந்த மீனவ நண்பரின் பதில் எனக்கும் நிரம்பப் பிடித்திருந்தது. அவர்களுக்குப் பிடித்த வாழ்க்கையை வாழ்ந்துகொள்ள விட்டுவிடுவதே சரியான நிலைப்பாடு. மீனவர்களைக் குறித்த அந்தப் பத்திரிக்கையாளரின் புரிதலைத் தலைகீழாய்ப் புரட்டிப்போட்ட உரையாடல் அது.

ஒக்கிப் புயல் பாதிப்பின் அவலம் தெரிந்த உடனே அந்த ஊடக நண்பர் கடற்கரைக்கு வந்து விட்டார். ராப்பகலாக அங்கேயே இருந்து அக்கறையோடு பல செய்திகளை கொடுத்துக் கொண்டிருந்தார். ஓய்வு நேரத்தில் நான் அவரைச் சந்தித்த போது பல விஷயங்களைப் பகிர்ந்து கொண்ட பின்னர் அவர் என்னிடம் கேட்டார் - “இவர்கள் பயன்படுத்தும் படகுகள் குமரி மாவட்டத்தில் பதிவு செய்யப்படவில்லை என்கிறார்களே?” என்று கேட்டார். நான் அவரிடம், “இப்போது படகுகள் ரிஜிஸ்ட்ரேஷன்தான் பிரச்சினையா? எனக்கு அது பற்றி தெரியவில்லை” என்றேன். பின்னர் விசாரித்த போதுதான் தெரிந்தது. நாம் ஒரு நான்கு சக்கர வாகனத்தை வாங்கும்போது

புதுச்சேரி பதிவில் கூட வாங்குவோம். அப்படியான ஒன்றுதான் இது. தவிர, இதில் வேறு தவறான விஷயங்கள் எதுவும் இல்லை. குஜராத்திலோ, கேரளத்திலோ எங்கு பதிவு செய்யப்பட்ட படகாக இருந்தாலும் அது தமிழக மீன்வளத்துறையின் விதிகளுக்கு உட்பட்டுத்தான் ஆழ்கடல் மீன்பிடியில் ஈடுபடுகிறது. இதை அந்த நண்பருக்கும் சொன்னேன். அதை அவர் புரிந்து கொண்டாரா எனத் தெரியவில்லை. காரணம் தன் புலனாய்வின் மூலம் அவர் அதை கண்டு பிடித்து விட்டதாக நம்பிக்கொண்டிருந்தார்.

ஒரு பாரம்பரிய மீனவன் தனது படகைக் கடந்துகூட போகமாட்டான். சிறுவயதில் விளையாட்டாக ஒரு கட்டு மரத்தைத் தாண்டிப் போனாலோ உமிழ்ந்தாலோ திட்டுவார்கள். ஒரு கட்டுமரம் மீனவருக்குக் கடவுள் மாதிரி. அதில் ஒரு கெட்ட தொழிலைச் செய்யமாட்டான். விதிவிலக்காக யாராவது செய்வார்களேயானால் சமூகம் அவர்களை ஒதுக்கி வைத்துவிடும். அந்தச் செய்தியாளர் சொல்வதில் ஒரு துளி உண்மை இருந்திருந்தால் நூற்றாண்டுகளாக இந்தச் சமூகம் நீடித்திராது, என்றோ அழிந்து போயிருக்கும்.

உள்ளூர்களில் இருந்து செய்திகளை எழுதும், அல்லது செய்திகளை வழங்கும் செய்தியாளர்களுக்கு பழக்கமில்லாத அந்நியமான நிலமும், மொழியும், மக்களும் இப்பகுதியில் உள்ளார்கள் என்பதை அவர்கள் எந்த அளவு புரிந்திருக்கிறார்கள் என்பது கேள்விக்குறிதான். எனக்கு நெசவுத் தொழில் பற்றி எதுவும் தெரியாது.

நெசவுத் தொழில் பற்றி நான் ஒரு கட்டுரை எழுத காஞ்சிபுரத்தை ஒட்டிய கிராமங்களுக்குச் சென்றால், முதலில் நெசவு தொழில் என்றால் என்ன, அது சார்ந்த அம்மக்களின் வாழ்வு எப்படி இருக்கிறது, இந்தத் தொழில் எப்படி இம்மக்களை வாழ வைக்கிறது என்கிற அடிப்படைத் தகவல்களை அம்மக்களிடமோ, அல்லது தெரிந்தவர்களிடமோ கேட்டுத் தெரிந்து கொண்டுதான் அந்தக் கட்டுரையில் கை வைப்பேன். அப்படி ஒரு அறிதல் முறை உள்ளூர் நிருபர்களிடம் வளர்த்தெடுக்கப்பட வேண்டும் என்று நினைக்கிறேன்.

வறீதையா: 'நிறுவனமயமான அலட்சியத்துக்கும்' அரசின் புறக்கணிப்புக்கும் வலுமிகுந்த எதிர்ப்பாக மீனவர்களின் ஒக்கிப் போராட்டங்கள் அமைந்திருந்தன. சுனாமி மறுகட்டுமான காலத்தில் கடற்கரைகளில் அரசுகளின் 'வளர்ச்சி'த் திட்டங்களுக்கு எதிரான போராட்டங்களிலும் இந்தத் தொனியைப் பார்க்க முடிகிறது. சுனாமிக்குப் பிறகு அந்தச் சமூகத்திலிருந்து வரும் எழுத்துகளும் இதற்கு ஒரு தூண்டுதலாக அமைந்துள்ளன. அத்துடன் எழுத்தின் / ஊடகத்தின் மீதான மீனவர்களின் பார்வை மாறிக்கொண்டிருக்கிறது.

எழிலன்: மீனவர் பற்றிய எழுத்து வலம்புரி ஜான், இராஜம் கிருஷ்ணன், நரசையா காலத்திலிருந்தே வந்துகொண்டுதான் இருக்கிறது. ஆனால் இப்போது வருகிற நெய்தல் எழுத்துகளை பழைய எழுத்துகளால் நெருங்கவே முடியாது. பின் நவீனத்துவ அரசியல் பார்வையோடு வரும் புதிய நெய்தல் எழுத்துகள். ஜோ டி குரூஸ், நீங்கள், உங்களுக்குப் பிறகு வருபவர்கள் எல்லோரும் சமரசமின்றி எழுதுகிறீர்கள். நம்மைப் பொறுத்தவரை கண்மூடித்தனமான நிலைப்பாடுகளை எடுப்பதில்லை; உள்முரண்பாடுகளையும் ஆரோக்கியமாக அணுகுகிறோம். எல்லாவற்றையும் போஸ்ட் மார்ட்டம் செய்கிறோம், கட்டு டைப்புச் செய்து பார்க்கிறோம். உள்முரண்பாடுகளை எதிர்கொள்ளும்போது, நமது நிலைப்பாடுகளை மற்றவர்கள் சாதகமாகப் பயன்படுத்திக்கொள்ள வாய்ப்பிருக்கிறதா என்பதையும் கணக்கில் கொள்ளுகிறோம். நெய்தல் எழுத்தைப் பொறுத்தவரை சுனாமிக்கும் ஒக்கிக்கும் இடைப்பட்ட காலத்தைப் பொற்காலம் என்பேன்.

வறீதையா: சுனாமியும் அதற்குப் பின்னான கடற்கரை நெருக்கடிச் சூழலும் இந்தப் பாய்ச்சலுக்கு முக்கியமான காரணமாக இருக்கலாம். பெரும் சமூக, வாழ்வாதார நெருக்கடிகளின்போது பாதிக்கப்பட்ட சமூகத்திலிருந்து பொருட்படுத்தும்படியான எழுத் துப் படைப்புகள் முளைப்பதுண்டு. சமூகத்தின் போக்குகளை அவதானித்து, வரப்போகும் பெரும் மாற்றங்களை முன்னறிவிக்கும் படைப்புகளை நிகழ்த்திய படைப்பாளிகளையும் வரலாற்றில்

பார்த்திருக்கிறோம். சோவியத் படைப்பாளி தாஸ்தாயேவ்ஸ்கியை இதற்குச் சிறந்த உதாரணமாய்ச் சொல்கிறார்கள்.

தமிழ்நாட்டில் தென்தமிழகக் கடற்கரையில் நிகழ்ந்த எழுத்துப் பாய்ச்சல் பிற கடற்கரைப் பகுதிகளைத் தொடவே இல்லை. இதன் காரணங்கள் ஆய்வுக்கு உரியவை. முத்துக்குளித்துறையிலிருந்தும் பேசாலையிலிருந்தும் (இலங்கை) கடந்த 200 ஆண்டுகளில் 97 கிறிஸ்தவக் கவிஞர்கள் தோன்றியிருக்கிறார்கள் என்றாலும் கன்னியாகுமரிக் கடற்கரை எழுத்தாளர்களின் நிகழ்கால எழுத்து மீனவர்களின் வாழ்க்கைப் பாட்டைக் காத்திரமாக அரசியல் வெளியை நோக்கிப் பேசுபவையாக உள்ளன.

கடந்த சில பதிற்றாண்டுகளில் இந்தியச் சூழலில் நிகழ்ந்த 'தலித் - எழுத்து - வாசிப்பு - எழுச்சி' யோடு சுனாமிக்குப் பிந்தைய நெய்தல் எழுத்துகளை ஒப்பிட்டுப் பார்க்க வேண்டும். குறிப்பாக, பொருட்படுத்தத் தகுந்த பெண் எழுத்து எதுவும் நெய்தல் நிலத்தில் நிகழவில்லை என்பது ஒரு பெருங்குறைபாடுதான்.

எழிலன்: தலித் இலக்கியத்தின் எழுச்சி 1990களில் அம்பேத்கர் நூற்றாண்டை ஒட்டி இந்தியா முழுக்க ஏற்பட்ட விளைவு. அம்பேத்கர் நூற்றாண்டு விழா, பாபர் மசூதி இடிப்பு, மண்டல் குழு பரிந்துரை வெளியீடு போன்ற எல்லாவற்றையும் உள்ளடக்கிய ஒரு காலகட்டம் அது. தலித்துகள் இந்திய அளவில் பெருந்திரளாக எழுச்சி பெற்ற முக்கியமான காலம். அரசியல் தளத்தில் அதன் வீச்சு தொடர்ந்தது. மாயாவதியைப் போன்ற தலைவர்கள் உருவாகிறார்கள். தலித் என்னும் சொல் பரவலாக அறிமுகமாகிறது. தலித் அரசியல் தோற்றம் கொண்டு 30 ஆண்டுகள் ஆகிவிட்டன. அதன் வீச்சை, அதனால் அவர்களுக்குக் கிடைத்த அங்கீகாரத்தை அவர்கள் இன்னும் திறனாய்வுக்கு உட்படுத்தவில்லை.

ஒரு காலத்தில் தலித் இலக்கியத்தைத் தீண்டத்தகாதவை என்று ஒதுக்கி வைத்த பத்திரிகைகள் இன்று 'தலித் சிறப்பிதழ்', 'தலித் இலக்கியம்' என்று தனித்தனிச் சிறப்பிதழ் வெளியிடுகிற அளவுக்கு தலித் எழுத்து தவிர்க்க முடியாத ஒன்றாக ஆகியிருக்கிறது.

இருப்பினும் ஒப்பீட்டளவில் மீனவர் இலக்கியமும் மீனவர் பாடல்களும் ஏற்படுத்தியிருக்கும் வீச்சு மிகப் பெரியது. தலித் இலக்கியத்தை மட்டமாகச் சொல்லவில்லை. தலித் இலக்கியம் கடந்து சென்றிருக்கும் தொலைவைப் பார்த்தால் நாம் ஆரம்ப கட்டத்தில்தான் இருக்கிறோம்.

கடல் சார்ந்த வாழ்க்கை வீழ்ச்சி அடைந்து கொண்டிருக்கிறது. கடற்கரையில் நெடுஞ்சாலைகள், நகர்மய வளர்ச்சித் திட்டங்கள் எல்லாம் நுழைந்து மீனவ மக்களை வெளியேற்றிக் கொண்டிருக்கிறன்றன. இந்த வீழ்ச்சி நிலையில், மாற்றங்களோடு தங்களைப் பொருத்திக்கொள்ள மீனவர்கள் முயலவும் செய்கிறார்கள். ஆனால் புவியியல் ரீதியாக மற்றவர்கள் அந்த வடிவமைப்புக்குள் இவர்களை ஏற்றுக்கொள்ளவில்லை. சமவெளி மனிதர்களைப் பொறுத்தவரை கடல் என்பது வெறும் எல்லை, அவ்வளவுதான். கடலோர மக்கள் நாட்டுக்கு ஈட்டித்தரும் வருவாய், உணவு உற்பத்தியில் மீனவர் பங்களிப்பின் முக்கியத்துவம் எதுவும் மையத்தில் இருப்பவர்களுக்குப் பொருட்டல்ல.

நெய்தல் நிலத்திலிருந்து இன்னும் நிறையப்பேர் எழுதவர வேண்டும். அந்த எழுத்துகள் ஒன்று திரட்டப்பட்டு தலித் எழுத்துகள் போல வலிமை பெறும்போது நெய்தல் எழுத்தும் நெய்தல் அரசியலைச் சாத்தியமாக்கும். குமரி தொடங்கி குஜராத் வரை அது நிகழவேண்டும்.

வறீதையா: நெய்தல் எழுத்துகள் கடற்கரைச் சமூகங்களின் உள்ளே என்ன தாக்கத்தை ஏற்படுத்தியிருக்கின்றன என்கிற கேள்வியும் எழத்தான் செய்கிறது. கடற்கரை நிலங்கள் ஆக்கிரமிக்கப்படுகின்றன, கடல் மீனவர்களுக்கு அந்நியப்படுகிறது. பெருந்திட்டங்கள் மீனவர்களைக் கடற்கரையிலிருந்து வெளியேற்றிக் கொண்டிருக்கின்றன. கல்பாக்கம், சேதுக்கால்வாய், கூடங்குளம், கனிம மணல் கொள்ளை, அனல்மின் நிலையங்கள், தொழில்பேட்டைகள் போன்ற திட்டங்களுடன் அரசின் புதுப்புதுச் சட்டங்களும் அறிவிக்கைகளும் இந்த நெருக்கடியைத் துரிதப்படுத்துகின்றன. ஒக்கிப் புயலின்போது உலகமே பார்த்துக்

கொண்டிருக்க, மீனவர்களின் அபயக் குரலை ஆட்சி மையங்கள் வெளிப்படையாகப் புறக்கணித்தன.

அண்டை நாடு போர் தொடுத்தால் நம் நாட்டில் ஒற்றுமை திரும்பிவிடும்; அரசு நெருக்கடி கொடுத்தால் தொழிலாளர்கள் சங்கமாகத் திரண்டு போராடத் தொடங்கிவிடுவார்கள். விவசாயிகள், வனப்பழங்குடிகள் எல்லோரும் அப்படித்தான் திரண்டு போராடுகிறார்கள். ஆனால் எதிர்காலமே சூனியமாகிப்போகும் அளவுக்கு நெய்தல் நிலத்தில் இத்தனை நெருக்கடிகள் ஏற்பட்டபோதும் தமிழ் மீனவச் சாதிகள் ஒன்றுபடும் அறிகுறிகள் தென்படவில்லை. இராமேசுவரம், எண்ணூர், துத்துக்குடி, இனயம் போராட்டங்கள் தனித்த நிகழ்வுகளாகக் குறுகிவிடுகின்றன. நெய்தல் எழுத்து இவர்களை இணைக்கவே இல்லை. வாசிப்பும் உரையாடலும் நெய்தல் நிலத்தில் இன்னும் சூடு பிடிக்கவில்லை. வரலாற்றுப் படிப்பினைகளை மீனவர்கள் எளிதில் மறந்து விடுகிறார்கள். வரலாற்று உணர்வற்ற சமூகம் அரசியல் ரீதியாகத் தோற்றுப்போகும். இந்த உண்மை கடற்கரை மக்களுக்கு உறைக்கவில்லை. எழுத்துதான் வரலாற்றை மீள எழுப்பும்.

எழிலன்: மீனவர்கள் அரசியல் ரீதியாகப் புறக்கணிக்கப்பட்ட, அரசியல் வலுவற்ற சமூகம். தனித்தனியாகப் போராடி நம் கோரிக்கைகளை வென்றெடுக்க முடியாது. குறைந்த பட்சம் பழவேற்காடு தொடங்கி நீரோடி வரையிலான மீனவர்கள் ஒன்றிணைந்து நின்றால்தான் அடுத்த ஐந்து, பத்து ஆண்டுகளில் சில உரிமைகளையாவது நாம் வென்றெடுக்க முடியும். இல்லையென்றால் இன்று இருக்கிற பிரச்சினைகள் மீனவர்களின் எதிர்காலத்தைக் கேள்விக்குறி ஆக்கிவிடும்.

என் ஊரில் புதிதாக வீடு கட்டிக்கொள்ளத் தயங்குகிறார்கள். கடற்கரையில் தங்களைக் குடியிருக்கத் தொடர்ந்து அனுமதிப்பார்களா என்கிற பயம் அவர்களின் ஆழ்மனதில் பதிந்துவிட்டது. ஆனால் எல்லோருமே போராடத் துணிந்து விட்டார்கள். அணுவுலை, கோவளம் துறைமுகம் எல்லாமே அவர்களைத் துணிச்சலான முடிவுக்குத் துரத்தி வந்துவிட்டது.

'போராடவில்லை என்றால் நமக்கு எதிர்காலம் இல்லை' என்கிற நிலைப்பாட்டுக்கு அவர்கள் வந்துவிட்டனர். சுனாமிப் பேரிடர்க்காலம் முதல் இந்த அச்சம் நெய்தல் சமூகத்தில் நுழைந்துவிட்டது. எழுத்தின் மூலமாகவும் அரசியல் மூலமாகவும்தான் இதற்குத் தீர்வு கிடைக்க முடியும்.

தங்களுக்குத் தலைமை இல்லை, அரசியல் இயக்கம் இல்லை என்கிற வருத்தம் கத்தோலிக்க மதத் தலைமைகளையும் ஒக்கிப் புயலை ஒட்டிப் பேசவைத்திருக்கிறது. ஒக்கியைத் தொடர்ந்து கோட்டார் ஆயர் நசரேன் சின்னத்துறையில் நடத்திய நீத்தார் நினைவு வழிபாட்டின்போது மக்களிடம் கேட்கிறார்- "நமக்கு ஏன் தலைமை இல்லை? யாரோ ஒருவரை நம்பி ஏன் நம் தலைமையை விட்டுக்கொடுக்கிறோம்? தலைமை இல்லாததால்தானே நாம் இப்படி அல்லல்படுகிறோம்? நம்மிலிருந்தே ஒரு தலைவர் உருவாவது பற்றி நாம் யோசிக்க வேண்டும்."

வறீதையா: ஆயர் நசரேன் மதத் தலைவராக நின்று கொண்டு இதைப் பேசுகிறாரா, மக்களின் ஒருவராக நின்று பேசுகிறாரா? 'நம்மில் ஒருவர்' என்று அவர் குறிப்பிடுவது மக்களையா, ஆன்மீக வழிகாட்டிகளான பாதிரிமார்களையா? மீனவர்களுக்கு அரசியல் தலைமை என்கிற இந்த விவாதப் பொருளை வழிபாட்டு மேடையிலிருந்து பொதுத்தளத்துக்கு நகர்த்திவர மதநிறுவனம் தயாராகுமா? அடித்தள மக்கள் குறித்த போப்புகளின் பிரகடனங்கள் போல இதுவும் கேட்கச் சுகமாக இருக்கிறது, அவ்வளவுதான். தலித் கிறிஸ்தவர்களுக்குத் தனி ஒதுக்கீடு கேட்டுக் குரல் உயர்த்தும் மதத் தலைமை, தங்கள் அதிகார ஆளுகைக்கு உள்ளே இயங்கும் நிறுவனங்களில் அந்த நீதியைச் செயல்படுத்த முயன்றதில்லையே. குறைந்தபட்சம் மீனவர் போராட்டக் களங்களில் மீனவர்களைத் தலைமையேற்க விடவில்லை. மதத்தலைமையை அணுகுவதைவிட குடிமை அதிகாரிகளை, அரசை அணுகுவது எளிதாக இருக்கிறது. மதம் தன் குறுக்கீடுகளைத் தவிர்த்துவிட்டால் போதும், மக்கள் தலைமை தானாக உருவாகிவிடும். ஆரம்பத்தில் சில தடுமாற்றங்கள் நேரக்கூடும். அது இயல்பானதுதான். மதம் தலைமையேற்ற

போராட்டங்களில் எப்போதுமே நிர்ணயக் கட்டங்களில் மக்கள் நடுக்கடலில் தவிக்கவிடப்பட்டதுதான் வரலாறு. மதத்திலிருந்து முளைக்கும் மக்கள் தலைமை ஆரோக்கியமாக இராது. குடிமை வாழ்வில் மதத்தை முன்னிறுத்துவதே பின்னடைவின் அடையாளம்தான். அடித்தள மக்கள் மதத்தைக் கடந்து வந்தால் மட்டுமே அவர்களுக்கு எதிர்காலம் உண்டு.

இது ஒருபுறம் இருக்க, அடித்தள மக்களின் கரிசனங்களை ஊடகங்கள் திட்டமிட்டுப் புறக்கணிப்பதை முக்கியமான சிக்கலாய்ப் பார்க்கிறேன். நெய்தல் நிலத்தின் பிரச்சினைகளிலும் இதே புறக்கணிப்பு வெளிப்படுகிறது. கல்பாக்கத்தில் அதிக அணுமின் உலைகளை நிறுவுவதற்கு எதிர்ப்புத் தெரிவித்து 600 சதுரங்கப் பட்டினம் மீனவர்கள் போராடினர்; 2011இல் தொடங்கிய இடிந்தகரை மீனவர் போராட்டம் வரலாற்று நிகழ்வு; துத்துக்குடி ஸ்டெர்லைட் எதிர்ப்புப் போராட்டத்தை வடம்பிடித்துத் தொடங்கியவர்கள் மீனவர்கள்தான். போராட்டம் அந்த மக்களின்மீது திணிக்கப்படுகிறது. அரசுக்கும் பொதுப்புத்திக்கும் அதைக் கவனப்படுத்த வேண்டிய ஊடகங்கள் அறம் பிறழ்ந்து இயங்குகின்றன.

ஒக்கிப் பேரிடரில் சிக்கிய மீனவர்களை மீட்டுவரக் கோரி டிசம்பர் 7, 2017இல் 10,000 மீனவர்கள் நிகழ்த்திய குழித்துறை இரயில் மறியல் போராட்டத்தைக்கூட தேசிய ஊடகங்கள் கண்டுகொள்ளவில்லை. டிசம்பர் 14இல் நிகழவிருந்த குஜராத் சட்டமன்றத் தேர்தலை முன்னிட்டு ஊடகங்கள் ஒக்கிப் பேரிடர்ச் செய்திகளுக்கு முன்னுரிமை தரக்கூடாது என மைய அரசு தேசிய ஊடகங்களை எச்சரித்திருந்ததாகக் கேள்விப்பட்டேன். மாநில ஊடகங்களோ ஆர் கே நகர் இடைத்தேர்தலுக்கு முன்னுரிமை தந்தன.

எழிலன்: ஒக்கிப்புயல் சூழலில் மீடியா மிகுந்த நெருக்கடிகளுக்கு இடையில்தான் வேலை செய்தன. எதிர்பாராத விதமாக ஒக்கி, ஊடகங்களுக்குத் தேவையான தீனியைக் கொடுத்தது. அந்த நெருக்கடிகளுக்கு இடையிலும் மீடியாவை மீனவ மக்கள் நன்றாகவே அணுகினார்கள். ஆனால் அதையொட்டி சரியான

கருத்துருவாக்கம் நிகழவில்லை. உதாரணமாக 'படித்த இளைஞர்கள் வேலை கிடைக்காமல்தான் கடலுக்குப் போனார்கள்' என்று மக்கள் மீடியாவில் பேசினார்கள். பல பதிவுகளிலும் இந்தக் கருத்து வெளிப்பட்டுக் கொண்டிருந்தது. 'படித்தவர்கள் கடலுக்குப் போகக் கூடாது, கடல் வேலை இழிவானது' என்கிற கருத்தியலை அந்தச் சமூகத்தில் கட்டமைத்திருப்பது மோசமான அரசியல். படித்த, மாற்றுத் தொழில் வாய்ப்புப் பெற்ற கடற்கரைக்காரர்கள்தான் இதைச் செய்கின்றார்கள் என்று நினைக்கிறேன்.

'படித்த இளைஞர்களுக்கு வேலை வேண்டும்' என்னும் கோரிக்கை ஒக்கிப்புயல் சூழலில் எல்லா மீடியா விவாதங்களிலும் எழுப்பப்பட்டது. அதன் உச்சக்கட்டமாகச் சசி தரூரின் உரை அமைந்தது. திருவனந்தபுரத்தில் இலத்தீன் கத்தோலிக்க ஆயரின் தலைமையில் நிகழ்ந்த பேரணியில் அத்தொகுதி பாராளுமன்ற உறுப்பினர் சசி தரூர் கலந்துகொள்கிறார். அடுத்த வாரம் பாராளுமன்றத்தில் பேசிய சசி தரூர், 'மீனவர்களுக்கு மாற்றுத் தொழில் ஏற்பாடு செய்துகொடுக்க வேண்டும், படித்த இளைஞர்களுக்கு வேலைவாய்ப்பு வேண்டும், கடற்கரையிலிருந்து அந்த மக்களை அப்புறப்படுத்த வேண்டும்' என்று பேசுகிறார். நான் அதிர்ச்சியடைந்தேன். இதை அவர் உள்நோக்கத்தோடு சொல்லவில்லை என்பதுதான் வேடிக்கை. இந்த மக்களுக்கு நல்லது செய்வதாக நினைத்தே இப்படிப் பேசுகிறார்! மீனவ மக்கள் கடற்கரையில் வாழ்வதனால்தான் இவ்வளவு பிரச்சினைகள், அங்கிருந்து இவர்களை நகர்த்திவிட்டால் அவர்கள் பாதுகாப்பாக இருப்பார்கள் என்று அவர் நம்புகிறார். மீனவர்களின் வாழ்க்கையைக் குறித்து அவர் அறிந்து கொண்டது அவ்வளவுதான். கன்னியாகுமரி தொகுதி உறுப்பினர் மீனவர்களை முன்னிட்டு எதுவும் பேசவில்லை.

கடல் பேரிடர்ச் சூழலில் ஊடகங்கள் எந்தக் கருதுகோளையும் உருவாக்கவில்லை; சில அழுத்தங்களை மட்டும் ஏற்படுத்தியது. ஊடகங்கள் முன்வைத்திருக்க வேண்டிய முதன்மையான கருத்து என்ன? 'கடலும் கடற்கரையும் மீனவர்களின் பாரம்பரிய

உரிமைச் சொத்து, கடலோரத்தில் சுதந்திரமாக வாழ்வது எங்கள் உரிமை' என்று பல்வேறு போராட்டங்களில் மீனவர்கள் தெளிவாகப் பேசுகிறார்கள். அம்மக்களின் இதுபோன்ற உரிமை சார்ந்த முன்னெடுப்புகளின் தேவையை அரசுக்கு ஊடகங்கள் உணர்த்தியிருக்க வேண்டும். ஒக்கிப் புயல்கால ஊடகப் பரிவர்த்தனைகளில் இந்தக் கருத்தியல் குவியம் பெறவில்லை. கடலிலிருந்து இத்தனைபேர் கரை திரும்பவில்லை என்கிற செய்தியை ஊடகங்கள் நன்றாகப் பதிவு செய்தன. அந்தப் பதிவுகள் அரசின் மீது கடுமையான அழுத்தத்தை ஏற்படுத்தியது என்பதும் உண்மைதான்.

வறீதையா: அந்த அழுத்தம்கூட குறுகிய காலமே நீடித்தது. பரபரப்பு, அவலம், அனுதாபம் எல்லாவற்றைதயும் தாண்டி செய்திகள் கருத்துருவாக்கமாய் உருவாகாத நிலையில் பெயரளவில் சில இடையீடுகளுடன் அரசால் எளிதில் தப்பித்துக்கொள்ள முடிந்தது. புயல் குறித்து சரியான நேரத்தில் மீனவர்களுக்குத் தெளிவான எச்சரிக்கை கொடாதது, மீனவர்களை மீட்பதில் அலட்சியம் காட்டியது, கரைசேர்ந்த மீனவர்களுக்கு மருத்துவ உதவி, உடனடி நிவாரணம், போக்குவரத்து ஏற்பாடுகளில் தவறிழைத்தது - இந்தக் குற்றச்சாட்டுகளிலிருந்தும் அரசு தன்னைத் தப்புவித்துக் கொண்டது. 'எல்லை தாண்டிப் போனவர்களைப் பற்றி அரசு அக்கறைப்பட வேண்டியதில்லை' என்று மாநில வருவாய் அதிகாரி சத்யகோபால் வெளிப்படையாகப் பேசும் அளவுக்கு, 'அரசு தவறிழைக்கவில்லை, பாதிப்புகளுக்குக் காரணம் மீனவர்களே' என்பதான தோற்றம் உருவாக்கப்பட்டது. 'பாதிரியார்கள்தான் மீனவர்களைப் போராடத் தூண்டிவிடுகிறார்கள்' என்றும் சத்யகோபால் குறிப்பிடப்பட்டதாக மீனவப் பிரதிநிதிகள் வருத்தத்துடன் குறிப்பிட்டனர். நாள்தோறும் அரசு அறிக்கைகளாக இதுபோன்ற செய்திகளை அச்சு ஊடகமும் காட்சி ஊடகமும் வெளியிட்டுக் கொண்டிருந்தன.

இதற்குப் பதிலடி கொடுக்கும் திராணி மீனவர்களுக்கு இருக்கவில்லை; ஊடகங்களும் ஒரு கட்டத்துக்குப் பிறகு மீனவர்களைக் கைவிட்டுவிட்டன.

இந்த நிலைமையில் அரசினால் கோப்புகளை விரைவாக மூடிவிட முடிந்தது. ஊடகங்களுக்குப் பரபரப்புச் செய்திகளைக் ‘கவர்’ செய்வதைக் கடந்து எதுவும் முக்கியமில்லை. ஊடக வணிக நெருக்கடிகளுக்கு இடையில் அடித்தள மக்களின் கரிசனங்கள் மிக எளிதாக அடிபட்டுப் போய்விடுகின்றன. சமூக அவலங்கள்தான் ஊடகங்களின் எரிபொருள், வணிகம் எல்லாமே.

ஒக்கிப் புயலுக்குப் பிறகு ஐந்து மாதங்கள் ஓடிவிட்டன. ஒக்கி அபலைப் பெண்களைப் பொறுத்தவரை அவர்களின் கொடுங்களவு இனிமேல்தான் விசுவரூபம் எடுக்கப்போகிறது. ஒக்கி அபலைகளின் மறுவாழ்வு, பிள்ளைகளின் கல்வி, படகு களுக்கு நியாயமான இழப்பீடு, புதிய படகுகளுக்கான அரசு உதவி, கடல் பாதுகாப்பு - இவை எதுவும் இன்று பேசுபொருளல்ல. அரசும் ஊடகமும் தீர்மானத்துடன் மௌனம் காக்கின்றன.

எழிலன்: இந்த மௌனத்தைப் பற்றிப் பேசியே தீரவேண்டும். நாம் வாழுகிற இந்தக் காலத்தை வரையறுக்க வேண்டும். நாம் ஆபத்தின் விளிம்பில் இருக்கிறோம். நம்மை நாமே ஒரு பிரமுகராகக் கற்பனை செய்துகொள்கிறோம். ஊடகங்களின் வேலை பிரமுகர்களை உற்பத்தி செய்வது. நாளொன்றுக்கு தோராயமாக 500 பிரமுகர்களை உற்பத்தி செய்கிறது; நாள்தோறும் ஏற்கனவே உற்பத்தி செய்திருந்த 500 பிரமுகர்களை அழித்தொழிக்கிறது. இந்த போதையில் நாம் சிக்கிக் கொள்ளவில்லை. துரதிர்ஷ்ட்டவசமாக, இடிந்தகரைப் போராட்டம் சில பிரமுகர்களை உற்பத்தி செய்தது; நெடுவாசல், கதிராமங்கலம் போராட்டங்கள் சில பிரமுகர்களை உற்பத்தி செய்தது. ஒக்கிப் போராட்டம் எந்தப் பிரமுகரையும் உருவாக்கவில்லை. ஒருவகையில் அது நல்ல விசயம். ஆனால் நெடுவாசல், கதிராமங்கலம் போராட்டங்களை மக்கள் தலைமைதான் முன்னெடுத்தது. நீங்கள் குறிப்பிட்டது போல, ஒக்கிப் போராட்டங்களுக்கு மதத் தலைமைகள்தான் தலைமை வகித்தன.

இன்று இடிந்தகரையைப் பற்றி யாரும் பேசுவதில்லை. எவ்வளவு பரபரப்பாக அந்தப் போராட்டத்தை நடத்தினார்கள்,

யார் யாரை அனுமதித்தார்கள், யாருக்கு மேடையில் முன்னுரிமை தந்தார்கள் என்று ஆயிரம் பிரச்சினைகள். இவை எல்லாவற்றுக்கும் அப்பால் அந்த ஊர் மக்கள் ஒவ்வொருவரின் தலைமீது நான்கைந்து வழக்குகள் உள்ளன. ஒரு கடவுச்சீட்டு எடுக்க முடியவில்லை; வேலைவாய்ப்புக்கு முயற்சி செய்ய முடியவில்லை; வட்டாட்சியர் அலுவலகத்துக்குப் போக முடியவில்லை. ஓர் ஓட்டுநர் உரிமம் எடுக்க முடியவில்லை. பக்கத்து வீட்டுக்காரன் போலீஸ் தகவலாளியாக இருப்பானோ என்று ஒவ்வொரு வீட்டுக்காரனும் சந்தேகத்தோடு பார்க்கிறான். அந்தக் கிராமங்கள் மிகக் கொடூரமாக மாறிவிட்டன. அன்றாடம் அந்த செய்திகளைக் கேட்டுக் கேட்டு நொந்துபோகிறேன். கூட்டப்புளி, இடிந்தகரை என்று அத்தனை ஊர்களிலும் வீட்டுக்கு வீடு போலீஸ் தகவலாளி. ஊருக்குள் யார் யார் வருகிறார்கள், என்ன நிகழ்கிறது - எல்லாம் போலீசுக்கு உடனுக்குடன் தெரிவிக்கப்பட்டு விடுகிறது.

இடிந்தகரைப் போராட்டத்தைப் போல, சின்னத்துறைப் போராட்டம் வலுப்பெற்றிருந்தால் அங்கேயும் ஏராளம் போலீஸ் தகவலாளிகள் உருவாகிவிடுவார்கள். கடற்கரையில் பல திட்டங்களைச் செயல்படுத்த அரசுக்கு நிறையத் தகவலாளிகள் தேவைப்படுகிறார்கள்.

வறீதையா: மீனவர்கள் கடலில் தொடர்ந்து மீன் பிடிப்பதற்கான பாதுகாப்புக் கூறுகள் பலப்படுத்தப் படவேண்டும், கரையுடனான தகவல் தொடர்புக் கட்டமைப்பு மேம்படுத்தப் படவேண்டும், அதற்கான கருவிகளும் உதவிகளும் அவர்களுக்கு வழங்கப்பட வேண்டும் என்கிற அக்கறை அரசிடம் வரவில்லை. நீங்கள் குறிப்பிடுவது போல, மீனவர்களின் வாழ்வாதார உரிமை குறித்த கருத்துருவாக்கம் நிகழ்ந்திருந்தால் ஆழ்கடல் மீனவர்களின் தனித்துவமான தேவைகளை ஒக்கிப் பேரிடர் அனுபவங்களின் பின்னணியில் அரசு அக்கறையோடு அணுகியிருக்கும். 200 பேருக்குமேல் உயிரிழந்துபோன, ஏராளம் விசைப்படகுகள் மூழ்கிப்போன ஒரு பேரிடருக்குப் பிறகும்கூட பாதிக்கப்பட்ட சமூகத்தின் தொழில் சிக்கல்கள் குறித்து ஊடகமோ அரசோ பேசவில்லை.

எழிலன்: போராடவே வழியில்லாத மக்கள்கூட சில சூழல்களில் தன்னெழுச்சியாக ஒரு பெரிய போராட்டத்தை முன்னெடுத்துவிடுவதுண்டு. குஜராத்தில் ஒரு ஜிக்னேஷ் மேவானி உருவானது போல இதுபோன்ற போராட்டங்களில் ஒரு தலைவன் உருவாகிவிடுவான். ஆனால் கடற்கரைப் போராட்டங்களில் என்ன நடக்கிறது? ஒக்கி நிவாரணமோ, அணுவுலைப் போராட்டமோ ஒரு பூதாகரமான பிரச்சினையாக வெடிக்கும் என்பது நமக்குத் தெரியும். ஒரு பிரம்மாண்டமான போராட்டத்தை முதலில் நடத்திவிடுகிறார்கள். மீடியாவிலும் சோஷியல் மீடியாவிலும் பெரும் ஆதரவும் கிடைத்துவிடுகிறது. குழித்துறை இரயில் மறியல் போராட்டம், இனயம் துறைமுகப் போராட்டம் - எல்லாவற்றையும் வேகவேகமாக நடத்திப் பந்தலையும் கலைத்துவிட்டுப் போய்விடுகிறார்கள். மீடியாவின் தயவால் இந்தப் போராட்டங்கள் ஓரளவு வெற்றி பெற்றன. இடிந்தகரைப் போராளிகள் இனிமேல் ஒரு போராட்டம் என்பதைக் கற்பனை செய்து பார்க்க முடியாத அளவுக்கு விரக்தியடைந்துவிட்டனர். அவர்கள் கடுமையாகப் பாதிக்கப்பட்டிருக்கிறார்கள். 2017 டிசம்பர் குழித்துறை இரயில் மறியல் நிகழ்ந்த காலத்தில் வேணாட்டுக் கடற்கரைப் பகுதிகளில் 15 நாட்கள் சுற்றிக் கொண்டிருந்தேன். அவர்களிடமும் இந்த விரக்தியைப் பார்த்தேன்.

வறீதையா: சின்னத்துறைப் போராட்டம் வலுப்பெற்று வரும்போது பல்வேறு அமைப்புகளின் மாநிலத் தலைமைகள் போராட்டப் பந்தலுக்கு வரத்தொடங்கினர். மாநில அரசைப் பதற்றம் தொற்றிக் கொண்டது. மதத் தலைமையுடன் அரசு ஒரு புரிந்துணர்வுக்கு வந்ததையும் அடுத்த கட்டங்களில் காவல்துறையின் பாதுகாப்பு அணுக்கங்கள் உத்திப்பூர்வமானதையும் என்னால் உணரமுடிந்தது. போராட்டப் பந்தலுக்கு வந்த மக்கள் இயக்க அமைப்பினரைப் பேசவிடக்கூடாது என்று காவல்துறை கட்டளையிட்டது. மாநில முதல்வர் போராடும் மக்களைச் சந்திக்காமலே பந்தல் கலைக்கப்பட்டது. போராடியவர்களின் முதன்மைக் கோரிக்கை 'முதல்வர் பாதிக்கப்பட்ட மக்களை நேரில் சந்திக்க வரவேண்டும்' என்பதாக இருந்தது. தங்களை அரசியல் பிரமுகர்களாகக் காட்டிக்கொண்ட சில புல்லுருவிகள்

அரசின் உளவாளிகளாக இயங்கினர். சின்னத்துறைப் போராட்டம் நீங்கள் குறிப்பிட்டது போல பல புதிய தகவலாளிகளை உருவாக்கிவிட்டது. மதத்தலைமைகளைப் பயன்படுத்தி மக்கள் இயக்கத் தலைமைகளை ஒன்றுமில்லாமல் செய்துவிட்டது அரசு. சுனாமி நிவாரணத்துக்காகப் போராடத் துணிந்த மக்களை மதத்தலைமை பலவீனப்படுத்திய வரலாறுகளை நான் ஏற்கனவே பதிவு செய்திருக்கிறேன்.

மீனவ சமூகம், சமவெளிச் சமூகங்கள் தங்களைக் குறித்து அக்கறைப் படவில்லை என்று குறைபட்டுக் கொள்கிறது. அக்கறையோடு உதவ வருபவர்களை ஏற்றுக்கொள்கிறதா? அப்படி ஏற்றுக்கொள்ள மதத்தலைமை அனுமதிக்கிறதா? குறிப்பிட்ட மக்கள் இயக்க உறுப்பினர்கள் சின்னத்துறைப் போராட்டப் பந்தலுக்கு வந்து மக்களுக்கு ஆதரவு தெரிவித்து உரையாற்றித் திரும்பிய பிறகு காவல்துறையால் சிறையிலடைக்கப்பட்டனர், துன்புறுத்தப்பட்டனர். போராட்டத்தை ஒருங்கிணைத்தவர்களுக்கு இந்தச் செய்தி தெரிந்த பிறகும் அதுபற்றி அக்கறைப்படவில்லை.

மதமாற்றத்துக்கு முன்பு தென்திருவிதாங்கூர், தமிழ்நாடு மீனவச் சாதிகளுக்கிடையே நெருக்கமான உறவு இருந்தது. மதமாற்றம் பிற சமூகங்களுடனான உறவுகளைத் துண்டித்துவிட்டது.

2004இல் கன்னியாகுமரி சுற்றுச்சூழல் பாதுகாப்பு இயக்கம் உருவானபோதும் இனயம் துறைமுக எதிர்ப்புப் போராட்டத்தின்போதும் ஒருங்கிணைப்பாளர்களிடம் இரண்டு கருத்துகளை முன்வைத்தேன் - ஒன்று, மதத்தலைவர்கள் மக்களைத் தலைமையேற்க விடவேண்டும் என்பது; இரண்டு - பல்சமூகப் பங்கேற்பை உறுதி செய்யவேண்டும் என்பது. மதத் தலைமைகளால் இதற்கு உடன்பட முடியவில்லை. அப்படி ஒருவேளை அனுமதித்தாலும் கடிவாளம் மதத்தலைமையின் கையில் இருக்குமாறு பார்த்துக் கொள்வார்கள். தமிழக அளவில் செயல்படும் சுற்றுச்சூழல் செயல்பாட்டாளர்களையும் சூழலியல் சட்ட வல்லுனர்களையும் பயன்படுத்திக் கொள்ளுமாறு கேட்டுக்கொண்டேன். கசப்பான அனுபவம்தான் மிஞ்சியது.

மீனவர்களை மூடுண்ட சமூகமாகத் தக்கவைப்பதே மத அதிகார மையங்களின் இலக்காக இருக்கிறது.

எழிலன்: ஒக்கியைப் பொறுத்தவரை மீனவர்கள் தோற்றுப் போய்விட்டார்களா? ஊடகங்கள் மீனவர்களைப் பயன்படுத்திக் கொண்டனவா? ஒக்கியால் பாதிக்கப்பட்ட குடும்பங்களின் எதிர்காலம் என்ன? இந்தக் கேள்விகளுக்கு உடனடியாகப் பதில் சொல்லிவிட முடியாது. ஒக்கியில் அளிக்கப்பட்ட நிவாரணம்கூட 'கணவர் இனிமேல் திரும்பிவரப் போவதில்லை, போக்கிடம் ஏதுமில்லை' என்கிற நிலையில் இருக்கும் பெண்களுக்கு ஒரு பொருட்டாகலாம், அவ்வளவுதான். மற்றவர்களுக்கு 20 இலட்சம் என்பது பெரிய விஷயமல்ல. அவ்வளவு சம்பாதித்துப் பெருவாழ்வு வாழ்பவர்கள் அவர்கள்.

ஒன்றேயொன்றை மட்டும் இந்தச் சூழலில் குறிப்பிட்டுச் சொல்ல முடியும் - முன்பெல்லாம் மீனவர் என்னும் போர்வையில் வேறு எவரோ மீனவர்களைப் பற்றிப் பேசிக் கொண்டிருப்பார். ஒக்கி அனர்த்தனத்துக்குப் பிறகு மீனவர் பற்றிய விவாதங்களையோ பேச்சுகளையோ மீனவர் ஒருவரிடம் உறுதிசெய்துகொள்வதும் அதை ஆழமாகச் சொல்வதுமான போக்கு உருவாகியிருக்கிறது. இதை ஆரோக்கியமான வளர்ச்சியாகப் பார்க்கிறேன். ∎

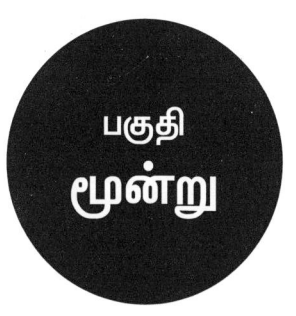

பகுதி

மூன்று

பார்வைகள்

சிதையும் பழங்குடி வாழ்வு

மேரி புஷ்பம்

ஒரு புயல் எங்க வாழ்க்கையையே புரட்டிப் போட்டுவிட்டது. ஆமாம், ஒக்கிப் புயலுக்கு முன்பெல்லாம் எதிர்காலத்தைக் குறித்து நம்பிக்கை இருந்தது. இன்று இல்லையென்றால் நாளை வருமானம் வரும் என்கிற நம்பிக்கை ஆண் பிள்ளைகளிடம் இருந்தது. புயலடித்து ஐந்து மாதம் ஆகிவிட்டது. இன்றும்கூட கடலுக்குப் போகும் நம்பிக்கை யாரிடமும் இல்லை. முன்பெல்லாம் பாடு இல்லையென்றாலும் துணிந்து கடன் வாங்கி வீட்டுத் தேவைகளுக்குச் செலவழிப்போம். இப்போது நாளைக்குக் கிடைக்கும் என்கிற நம்பிக்கை போய்விட்டது. அரசாங்கம் தினம் தினம் 'புயல் வருது, காற்று வீசும், கடலுக்குப் போகவேண்டாம்' என்று அறிவிப்பு செய்து கொண்டிருக்கிறது. கணவன் கடலுக்குப் போனால்தான் வீட்டில் அடுப்பெரியும். இந்த மாதம் முழுவதும் புயல் எச்சரிக்கைதான். ஒரு மாதம் சாப்பாட்டுக்கு என்ன வழி, யாரிடம் போவது? கடற்கரை மொத்தமும் பயம் நிரம்பிக் கிடக்கிறது. எட்டு, பத்து வயதில் பையன்கள் கடலுக்குப் போன காலம் மலையேறிவிட்டது. என் ஏழு வயதுப் பேரனிடம் 'வளர்ந்தால் என்ன தொழிலுக்குப்

---

* மேரி புஷ்பம் (63, வள்ளவிளை), தலைச்சுமடு மீன் வியாபாரம். சந்திப்பு : 06.06.2018.

போவாய்?' என்று கேட்டால், 'கரை வேலைக்குப் போவேன்' என்கிறான். 'கடலுக்குப் போகமாட்டாயா?' என்றால், 'ஐயோ நான் போமாட்டேன், ஒக்கி வந்து கொண்டுபோய்விடும்' என்கிறான். அரசாங்கம் என்ன நோக்கத்தில் கடற்கரை மக்களை இப்படி பயப்படுத்திக் கொண்டிருக்கிறது என்று தெரியவில்லை. ஒன்று மட்டும் தெரிகிறது - நாளை என்பது நேற்றோடு போய்விட்டது. கடல் இனிமேல் எங்களுக்கு இல்லை.

அம்மாவுக்கு 85 வயதாகிறது. தலைச்சுமடாக மீன்விற்று ஐந்து பெண் பிள்ளைகளைக் கரையேற்றினார். இன்று வரை அவருக்கு விதவை பென்ஷனோ வேறெந்த சலுகையோ அரசாங்கம் தரவில்லை. அரசாங்க அலுவலகத்துக்கு ஓடியோடித் தளர்ந்துபோனோம். எங்கள் குரல் அதிகாரிகளின் செவியில் விழுவதில்லை. முன்பெல்லாம் கடல் இருக்கிறது, பிழைத்துக் கொள்ளலாம் என்கிற தெம்பு இருந்தது. நிறையப் பையன்கள் கடலுக்குப் போனார்கள். கடல் தொழில் வேண்டாம், படித்து உள்ளூரில் ஏதாவது வேலை பார்க்கலாம் என்று சொல்லத் தொடங்கினார்கள். ஒவ்வொரு வீட்டிலும் ஒன்றிரண்டு பேரைப் படிக்க வைத்தார்கள். இன்ஜினியரிங், பட்டப்படிப்பு, டிப்ளமோ எல்லாம் படித்தார்கள். வேலை எங்கே? இப்போது இந்தப் பையன்களுக்குக் கடலும் இல்லை, வேறு பிழைப்பும் இல்லை.

நாலு இடத்தில் கடன் புரட்டி, ஒரு போட்டு வச்சு தொழிலுக்குப் போறாங்க. மீன் கிடைச்சாத்தான் கடன் தீரும், கடப்புறம் செழிப்பாகும்; தலைச்சுமடு மீனவப் பெண் என்னைப் போல பத்து சுமட்டுக்காரிக மீன் எடுத்து, நாலு எடத்துல போய் வித்து, பிள்ளைகளுக்குச் சாப்பாடு போடுகிறோம், குடும்பத் தேவைகளைச் சமாளிக்கிறோம். நாங்க நாலு பெட்டிக்காரிக ஒரு லோடு ஆட்டோ பிடிச்சு மீனைக் கடை கண்ணிக்குக் கொண்டு போகிறோம். எங்களைச் சொல்லி அந்த ஆட்டோக்காரப் பையனுக்கு 400 ரூபா கிடைக்கும். அதை நம்பி அவன் பிழைப்பு ஓடுது. அவனுக்கு வயசான அம்மா, அப்பா, பெண்டாட்டி, இரண்டு பிள்ளைகள் இருக்கிறார்கள். கடலில் இருக்கிற மீனைக் கரையில் கொண்டு வந்தால்தான் உள்ளூர்ல இருக்கிறவங்களுக்கும் பிழைப்பு. மீன் சுமந்து போடுறவங்க, கீலம் வெட்டுறவங்களோடு வண்டி ஓட்டுறவங்க இந்து, முஸ்லீம், நுளையர், அரயர், நாடார் -

எத்தனையோ சாதிசனம் இதை நம்பிப் பிழைக்குது. கரைமடி கரையேறினா எல்லா சனத்துக்கும் மீன் கெடைக்கும். கடலு காஞ்சு போனா கரையில இருக்கிற சனங்களும் பட்டினியாகும். இந்த மாவட்டத்தில், ஒவ்வொரு கடற்கரை ஏரியாவுலயும் மீன் சீசன் வந்தாத்தான் துணி வியாபாரம், நாலு வகையான பொருள் வியாபாரமாகும். கடலு எங்கள மட்டும் வாழ வைப்பதில்லை. எங்களைக் கொண்டு எவ்வளவோ சனங்களுக்குச் சோறு போடுது. கடல் எங்களுக்கு இல்லைன்னு ஆனபிறகு அந்த உள்ளூர் சனங்க எதை நம்பிப் பிழைக்கும்?

நாங்க எல்லாரையும் வளர்த்தோம், கணக்குப் பாக்காம உதவுனோம். இன்ணைக்கு நிர்க்கதியா நிக்கிறோம். எங்களுக்கு ஆதரவாப் பேச யாருமில்ல. எங்களால வளர்ந்த கரை (உள்ளூர்) எங்களுக்காக அரசாங்கத்துகிட்ட நியாயம் கேட்க வரல்ல.

எங்க ஊர்ல 35க்கும் மேல் ஆம்பளைக கடல்ல செத்துப் போனாங்க. செத்தவன் செத்தான், இங்க மிச்சம் இருக்கிற பொம்பளைங்கதான் அதை இன்னும் அனுபவிச்சிட்டிருக்கோம். இந்த மாப்பிளமாரோட எடத்த எத்துன லெட்சம் குடுத்தாலும் ஈடுசெய்ய முடியுமா? ‘நாளை நாங்கடலுக்குப் போயி சம்பாதிச்சிட்டு வருவேன், நீ இண்ணைக்கு கடன் வாங்கிக் காரியங்களைப் பாரு’ன்னு சொல்ல, ஒரு மாப்பிள இப்ப இல்ல. என்ன வேல செய்து அவ குடும்பத்தக் காப்பாத்துவா? ஒரு மாசம் ஒண்ணர மாசம் கடலே கதியெண்ணு தங்கிக் கிடந்து கொண்டு வருகிற வருமானத்தை நம்பித்தான் அவ வீட்டை நிர்வாகம் பண்ணுறா. வருசம் பூரா மீனு கிடைக்காது. கிடைக்கிற காலத்தில் வருகிற வருமானத்தை வச்சு வருசத்த அவ ஓட்டணும். கடல்ல அனுபவிக்கிற கஷ்டங்களை ஆம்பிளைக வீட்ல வந்து பிள்ளைகள்கிட்ட சொல்றதில்லை. வீட்டுக்காரியும் மக்களும் மனசு கஷ்டப்படுவாங்கண்ணு மனசுக்குள்ளே அடக்கிக்கிட்டுதான் அவங்களும் தொழிலுக்குப் போறாங்க. வீட்டுக்குத் திரும்பி வருவேனா, பெண்டாட்டி பிள்ளைகளைப் பாப்பேனாண்ணு பயத்தோடதாம் ஒவ்வொருத்தரும் கடலுக்குப் போறாங்க.

ஒக்கிப் புயல் ஒரு தடவை வந்து போய்விட்டது. அரசாங்கம் அதைத் திரும்பத் திரும்பக் கொண்டு வருகிறது. எங்க சனங்க திசை தெரியாமத் தவிச்சு நிக்குது. ■

வ. கீதா

சென்னை போன்ற ஒரு கடற்கரை நகரத்தில் வாழ்கிறேன் என்றாலும் கடற்கரையைக் குறித்துப் பெரிதாக யோசிப்பதில்லை. சென்னை வாசிகள் கடற்கரையைப் பொழுது போக்குக்கான இடமாக மட்டுமே பார்க்கிறோம். ஏறக்குறைய 14 ஆண்டுகளுக்கு முன்னால் கடற்கரையைப் பற்றிய மிகப்பெரிய பார்வையை எனக்குத் தந்தது ஜோ டி குரூஸுடைய 'ஆழிசூழ் உலகு' நாவல்தான். கடற்கரையை எனக்கு முதன்முதலாகத் திறந்து காட்டியது இந்தப் படைப்புதான். கடல் அபூர்வமான உலகம். அங்கு அபூர்வமான மனிதர்கள் வாழ்கிறார்கள் என்பதை அந்த நாவல் புரிய வைத்தது.

இந்த நாவலை வாசிப்பதற்கு முன்னால் இரண்டு வகையில் நான் கடற்கரை மக்களைக் குறித்து அறிந்திருந்தேன். சென்னையில் சினேகிதி என்றொரு பெண்ணுரிமை அமைப்பை நடத்திக்

வ. கீதா, மனித உரிமைச் செயல்பாட்டாளர், மொழி பெயர்ப்பாளர், இலக்கிய விமர்சகர், வெளியீட்டாளர். சந்திப்பு : சென்னை. 09.06.2018.

கொண்டிருந்தோம். பெண்கள் குடும்பத்தில் சந்திக்கும் பிரச்சினைகள் பற்றிப் பேசுவது, நீதிமன்ற இடையீடுகளுக்கு உதவுவது. மைலாப்பூர் சாந்தோம் பகுதியிலுள்ள குடியிருப்பு களிலிருந்து நிறைய வழக்குகள் வரும். அதில் எங்களுக்குக் கிடைத்த வித்தியாசமான அனுபவம் - வழக்கைப் பேசும் போது ஒட்டுமொத்த ஊரும் எங்கள் அலுவலகத்துக்கு வந்துவிடும். மீனவப் பெண்கள் எப்போதுமே வீரத்தோடும் சுயமரியாதையோடும் தங்கள் உரிமைகளை எடுத்துச் சொல்வதை அதிகமாய்ப் பார்ப்போம். அதே நேரத்தில் பொருளாதார ரீதியாகவும் குடும்ப ரீதியாகவும் தன் ஆளுமையை நிலைநிறுத்தும் அந்தப் பெண்களின் ஒவ்வொரு முயற்சியையும், சமூக ரீதியாக ஆண்களுக்கு இணையான இடத்தை அவர்களுக்குச் சமூகம் வழங்கவில்லை என்பதையும் எங்களால் புரிந்துகொள்ள முடிந்தது. இது மீனவர்களுக்கு மட்டுமல்ல, ஒட்டுமொத்தத் தமிழ்ச் சமுதாயமும் இப்படித்தான் இருக்கிறது. ஆனால் ஒப்பீட்டளவில் கடற்கரையில் மீனைக் கொள்முதல் செய்து வியாபாரம் செய்யும் பெண்கள், அதிலிருந்து வருகிற பெருமிதம், மாண்பு இவை எல்லாவற்றையும் வெளிப்படுத்துவதைக் கவனிக்க முடியும்.

இந்தப் பெண்கள் தங்களுக்கு என்ன வேண்டும், தங்கள் வாழ்க்கை எப்படி அமைய வேண்டும் என்று கேட்கிறார்களோ அதற்கு ஏற்ற தீர்வு அவர்களுக்குக் கிடைக்கும் வகையில் உதவி, வழக்கை முடித்து வைப்போம். பல நேரங்களில் அந்தப் பெண்களே முடிவெடுத்து விடுவார்கள். நீங்கள் உத்தரவாதம் கொடுத்துவிட்டால் போதும் என்று கேட்பார்கள். இது மீனவ சமூகத்தோடு எங்களுக்குக் கிடைத்த முதல் அறிமுகம்.

இரண்டாவதாக, நாகப்பட்டினத்தில் சினேகா என்கிற தொண்டு நிறுவனத்தில் பெண்களுக்குத் தொடர் உரையாற்றப் போனபோது கிடைத்த அனுபவம். அங்கே மீனவர் சமூதாயத்தில் பெண்களின் பிரச்சினைகள் பற்றி அந்தச் சமூதாயத்தைச் சார்ந்தவர்கள் பேசுவதைக் கேட்டிருக்கிறேன். மீனவப் பெண்கள் விதவைகளாக இருப்பதன் சிக்கல்களை அங்குதான் முதன்முதலாக சொல்லக் கேட்டிருக்கிறேன். நாம் நினைப்பது போல, பேரிடர்கள் ஏற்படும்போது மட்டுமே வருகிற பிரச்சினையாக அதை அவர்கள் பார்க்கவில்லை. அவர்களைப் பொறுத்தவரை அது

அன்றாட வாழ்க்கை சார்ந்த பிரச்சினை. இரண்டு விதமாக அந்தப் பிரச்சினையை அவர்கள் பேசுகிறார்கள்: ஒன்று, ஆண்கள் கடலுக்குள் போய்க் கரை திரும்பும் வரையில் பெண்கள் அனுபவிக்கும் மனப்பாடு; இரண்டு, அவ்வாறு கரை திரும்பாமல் போய்விட்டால் அவர்களுடைய உடல்கூட கிடைக்காமல் போகும் நிலையில் 'கணவர் உயிரோடு இருக்கிறாரா, இல்லையா' என்கிற சிக்கலான சூழல். அவர் இன்று வருவாரா நாளைக்கு வருவாரா என்கிற முடிவற்ற காத்திருப்பு. அதை ஒட்டி அவர்கள் பேசுவது உருக்கமாக இருக்கும்; அந்தக் கவலை நம்மையும் உடன் தொற்றிக் கொள்ளும். அவர் இருக்கிறாரா இல்லையா என்று தெரியாத சூழலில் ஒரு பெண் எத்தனைக் காலம் வாழ முடியும்?

இது தவிர, கடற்கரையில் கணவர்களை இழந்த பெண்களின் தவிப்பு நிலை: ஒன்று, உறவு பிரிந்த நிலை, இரண்டு, வாழ்வாதார இழப்பு. கடற்கரைப் பெண்கள் பலவிதமான வேலைகளைச் செய்து கொண்டிருந்தாலும் அந்த வாழ்வாதாரம் கணவர் கடலிலிருந்து கொண்டுவருகிற வருவாய் சார்ந்துதான் இருக்கிறது. இந்த வாழ்வாதார இழப்பிலிருந்து அந்த விதவைப் பெண்கள் தங்களை எப்படி மீட்டெடுக்கிறார்கள் என்பது மிகப்பெரிய சவால். இப்படிப்பட்ட நிறையப் பிரச்சினைகளை அவர்கள் வந்து பேசுவார்கள். அறிவுத்திறன், செயலாற்றும் திறன், தலைமைப் பண்பு எல்லாமே அந்தப் பெண்களிடம் இருந்தாலும் தனிப்பட்ட வாழ்க்கையில் ஓர் ஆண் இல்லாமல் வாழ்வது எத்தனைப் பெரிய சிரமமாக இருக்கிறது என்பது அவர்களது மாண்பையும் மீறிப் பெரும் குமுறலாக வெளிவருகிறது என்பதை அனுபவித்து உணர்ந்திருக்கிறேன்.

ஒரு சுனாமிப் பேரிடரோ ஒக்கிப் பேரிடரோ அந்தச் சமூகத்தில் என்ன பிரச்சினைகளை ஏற்படுத்துகிறது என்பது கண்கூடாகத் தெரிகிறது. இதைச் சமவெளி மக்கள் முழுமையாக உள்வாங்கிக் கொள்ள முடியுமா என்பது பெரிய கேள்வி. சுனாமி வந்தபோது கல்லூரி மாணவர்கள் முதல் தொண்டு நிறுவனங்கள் வரை எல்லோருமே நிவாரணப் பணிக்காகக் கடற்கரையை நோக்கி ஓடினார்கள். ஆனால் எல்லோருக்குமே ஒரு சறுக்கல் நேர்ந்தது. அந்த மக்களைப் பற்றி உண்மையில் நமக்கு என்ன தெரியும்?

அன்றாடம் மரணத்தோடும் நிச்சயமின்மையோடும் போராடி, இயற்கை அளிக்கும் உவகையோடு வாழ்ந்து கொண்டிருக்கும் அந்த மக்களுக்கு நாம் என்ன அறிவுரைகளைத் தந்துவிட முடியும்? அவர்களுக்குத் தெரியாத எதைப் புதிதாய்ச் சொல்வது? ஒரு மூதாட்டி அப்போது சொன்னது என் நினைவில் பதிந்து போய்விட்டது. "கடல்ல பிரச்சினைன்னா நாங்க புரிஞ்சிக்குவம்; இது (சுனாமி) நெலத்துல நடந்த பிரச்சின, அதனாலத்தாம் எங்களால சமாளிக்க முடியல!" இந்த அடிப்படை உளவியலைக் கூடப் புரிந்துகொள்ள முடியாதவர்கள்தான் அந்த மக்களை ஆற்றுப்படுத்த ஓடிப்போனார்கள்.

ஒக்கிப் புயலைப் பொறுத்தவரை அங்கே உதவிக்குப் போனவர்கள் கொஞ்சம் புரிதலோடு போயிருக்கக்கூடும். பாதிக்கப்பட்ட மக்களிடம் இணக்கமாகப் பேசியிருக்க வாய்ப்புண்டு. இருப்பினும், 'கடற்கரை மக்களின் அன்றாடப் பாட்டை உணராமல் பேரிடரின்போது மட்டுமே அவர்களைப் பற்றிச் சிந்திப்பது' என்கிற மனப்போக்கை சமவெளிச் சமுதாயம் கைவிட்டுவிட வேண்டும் என்பது என் எண்ணம். ஏனென்றால் அவர்கள் கடற்கரையின் காவலர்கள். கடற்கரை என்பது சமவெளியிலிருந்து முற்றிலும் பிரிந்த உலகமல்ல. இரண்டாவது, ஒரு நகரத்திலோ, கிராமத்திலோ நீர்நிலையை ஒட்டி நாம் ஆற்றுகிற அத்தனைச் செயல்பாடுகளும் கடற்கரையைப் பாதிக்கிறது. கடற்கரையின் பிரச்சினைகள் நம்மையும் பாதிக்கின்றன. இந்த உறவுநிலையை சமவெளி மக்களாகிய நாங்கள்தான் சரியாக புரிந்து கொள்ளவில்லை. இந்தப் புரிதலின்மையின் விளைவுதான் மீனவர் பிரச்சினையைத் தனிமைப்படுத்திப் பார்க்கும் போக்கு. மீனவர்களின் சிக்கல்களை ஒட்டுமொத்த சூழலமைவின் (ecosystem) சிக்கலாக நாம் அணுக முடிந்ததில்லை. மீனவப் பெண்களின் சிக்கல்களைக்கூட குறிப்பிட்ட சூழலை ஒட்டி மட்டுமே பார்க்கிறோம். சூழலியல் கட்டமைவில் ஏற்படும் பாதிப்புகள் பெண்களை எப்படிப் பாதிக்கிறது என்றும் நாம் அக்கறைப்பட்டதில்லை.

கடலுக்குப் போன ஆண்மகன் கரை திரும்பவில்லை என்பது நெய்தல் நிலத்துக்கும் நமக்கும் புதிய விஷயமில்லை.

ஆனால் இன்று அவர்களுடைய பிரச்சினை அம்மட்டோடு முடிந்துவிடுவதில்லை. மீனவர்கள் முன்போல் கரைக்கடல் பகுதிகளில் சென்று மீன்பிடித்து வரமுடியவில்லை. ஆழக்கடலுக்குச் சென்றால்தான் மீன் கிடைக்கும் என்பது காலம் கிளர்த்திய மாற்றம் மட்டுமல்ல; கடல் இன்று பாரம்பரிய மீனவர்களுக்கான களமாக இல்லாமல் கடலோடு தொடர்பற்றவர்களுக்கும் கடலைப் பொருளீட்டும் இடமாக மட்டுமே பார்க்கிற நிறுவனங்களுக்குமான களமாக மாறிக் கொண்டிருக்கிறது. இந்த விபரீத நிலைதான் மீனவர்கள் எதிர்நோக்கும் பெரும் சிக்கல்.

மீனவர்களுக்கும் கடலுக்குமான பாரம்பரிய உறவைப் பற்றி யோசிக்காமல் மீனவ சமுதாயமும் மீனவப் பெண்களும் சந்திக்கும் பிரச்சினைகளைத் தனித்துப் பேச முடியும் என்று எனக்குத் தோன்றவில்லை. ஆண்களே இல்லாத வீட்டில் வாழக்கூடிய பெண்களின் பிரச்சினைகளைப் பற்றி யோசிக்கும் அதே வேளையில் அந்தக் கடல் பகுதியைப் பற்றியும் நாம் யோசிக்க வேண்டிய கடப்பாடும் இருக்கிறது. பெண்கள் பிரச்சினைகளைத் தனியாகப் பிரித்துப் பார்க்கிற அணுகுமுறையும் இருக்கிறது. அதற்கான நியாயங்களும் இருக்கலாம். ஆனால் ஒரு பெண் எப்போதுமே தனது வாழ்க்கையைத் தனியான ஒன்றாய்ப் பார்ப்பதில்லை. குடும்பத்தோடும் சமூகத்தோடும் அதன் பிரிக்க முடியாத கூறாக இணைந்து அவள் இயங்குகிறாள். இந்தச் சமுதாயம் கடலோடு தொடர்பு கொண்டது. ஆக, பெண்ணியப் பார்வையோடு சூழலியல் பார்வையையும் நாம் இணைத்துக்கொள்ள வேண்டியிருக்கிறது. கடலைப் புரிந்து கொள்ளாமல் கடற்கரைப் பெண்ணைப் புரிந்துகொள்ள முடியாது. கடற்புறத்து விதவைகளின் சிக்கலை இந்தப் பின்னணியில்தான் அணுக வேண்டும் என்று எண்ணுகிறேன். ஒன்று, அவர்களைக் கையாலாகாதவர்களாய்ப் பார்க்க வேண்டியதில்லை. துணிவும், வீரமும், பொருளீட்டும் ஆற்றலும் அவர்களிடம் இருக்கிறது. ஆனால் அதற்கான சுற்றுவேலைகளை யார் செய்வது? கணவர் மீனைக் கரை சேர்க்கும்போது மனைவி அதை விற்றுக் காசாக்க முடியும். இழுவை மடியும் பெருமுதலீட்டு மீன்பிடியும் அந்த இடத்தை ஆக்கிரமித்துக் கொள்ளும்போது அவளுக்கான

களம் பறிக்கப்படுகிறது. சமுதாயம் மாறிப்போன சூழலில் பெண்ணுக்கான பங்கு காணாமல் போய்விடுகிறது. மாற்று வாழ்வாதாரம் ஏதும் தட்டுப்படாத நிலையில் அவளது சுயாதீனத்தை எது உறுதிப்படுத்தும்? இது போன்ற கேள்விகளையும் நாம் எழுப்ப வேண்டியிருக்கிறது.

பிழைப்பு நிலை மீன்பிடி (subsistance fishery) சார்ந்த பிரச்சினைகள் ஒரு விதமாகவும் பெருமுதலீட்டு வணிக மீன்பிடி பிரச்சினைகள் வேறு விதமாகவும் இருக்கின்றன. இந்த வேறுபாட்டின் பின்னணியில் கடற்கரைப் பெண்களின் நிலைமையைப் பகுத்துப் பார்க்க வேண்டிய தேவை இருக்கிறது. உணர்ச்சி நிலைகளைக் கடந்து இதை அணுக வேண்டும். சமவெளியில் வாழ்கிற, ஆதிக்க வர்க்கத்தைச் சார்ந்த நடுத்தர வர்க்கத்துப் பெண்ணாக நான் என்ன செய்ய முடியும் என்று யோசிக்கும்போது, 'எனக்கு ஒன்றும் தெரியாது, தெரிந்து கொள்ள வேண்டிய விஷயங்கள் அங்கே நிறைய இருக்கிறது' என்கிற எதார்த்தத்தை முதலில் ஏற்றுக்கொள்ள வேண்டும். செவிகொடுத்துக் கேட்கிற முதிர்ச்சி எனக்கு வேண்டும்.

ஃபெர்டினன்ட் ப்ராடெல் என்னும் வரலாற்றறிஞர் 'மெமரி அண்ட் தி மெடிட்டரேனியன்' என்கிற நூலை இப்படித் தொடங்குகிறார்: 'மத்தியதரைக் கடலைப் புரிந்துகொள்வது என்பது மத்தியதரைக் கடலைப் பார்த்துக்கொண்டே இருப்பதுதான்'. கடலைப் பார்த்துக்கொண்டே (அவதானித்துக் கொண்டே) இருந்தால்தான் புரியும். அந்தப் புரிதல் யாரிடம்தான் இருக்கிறது? கடலைப் பார்த்துக்கொண்டே இருக்கிற கடற்கரை மக்களிடம்தான் இருக்கிறது. அவர்களை நம்முடைய ஆசான்களாக வரித்துக்கொண்டு கடலை, அதன் இயக்கத்தை, அதன் சூழலியலைக் குறித்த நம் தேடலை அங்கிருந்து தொடங்க வேண்டும். புலமை வாய்ந்த அறிவியலோ, நூல்களோ, ஏட்டுக் கல்வியோ கடல் குறித்த சரியான புரிதலைத் தரமுடியாது. பெண்ணியப் பார்வையுடன் கடலை அணுகலாம் என்கிற மெத்தனத்தோடு நான் அங்கே போக முடியாது. கடற்கரை மனிதர்களின் கடல் பற்றிய பார்வையைப் புரிந்துகொண்டு, எனக்குத் தெரிந்த சில விஷயங்களோடு அதை இணைத்துக் கொண்டு ஓர் உரையாடலை நிகழ்த்துவதற்கான களமாகக்

கடற்கரையை நான் பார்க்க வேண்டும். அந்த உரையாடலுக்கு நான்தான் தயாராக வேண்டும். மீனவர்கள் பேசிக்கொண்டேதான் இருக்கிறார்கள். நாம்தான் கேட்பதில்லை. எனக்கு வெட்கமாக இருக்கிறது. கடற்கரை நகரத்தில் வாழ்ந்துகொண்டு, ஒரு சுனாமி வரும்போதுதான் கடற்கரை மக்களைக் குறித்து யோசிக்கிறேன் என்பது வெட்கமான விஷயம்.

ஒக்கிப் பேரிடர்ச் சூழலில் உடனடியாக இறங்கவேண்டிய ஏராளம் செயல்பாடுகளைத் தாண்டி கடல் சூழலியல், கடல்சார் மக்களின் வாழ்வியலை முதன்மைப்படுத்திச் சில விஷயங்களை நாம் தீவிரமாக யோசிக்க வேண்டிய தேவை இருக்கிறது. அதோடு சேர்ந்த பெண்ணுரிமைச் சிந்தனைகளை வளர்த்தெடுக்க வேண்டிய கட்டாயமும் இருப்பதாக நான் எண்ணுகிறேன். ∎

முத்துச் செல்வி

ஒக்கிப் பேரிடர் மரணங்களின் எண்ணிக்கையை ஊடகங்கள் வெறும் இலக்கங்களாக மாற்றிவிட்டன. ஆனால் ஒவ்வொரு மரணமும் ஒரு குடும்பத்தின், ஒரு பெண்ணின் பெருந்துயரம். இந்தப் பேரிடரால் மிகவும் பாதிக்கப்பட்டவர்கள் கடற்கரைப் பெண்களும் குழந்தைகளும்தான். இவர்களைக் குறித்து அக்கறைப்பட சமவெளி மக்களுக்கு நேரமில்லை என்றே வைத்துக் கொள்வோம். இந்தக் கள நிலைமைகளைப் படித்தறிந்து அறிக்கையிடுவதற்காக 25 பேர் கொண்ட ஒரு குழு வந்தது. ஓரிரு வரிகளில் பெண்களின் நிலையைச் சொன்னதோடு இந்த அறிக்கை முடிந்து விடுகிறது. இது நமக்கு மேலும் துயரத்தைத் தருகிறது. பொருளாதார பாதிப்பும் ஆண்களின் மரணமும் முடிவாகத் தாக்கம் செலுத்துவது பெண்களின் மேல்தானே? அந்தக் 'கரிசனம்' உண்மை கண்டறியும் குழுவுக்குக்கூட இல்லாமல் போகும்போது பெண்ணின் நிவாரணத்துக்கு என்ன வழி?

முத்துச் செல்வி (44), சமூக செயல்பாட்டாளர், மனிதி, சென்னை. சந்திப்பு: நாகர்கோவில், 29.04.2018.

அரசு இறந்தவர்களின் குடும்பங்களுக்கு நிவாரணமாக 20 இலட்சம் கொடுத்தது. ஒரு கோடி வரை கடன் வாங்கி முதலீடு செய்த படகு மூழ்கிவிட்டது. கிடைத்த நிவாரணம் கடனின் ஒரு பகுதியைக் கழிக்க உதவும். உளநல உதவி வழங்க நாங்கள் சந்தித்த வீடு ஒவ்வொன்றிலும் சொத்து எவ்வளவு இருக்கிறது என்பதைவிட கடன் எவ்வளவு என்றுதான் கேட்க வேண்டியிருந்தது. ஒவ்வொரு வீட்டிலும் 30 இலட்சம் 40 இலட்சம் கடன். தற்கொலை எண்ணம் பல பெண்களிடம் இருந்ததற்குக் கடன் தொல்லையும் முக்கியமான காரணம். வரதட்சணை அந்தச் சமூகத்தில் மிகப்பெரிய பொருளாதாரச் சுமை. பத்து வயது சிறுவனை முன்னிட்டு 30 இலட்சம் கடன் கொடுக்க முன்வருவார்கள். பையன் 15, 18 வயதில் மீன்பிடிக்கப் போய்க் கடனைத் தீர்த்துவிடுவான் என்று நம்புகிறார்கள். பெண்ணை நம்பி யார் கடன் கொடுப்பார்கள்? பத்து வயதுப் பையன் 30 இலட்சம் கடனுக்குப் பணயப்பொருள்! இந்தக் கடன் கந்துவட்டிக் கடன். இந்த முதலீடு கிராமங்களிலுள்ள சிறு சேமிப்புகளின் திரட்சி! சிறுகச் சிறுகச் சீட்டு மூலமாகப் பெண்கள் சேர்த்த பணமும் அதில் அடங்கும். கடற்கரையின் கடன் முதலீட்டுப் பொருளாதாரம் சிக்கலானது. திருமணத்துக்குத் தயாராக இருக்கும் மகளுக்காக; புதிதாக ஒரு வலை வாங்க; பையனைப் பொறியியல் படிப்புக்கு அனுப்ப - இப்படிப் பல கனவுகள் இந்தச் சேமிப்புப் பணத்தில் உயிர்த்திருக்கின்றன. கந்து வட்டிக்குக் கொடுத்த பணத்தைக் கேட்டு ஒக்கி பாதித்த குடும்பங்களைத் தொல்லைப்படுத்தக் கூடாது என்று சட்டம் போட்டவுடன் சிக்கல் தீர்ந்துவிடாது.

20 இலட்சம் கொடுத்ததோடு கேஸ்களை அரசு மூடியாகிவிட்டது. கடலில் காணாமல் போன மீனவர்களைத் தேடிக் கண்டுபிடிக்க விரும்பாத அரசு இது. இறந்தவர்களின் எண்ணிக்கையை வேண்டுமென்றே குறைத்துச் சொன்ன அரசு. எண்ணிக்கை கூடினால் உலக அளவில் கேள்விகளை எதிர்கொண்டாக வேண்டும், நிவாரணச் சுமை பெருகும். அணுவுலைக்கும் துறைமுகத்துக்கும் தாது மணல் கொள்ளைக்கும் எதிராகப் பெரும் போராட்டங்களை நடத்திவரும் மீனவச் சமூகத்தின் மீது ஆட்சியாளர்களுக்குக் கடும் கோபம் இருக்கிறது. இந்துத்துவக்

கொள்கைகளுக்குள் இல்லாத வேற்று மதத்தைச் சார்ந்தவர்கள் இவர்கள் என்பது அந்தக் கோபத்தைக் கூட்டுகிறது. 'ஒக்கிப் பேரிடரில் இன ஒதுக்கல்கள்' என்கிற உண்மை கண்டறியும் அறிக்கையின் தலைப்பு மிகவும் பொருத்தமானதுதான்.

காணாமல் போன மீனவர்களின் உடலைப் பார்க்காத பிஞ்சுக் குழந்தைகள் 'அப்பா எங்கம்மா?' என்று கேட்டு நச்சரித்துக் கொண்டிருக்கின்றன. 'அப்பா வெளிநாட்ல வேலைக்குப் போயிருக்கார், வந்துடுவார்' என்று அம்மாக்கள் சமாதானப்படுத்துகிறார்கள். 'வீட்டில் நிலைமை வித்தியாசமாக இருக்கிறதே, இதை நம்புவதா, கூடாதா?' பள்ளிக்குப் போனால் அங்கே சக மாணவர்களும் ஆசிரியர்களும் பரிதாபமாகப் பார்க்கிறார்கள்.

ஏதோ விபரீதம் இருப்பதாய்க் குழந்தைக்குப் புரிகிறது. இதற்கு எப்படி எதிர்வினை ஆற்றுவது? குழந்தையின் மனதில் குழப்பமும் அச்சமும் மேலிடுகிறது. வீட்டில் பழைய நிலைமை இல்லை. அப்பா அன்றே இறந்துவிட்டார் என்று பின்னாளில் ஒரு பொழுதில் குழந்தை தெரிந்துகொள்ளும்போது அதிர்ச்சியும் நாட்பட்ட குழப்பத்தின் காயமும் அந்தப் பிஞ்சு மனத்தைப் பாதிக்கும்.

இறப்பை மனம் ஏற்றுக்கொள்வது தேவை. இறந்தவர் உடலின் மீது விழுந்து புரண்டு அழுதால் ஒருவாறு துக்கத்தை ஆற்றிக் கொள்ளலாம், எதார்த்தத்தை மனம் படிப்படியாக ஏற்றுக்கொள்ளும். ஆண்டுதோறும் அவர் சமாதியில் வழிபாடு நடத்தி அந்தத் துக்கத்தைப் படிப்படியாய்க் கரைத்துக் கொள்ளலாம். காணாமல் போனவரின்' மனைவிக்கு இது சாத்தியமில்லை. மறுமணம் குறித்த யோசனைகளை இந்தப் பெண் வலுவாக நிராகரித்துவிடுகிறாள். 'நாலு வருசத்துக்குப் பிறகு அவரு திரும்பி வந்தா நான் என்ன செய்வேன், சொல்லுங்க?' என்று எதிர்க் கேள்வி வீசுகிறார். கடல் வாழ்க்கையில் இது முக்கியமான சிக்கல். ஏழாண்டுகளுக்குப் பிறகு திரும்பி வந்தவர்களின் கதை ஒன்றும் கடற்கரைக்குப் புதிதல்ல.

தற்கொலைக்கு முயன்ற இரண்டு பெண்களோடு உரையாடிய போது, பொருளாதாரச் சிக்கல் முக்கியமான காரணமாக

முன்வைக்கப்பட்டது. மனைவியை வேலைக்கு அனுப்பாமல் இருப்பதுதான் குடும்ப கௌரவம் என்பதான எண்ணம் சமவெளி சமூகங்களைப் போலவே, கடற்கரைகளில் நீடிக்கிறது. பாதிக்கப்பட்ட குடும்பங்களில் பல மனைவியர் பட்டப்படிப்பு, +2 முடித்தவர்கள். பெண் 'வேலைக்குப் போய்ப் பொருள் ஈட்டவேண்டும்' என்கிற மன உந்துதலைச் சமூகம் அவர்களுக்குத் தந்ததில்லை. எந்த நிறுவனமும் - மதமோ, அரசோ, சமூகமோ அந்த எண்ணத்தைத் தூண்டவில்லை. பெண்ணின் சமூக உற்பத்தித் திறனும் சமூகத்துக்குப் பயன்பட வேண்டும் என்று எந்தத் தரப்பிலும் சிந்திக்கவில்லை. மீனவர்கள் பிடித்துவரும் மீன் அவர்களுக்கான வாழ்வாதாரம் மட்டுமல்ல, தேசிய வருவாய், அந்நியச் செலாவணி, மக்களின் உணவு, எண்ணற்ற தொழில் வாய்ப்புகள் எல்லாம்தான். ஒட்டுமொத்த சமூக இயக்கத்தின் அங்கம்தான் மீன்பிடி தொழில். கடற்கரைப் பெண்களும் வீட்டு வேலையைத் தாண்டி இந்தப் பங்களிப்பில் ஈடுபட வேண்டும். அது நடக்கவில்லை என்பது இந்தப் பேரிடர்ச் சூழலில் முக்கியமான சிக்கல். கணவரின் அகால மறைவு குடும்பத்தை ஆதரவற்ற நிலைக்குத் தள்ளிவிடுகிறது.

கடல் அபலைகள் மறுவாழ்வை முன்னிட்டு ஒரு நிதியம் உருவாக்கப்பட வேண்டும். வாழ்வாதார உருவாக்கம், திறன்பயிற்சி, வழிகாட்டல், ஆய்வு, நிதியுதவி, கடனுதவி ஏற்பாடு சார்ந்த நடவடிக்கைகளுக்கு இந்த நிதியம் ஆதாரமாக அமையலாம்.

விதவைகள் மறுவாழ்வு என்றாலே தையல், உணவுப்பண்டம் தயாரிப்பு போன்ற பரிந்துரைகள்தான் முன்வைக்கப்படுகின்றன. இது பொருத்தமற்ற ஏற்பாடு. உணவுப் பண்டங்களைச் சந்தைப்படுத்துவது சிக்கல் மிகுந்த ஒன்று. ஒரு கிராமத்தில் ஒக்கி அபலைகள் 35 பேரும் தையல் கற்கப் போகிறார்கள். அங்கு ஏற்கனவே 12 பெண் தையல் கலைஞர்கள் வேலை செய்கிறார்கள். 45 தையல் கலைஞர்களுக்கான தேவை அந்தக் கிராமத்தில் இல்லை என்கிற நிலையில் பெரும் போட்டி உருவாகி, அந்தத் தொழிலை நம்பிப் பிழைத்துக் கொண்டிருப்பவர்களின் நிலைமையும் மோசமாகும். நிறுவனம் சார்ந்த வேலை வாய்ப்புகளை ஆராய வேண்டும். தமிழகக் கடற்கரை நெடுக சுனாமி, ஒக்கி, கடல்

விபத்து மரணங்கள் உருவாக்கிய கடல் அபலைகளை வயது வாரியாக வகைப்படுத்தினால் அவர்களது கல்வி, தொழில் திறன் பயிற்சியின் அடிப்படையில் வாய்ப்புகளை யோசிக்க முடியும். இவர்களுக்கு பகுதி சார்ந்த கூட்டு வேலைத் திட்டத்தை முன்மொழிகிறேன். தொழில் போட்டியை முற்றிலுமாகத் தவிர்த்து விடலாம், அபலைப் பெண்களிடையே வலுவான பிணைப்பைக் கட்டியெழுப்பலாம். சந்தைப்படுத்துவதும் எளிதாகும். உற்பத்திப் பொருட்களை விற்கும் பொறுப்பை அவர்கள் தலையில் சுமத்திவிடக் கூடாது. தரக் கட்டுப்பாடு, சந்தைப்படுத்தல் வேலைகளைச் சில நிறுவனங்களிடம் ஒப்படைத்து விடமுடியும்.

ஒக்கி அபலைகளுக்கு அரசு வேலைவாய்ப்பு வழங்குவதற்கு அவர்களின் கல்வித் தகுதியும் திறன் பயிற்சியின்மையும் தடையாக நிற்கிறது. எனினும், அவர்களில் ஒரு குறிப்பிட்ட எண்ணிக்கையினருக்கு நீதிமன்றம், அரசு துறைகளில் கடைநிலை ஊழியர் வேலைவாய்ப்புகளை அரசு வழங்கலாம். தனியார் நிறுவனங்களிலும் இவர்களின் படிப்புக்கும் திறனுக்கும் ஏற்ற வேலை வாய்ப்புகள் இருக்கின்றன. இதில் கடல் அபலைகளுக்கு முன்னுரிமை வழங்க அரசு அறிவுறுத்த முடியும்.

கன்னியாகுமரிக் கடற்கரைப் பெண்கள், குறிப்பாக வேணாட்டுக் கடற்கரைப் பெண்கள் வசதியாக வாழ்ந்து பழகிவிட்டவர்கள். ஒக்கி விதவைகள் இன்று ஒற்றையாளாக நின்று குடும்பத்தைப் பராமரிக்கும் நிலைக்குத் தள்ளப்பட்டிருக்கிறார்கள். சென்னை போன்ற நகரங்களில் சிறு ஊதியத்தை நம்பி இவர்களால் வாழ முடியாது. வேணாட்டு மீனவச் சமூகங்களின் தனித்துவமான பொருளியல், பண்பாட்டுக் கூறுகளைப் புரிந்துகொள்ளாமல் இந்தப் பெண்களுக்கான மாற்று வாழ்வாதாரங்களைத் திட்டமிட முடியாது.

பொதுச் சமூகத்தில் விதவைகளைக் குறித்த அக்கறை விசாலப்பட வேண்டும். நலிந்த பிரிவினர்க்கு பொதுத்துறைகளும் வங்கிகளும் பரிவுடன் தனித்திட்டங்களும் ஒதுக்கீடுகளும் வழங்கி வருகின்றன. விவசாயிகளுக்கு வங்கிக்கடன் வழங்க வேண்டும் என்பது ரிசர்வ் வங்கியின் கொள்கை அறிவுறுத்தல்களில்

❖ 1000 கடல் மைல் : வறீதையா கான்ஸ்தந்தின் 195

இடம்பெற்றுள்ள ஒன்று. விதவைகள் தொழில் தொடங்க சமூகத்தில் அவர்களை நம்பி யாரும் கடன் கொடுப்பதில்லை. இவர்களின் வாழ்வாதாரத்தை உறுதி செய்வதற்காக வங்கிகள் ஒரு குறிப்பிட்ட விழுக்காடு கடன்களை விதவைகளுக்கு ஒதுக்குமாறு ரிசர்வ் வங்கி அறிவிக்கை வெளியிட முடியும். சமூக ஆர்வலர்கள் இதைக் கோரிக்கையாக எடுத்துச் செல்ல வேண்டும்.

அரசு துறைகள் வழியாக விதவைகள் வாழ்வாதாரத் திட்டங்களைச் செயல்படுத்துவது சாத்தியம்தான். எனினும், அது நெடுந்தொலைவுப் பயணம். ஆனால் தொண்டு நிறுவனங்களும் ஆர்வலர் அமைப்புகளும் உடனடியாக செயலில் இறங்க முடியும். 'சமூகக் கடப்பாட்டை' (Corporate Social Responsibility – CSR) முன்னிட்டுப் பெருந்தொழில் நிறுவனங்கள் ஆண்டுதோறும் பெரும் நிதியை ஒதுக்குகின்றன. விதவைகள் மறுவாழ்வுக்காகக் குறிப்பிட்ட சில ஆண்டுகளுக்கு இந்த நிதியை ஒதுக்கலாம். அந்த நிறுவனங்களில் தகுதிக்கேற்ற வேலை வாய்ப்பிலும் ஒதுக்கீடு வழங்கலாம். கூட்டு முயற்சியாகத் தொழில் தொடங்குவதற்கு சிஎஸ்ஆர் நிதியுதவி பேருதவியாய் அமையும்.

ஆனால் இந்த உதவியைக் கேட்குமுன் களநிலைமையை மதிப்பிட வேண்டும். விதவையர் என்ன வேலைக்குத் தயாராக இருக்கிறார்கள், அவர்களின் பணித்தகுதிகள் என்ன என்பது குறித்த தரவுகள் தேவை. செயல்பாட்டாளர்கள் முதலில் களத்தில் சென்று உரையாட வேண்டும். ∎

பால் மைக்

இந்தியாவில் 4.2 கோடி விதவைகள் இருக்கின்றார்கள். 2011 மக்கள் தொகை கணக்கெடுக்கப்பட்டு, விதவைகளின் எண்ணிக்கையை முதல் முறையாக 2017ஆம் ஆண்டுதான் வெளியிட்டிருக்கிறார்கள். தமிழகத்தில் 38.5 இலட்சம் விதவைகள். ஏறக்குறைய 12 பெண்களுக்கு ஒரு பெண் விதவையாக இருக்கின்றாள். இதில் 20 வயதிற்கு கீழ்ப்பட்ட பெண்களின் எண்ணிக்கை அதிகம்.

2004 டிசம்பரில் சுனாமி பேரிடர் நிகழ்ந்தபொழுது நான் சேசு சபையின் சமூக நடவடிக்கை ஒருங்கிணைப்பாளராக இருந்தேன். பாதிக்கப்பட்டவர்களுக்கு முதலில் வேலை செய்தாக வேண்டும். அடுத்த நாளே நாங்கள் நாகப்பட்டினத்திற்குச் சென்றோம். எங்களுடைய களப்பணியாளர்கள் முதலிலேயே உள்ளே சென்று, இந்த கிராமத்தில் எத்தனை பேர் இருக்கின்றார்கள்- அங்கிருக்கும் மூத்தவர்களுக்கு ஓரளவிற்கு அங்கிருப்பவர்களின்

அருட்திரு பால் மைக், சேசு சபை - நிறுவனர், கலங்கரை நாகப்பட்டினம்.
சந்திப்பு : நாகர்கோவில், 28.04.2018.

பெயர் பட்டியல் தெரியும்- என்கிற விவரத்தைச் சேகரித்து அதில் குடும்பத் தலைவனுடைய பெயர் என்ன, மனைவி, மக்கள் எத்தனை பேர் என்கிற விபரங்களைத் தொகுத்து, அதன் அடிப்படையில் நிவாரணப் பொருட்களோடு வருவோம். இவற்றையெல்லாம் முடித்த பிறகு அந்த பட்டியலை எடுத்துப் பார்த்தால் குடும்பத் தலைவனின் பெயர் இருக்க வேண்டிய இடத்தில் பெண்கள் பெயராக இருக்கிறது. 'இது என்னப்பா, பெண்கள் பெயராக நிறைய இருக்கிறதே, போயி விசாரிச்சுட்டு வாங்க' என்றேன். விசாரித்துப் பார்த்தால் அவர்கள் விதவைகள் அல்லது கணவனால் கைவிடப்பட்டவர்கள். 'எண்ணிக்கை கொஞ்சம் அதிகமாக இருக்கின்றதே இன்னும் கொஞ்சம் பார்த்துப் பேசுங்க' என்று சொல்லி அவர்களைத் திரும்பவும் களத்துக்கு அனுப்பினோம்.

இதே சமயத்தில் கோடியக்கரை பக்கத்தில் ஒரு மீனவ கிராமத்தில் ஒரு மீனவப்பெண் வழக்கு தொடுத்திருக்கின்றார். "என்னுடைய கணவர் இறந்து விட்டார். என்னுடைய கணவருக்கென கொடுக்கப்பட்ட நிவாரணத் தொகையை என்னுடைய குடும்பத்தினர் - மற்ற உறவினர்கள், ஆண்கள் வாங்கி வைத்துக் கொண்டு 'உனக்கெதுக்கு பணம், உனக்கு அதெல்லாம் தேவையில்லை. உனக்கு ஏதும் தேவையென்றால் நாங்க பார்த்துக்குறோம்' என்று என்னிடம் இருந்து அபகரித்துக் கொண்டார்கள். எனக்கு எதுவும் கிடைக்கவில்லை' என்பது ஒரு விதவைத் தாயினுடைய வழக்கு. இது ஒரு வித்தியாசமான வழக்காக இருக்கின்றதே என்று எங்களுடைய வழக்கறிஞர்கள் போய் அந்த வழக்கையும் பார்த்துவிட்டு வந்தார்கள்.

இதனைத் தொடர்ந்து விதவைகளிடம் உட்கார்ந்து மீண்டும் பேசுகின்றோம். 'நிவாரணப் பொருட்களைக் கொடுக்கின்றார்கள், உங்களுக்கு கிடைக்கின்றதா?' 'இல்லை. பலம் நிறைந்தவர்கள் வாங்கிச் சென்று விடுகிறார்கள். எங்களுக்கு ஏதோ சில சமயங்களில் கிடைக்கின்றது. ஆனால், பெரும்பாலும் கொடுப்பதில்லை.' 'உங்களுக்கென தன்னார்வலர்கள் யாராவது வந்து வேலை செய்கின்றார்களா?'

'யாரும் எங்களைக் கண்டு கொள்வதில்லை. ஊரும் எங்களைப் பெரிதாகக் கண்டு கொள்ளாது. நாங்கள் ஒரு மாதிரி ஒதுங்கியே இருக்கின்றோம்.' 'உங்களுக்கு ஏதாவது உதவி வேண்டும் என்று நினைக்கிறீங்களா?'

'ஆமாம். எங்களுக்கு உதவி வேண்டும். இருந்தது என்றால் நாங்கள் பிழைத்துக் கொள்வோம்.' 'என்ன மாதிரி உதவி வேண்டும்?' 'நாங்கள் சொந்தமாக தொழில் செய்ய வேண்டும். மீன் வாங்கி விக்கிறோம். அல்லது காய்கறி கடை வைத்திருக்கிறோம். அரிசி வியாபாரம் செய்கிறோம். கோலப்பொடி விக்கிறோம். மாவு ஆட்டி, அதை விற்று வருகிறோம். கருவாடு கொண்டுபோய் விற்கிறோம். எங்களிடம் மூலதனம் இல்லை. கடன் வாங்கி வைத்துக் கொண்டுதான் தொழில் செய்கிறோம். ஒவ்வொரு நாளும் கடனுக்கு வட்டி கட்டுவதிலே எங்களுடைய பணம் எல்லாம் போய்விடுகிறது.'

'சரி, நீங்க என்ன எதிர்பார்க்கிறீங்க?'

'எங்களுக்கு 3000 ரூபாயோ, 5000 ரூபாயோ கடனாக நீங்கள் கொடுத்தால், இந்தக் கடனை நாங்கள் முதலில் அடைத்து விடுவோம். அந்தக் கடனை அடைத்து விட்டு இருக்கக்கூடிய காசை வைத்து நாங்கள் செய்து கொண்டிருக்கின்ற வேலையை கடன், வட்டித் தொல்லை இல்லாமல் செய்து கொண்டே இருப்போம். அதிலிருந்து வரக்கூடிய இலாபம் எங்களது குடும்பத்திற்கு உதவியாக இருக்கும்.'

இப்படித்தான் முதலில் ஆரம்பித்தது. அதாவது முதலில் குழுவை அமைப்பது, அவர்களுக்கென தலைவி, செயலரை உருவாக்குவது. விதவைகள் மட்டும்தான். விதவைகள் மற்றும் கணவனால் வஞ்சிக்கப்பட்ட பெண்கள்.

'உங்களுக்கென இரண்டு பேர் கொண்ட ஒரு கூட்டு வங்கிக் கணக்கை தொடங்குங்கள். அந்த கூட்டு வங்கிக் கணக்கில் நாங்கள் கொடுக்கக்கூடிய உதவித் தொகையை உங்களுடைய வங்கிக் கணக்கிற்கு வரவு வைத்துத் தந்து விடுவோம். தலைவியும் செயலரும் சேர்ந்து கையெழுத்திட்டு பணத்தை எடுத்து உங்களுக்குள்ளாக பகிர்ந்து கொள்ளுங்கள். பிறகு நீங்கள்

மீண்டும் மாதம்தோறும் ஒரு 300 ரூபாய், 500 ரூபாய்- அதை நீங்கள் முடிவு பண்ணுங்கள் - பணத்தை வங்கியில் செலுத்திக் கொண்டே இருக்க வேண்டும். ஒவ்வொருவருக்கும் 5000 ரூபாய் வந்திருக்கிறதல்லவா, எல்லோரும் 5000 ரூபாய் என்று வங்கியில் செலுத்தினால்- வட்டி வருவாயும் கொஞ்சம் ஏறி இருக்கும்- மீண்டும் ஒருமுறை அந்தக் கடனை எடுத்துத் திரும்ப விநியோகம் செய்யலாம். உங்களுடைய வாழ்வுநிலை முன்னேறுவதற்கு வாய்ப்பாக இருக்கும்.'

சில ஊர்களில் 5000 ரூபாய், சில ஊர்களில் 10,000 ரூபாய், சில இடங்களில் மாடு வாங்குவதற்கென 15,0000 ரூபாய் என்ற வகையில் கொடுக்கப்பட்டது. குறைந்தபட்சம் சுமார் 75 லட்சமாவது இந்த மாதிரி கொடுக்கப்பட்டிருக்கும்.

இதனைத் தொடர்ந்துதான் விதவைகளுடைய பிரச்சினைகளை இனம் கண்டதற்குப் பிறகு இந்த விதவைகள் ஒருங்கிணைக்கப்பட்டு அவர்களுடைய வேதனைகள், சவால்கள் எல்லாம் தொகுக்கப்பட்டு அவர்களுக்கு ஒரு விடிவு காலம் பிறக்க அவர்களோடு இணைந்தே திட்டமிட்டு ஏறக்குறைய பத்து வருடங்களில் 25 மாநாடுகள் நடத்தியிருப்போம். விதவைகள் வெளியில் வருவதற்கே அச்சப்படக்கூடிய ஒரு நிலையில் ஒவ்வொரு வருடமும் 400 முதல் 500 விதவைகள் கலந்து கொள்ளும் பெண்கள் தின விழாவாக மூன்று இடங்களில் நடக்கும். ஊர்வலம், அதன் பிறகு கல்யாண மண்டபங்களில் மாநாடு நடக்கும்.

ஐ.நா.சபை 2010 ஜூன் 23ஆம் தேதியை விதவைகள் தினம் என்று அறிவிக்கின்றது. நாம் 2007ஆம் ஆண்டிலிருந்தே விதவைகள் தினத்தை அனுசரித்து வருகிறோம். விதவைகள் தினம் அனுசரிக்கப்பட்டது. பெண்கள் தினம் அனுசரிக்கப்பட்டது. இப்படியாக 2004லிருந்து 2014க்குள்ளாக 25 இடங்களிலே மாநாடுகள். நாகப்பட்டினம் பாரம்பரிய நகரம். அங்கு விதவைகள் கோஷம் போட்டுக் கொண்டு தங்களுடைய உரிமைகளுக்காக வீதியில் வருகின்ற சமயத்தில் எல்லோரும் வாயில் விரலை வைத்துக் கொண்டு பார்ப்பார்கள்- 'விதவைகளும் போராட்டத்தில் இறங்கிட்டாங்களா' என்று. அப்படிப்பட்ட ஒரு நிகழ்வு.

இப்பொழுது 25ஆம் மாநாடாக சென்னையில் நிகழ்கிறது.. தமிழக அளவில் இந்த வேலையைப் பார்த்த சகோதரிகள், ஆங்காங்கே சென்று ஏறக்குறைய பத்து மாவட்டங்களில் அவர்களாகவே இதே மாதிரியான பணியை தங்களுடைய இடங்களிலே ஆரம்பித்து விட்டார்கள். அவர்களுக்கு தேவை, இந்தப் பணியை முன்னெடுத்துச் செல்வதற்கான வழிகாட்டுதல். அதற்குத் தகுதியானவர்கள் போய் அதை ஒருங்கிணைத்துக் கொண்டே இருந்தோம். பத்து மாவட்டங்களிலிருந்தும் 2014இல் லயோலா கல்லூரியில் 1300 விதவைகளைக் கொண்டுவந்து மிகப்பெரிய மாநாடு நடந்தது. அரங்கத்திற்குள்ளாக நடைபெற்றதனால், அது ஒரு அரசியல் மாநாடாக இல்லாமல், ஒரு அரங்கக் கூட்டமாக அடங்கிப் போனது. ஊடக வெளிச்சமும் அதிகமாக கொடுக்கவில்லை.

ஒரு நிவாரணப் பணிக்காகப் போனபோது தேவையின் அடிப்படையில் ஒரு மிஷன் உருவாகின்றது, இன்றைக்கு தமிழகம் முழுவதிலும் பரவி நிற்கின்றது. இடையூறுகளைத் தாண்டி, பொருளாதாரத்தில் மக்களை வளர்த்தெடுப்பதற்கான சில முயற்சிகள்... இதனைத் தொடர்ந்து வேறு பல முயற்சிகளும் செய்யப்பட்டு வருகின்றது இன்றுவரை. நாகப்பட்டினம் மாவட்டத்தில் 1650 விதவைகள் இன்றைக்கு இயக்கமாக - ஏறக்குறைய 120 குழுக்களாக - இருக்கின்றார்கள். அவை எல்லாம் சுய உதவிக் குழுக்களாகத்தான் ஆரம்பத்தில் உருவாக்கப்பட்டது. அவைகளே இன்று இயக்கங்களாக உருவாகியிருக்கின்றன.

பூம்புகார் பக்கத்தில் தோசஹோலோ என்றொரு ஊர். அங்கு விதவைகளுக்கு முதலில் மாடுதான் வாங்கிக் கொடுத்தோம். அதன் விலை 15,000 ரூபாய். அந்தப் பாலை விற்றே பொறுப்பாக திருப்பிக் கட்டி, அந்தப் பணத்தை எடுத்து இன்னொரு மாடு வாங்கி பொருளாதார ரீதியில் வளர்ந்திருக்கிறார்கள்.

முன்னர் எல்லாம் விதவை என்றால் யாருமே மதிக்கமாட்டார்கள். இப்பொழுது இந்த விதவைகள் குழு அந்த ஊரில் மற்றவர்களுக்கு இரண்டு வட்டிக்கு கொடுக்கின்ற அளவிற்கு வளர்ந்திருக்கிறார்கள். விதவைகளைப் பார்த்தால் மதிக்கின்றார்கள். விதவைகள் தன்னம்பிக்கையோடு சுதந்திரமாக செயல்படுவதைப்

பார்த்து ஒரு நபர், 'கம்மனாட்டி சிறுக்கிகளெல்லாம் சேர்ந்துகிட்டு என்ன ஆதிக்கம் பண்றாளுக' என்று சொல்லி விட்டார். எல்லோரும் கொதித்தெழுந்து நேராக அந்த நபரின் வீட்டிற்கு போய் விட்டார்கள். வீட்டில் அந்த நபரின் அம்மா மட்டுமே இருக்கிறார். அங்கே போய் எல்லோரும் சண்டைக்கு நிற்கிறார்கள். "ஏம்மா! நீ கம்மனாட்டி சிறுக்கியில்லையா? நீ ஒரு கம்மனாட்டிதானே! அப்போ எப்படி ஒன் மகன் எங்களைப் பார்த்து கம்மனாட்டி, சிறுக்கின்னு சொல்லலாம்?" திரும்ப அந்த நபரும் வந்த சமயத்தில், "உங்க அம்மா கம்மனாட்டி, உங்க அக்கா கம்மனாட்டி. நீ எப்படி எங்களைப் பார்த்து கம்மனாட்டின்னு சொல்லலாம்?" என்று அவனிடம் பாய்ந்தார்கள்.

அதன் பிறகு ஊர் பெரியதனக்காரர்களிடம் சென்று, 'எங்களிடம் அவன் மன்னிப்பு கேட்க வேண்டும், இல்லையென்றால், நாங்கள் வழக்குத் தொடுப்போம், காவல்நிலையத்தில் சென்று போராட்டம் பண்ணுவோம்' என்று சொன்னவுடன் வேறு வழியில்லாமல் அந்த நபர் மன்னிப்பு கேட்க வேண்டியதாயிற்று. அடங்கி, ஒடுங்கிப் போய்க் கொண்டே இருக்கின்ற வரை மரியாதையில்லை. என்றைக்கு நிமிர்ந்து நிற்கிறார்களோ அப்பொழுதுதான் அவர்களுடைய உரிமையை அவர்கள் வென்றெடுக்க முடியும். இதைத்தான் நாங்கள் செய்கிறோம். பொருளாதார பலம் கையில் வருகின்ற சமயத்தில் சமூக - அரசியல் ஆற்றல்படுத்தலும் என்பதும் கைகூடுகின்றது.

2009ஆம் ஆண்டு சட்டமன்றத் தேர்தல் நடைபெற்றது. அது ஒரு மார்ச் மாதம். அந்த மாதத்தின் 8ஆம் தேதி பெண்கள் தின விழா. அந்த விழாத் தேதியைக் காவல்துறையின் அனுமதியோடு மார்ச் 10ஆம் தேதி வைக்கின்றோம். அந்த முறை மாநாடாக இல்லை. நாகப்பட்டினம் பேருந்து நிலையத்திற்குப் பக்கத்தில் அவுரி திடலில் கவன ஈர்ப்பு ஆர்ப்பாட்டம் சாமியானா போட்டு வைக்கின்றோம். நாங்கள் அதை அறிவித்ததற்குப் பிறகு தேர்தல் அறிவிப்பு வருகின்றது. உடனே காவல்நிலையத்தில் இருந்து இந்த ஆர்ப்பாட்டத்திற்குத் தடை வருகிறது. 'நாங்கள் ஏற்கெனவே ஒப்புதல் வாங்கி விட்டோம், அதன் பிறகுதான் தேர்தல் தேதி அறிவிக்கப்பட்டது, அறிவித்து இரண்டு மூன்று நாட்கள்தான் ஆகின்றது, நாங்கள் நடத்தியே தீருவோம்'

என்று நடத்தினோம். அதில் வைக்கப்பட்ட கோரிக்கை, விதவைகளுக்கான மாதாந்திர உதவித்தொகை. வெறுமனே மாதத்திற்கு 400 ரூபாய் கொடுக்கப்பட்டு வந்தது. இதை வைத்துக் கொண்டு அவர்கள் எப்படிக் குடும்பம் நடத்த முடியும். எதற்கு இந்த உதவித்தொகை கொடுக்கிறார்கள் என்ற ஆதங்கம் இருந்தது. அப்பொழுது எங்களுடைய கோரிக்கை, இந்த மாதாந்திர உதவித்தொகை ஆயிரம் ரூபாயாவது கொடுக்க வேண்டும் என்ற கோரிக்கை வைத்தோம். எங்களுடைய துண்டுப் பிரசுரத்திலும் இதனை வைத்திருந்தோம். போராட்டத்தை நடத்துகின்ற அன்று போலீஸ்காரர்கள் தடுப்பதற்கு எவ்வளவோ முயற்சி பண்ணினார்கள். கைது பண்ணி விடுவோம் என்றெல்லாம் சொன்னார்கள். நாங்கள் விடவில்லை. விடாப்பிடியாய் நின்று நடத்தி முடித்தோம். இடையில் இடையில் வந்து தொந்தரவு பண்ணிக்கொண்டே இருந்தார்கள். கோபாவேசமான பேச்செல்லாம் அன்று நடந்தது.

ஒவ்வொரு அரசியல் கட்சியும் தேர்தல் அறிக்கை வெளியிடுவதற்குத் தயாராகிக் கொண்டு இருந்தார்கள். இந்த விதவைகளுக்கான ஊக்கத் தொகை, உதவித் தொகை என்பது குறைந்தபட்சம் 1,000 ரூபாயாவது இருக்க வேண்டும் என்ற கோரிக்கையை முன்னிலைப்படுத்தி, மற்ற கோரிக்கைகளையும் முன்வைத்து - இதற்காகத்தான் நாங்கள் கண்டன ஆர்ப்பாட்டம் நடத்தினோம் - செய்தித்தாள் கட்டிங், துண்டுப்பிரசுரங்களை உள்ளே வைத்து, தனியாக ஒவ்வொரு கட்சிக்கும் ஒரு வேண்டுகோள் கடிதம் எழுதி, 'இதனை நீங்கள் உங்களுடைய தேர்தல் அறிக்கையில் சேர்க்க வேண்டும்' என்று எல்லா அரசியல் கட்சிகளையும் நேரடியாகவே சென்னைக்குப் போய்ப் பார்த்துக் கொடுத்துவிட்டு வந்தோம்.

இதைக் கொடுத்துவிட்டு வந்ததற்குப் பிறகு முதலாக முந்திக்கொண்டு அறிக்கை வெளியிட்டது திமுக. அப்பொழுது ஆட்சியில் இருந்தது அதிமுக. 'நாங்கள் பதவிக்கு வந்தால் இந்த விதவைகள், 'முதியோர் உதவித் தொகையை 750 ரூபாயாக உயர்த்துவோம்' என்று திமுக அறிவித்தது. கடைசியாக ஜெயலலிதா manifesto வெளிவந்தது. 'நாங்க வந்தா 1000 ரூபாய் கொடுக்கிறோம்' என்று அறிவித்தது. ஆகா, நாம் எடுத்த இந்த

இடையீடு வேலை செய்திருக்கிறது. இந்த அம்மா ஜெயித்த பிறகு, அதனை 1000 ரூபாயாக ஆக்கினார்.

650 பேர் நடத்திய போராட்டம். புள்ளிவிபரப்படி நாகப்பட்டினத்தில் 95 ஆயிரம் விதவைகள் இருக்கிறார்கள். தகவல் உரிமைச் சட்டம் மூலமாக, இந்த மாவட்டத்தில் எத்தனை விதவைகளுக்கு ஓய்வூதியம் கொடுக்கப் படுகின்றது என்று பார்த்தோம், 16,500 பேருக்கு கொடுக்கப்படுகிறது, எல்லாருக்கும் இல்லை. இதே கணக்கீட்டின்படி 32 மாவட்டத்தில் ஏறக்குறைய மூன்றரை லட்சம் பேர் விதவைகள். 650 பேர் நடத்திய போராட்டம், அதன் பிறகு எடுத்த இந்த நடவடிக்கை, இன்றைக்கு இந்த கொள்கை முடிவினால் மூன்றரை லட்சம் பேருக்குப் பயனுள்ளதாக இருக்கிறது. நாம் வெறுமனே கீழ்மட்டத்தில் மட்டும் வேலை செய்துகொண்டிருந்தோம் என்றால் கதைக்கு உதவாது. கீழ்மட்டத்தில் செய்கிற வேலை, அரசின் கொள்கை முடிவுகளில் வெளிப்படுவதற்கு என்ன வழி இருக்கிறது என்று பார்த்தால் அது நீடித்த உதவியாக இருக்கும். பலரையும் சென்றடையக் கூடிய கொள்கை வடிவிலான மாற்றம் என்பது பெரிய சாதனை. ∎

ஜெஃபர்சன் மார்க்கோஸ்

என் அப்பா கப்பலில் தலைமைப் பொறியாளராய் வேலை பார்த்தவர். நான் விசாகப்பட்டினத்தில் வளர்ந்தேன். ஒன்றாம் வகுப்பு படிக்கும்போதே அப்பாவுடன் கப்பலில் போகத் தொடங்கிவிட்டேன். என் அண்ணாவும் தம்பியும் போவதில்லை. துறைமுகம், வீடு, நான் படித்த ஆங்கிலோ இந்தியப்பள்ளி எல்லாம் அருகருகில் இருந்தன. சின்ன வயதிலேயே கடலுக்குத்தான் போகவேண்டும் என்று தீர்மானித்துவிட்டேன். ஏழாம் வகுப்பு படிக்கையில் விசைப்படகு செய்து ஓடவிட்டிருக்கிறேன். இயந்திரம் எப்படி வேலை செய்கிறது என்று பிரித்துப் போட்டுப் படிக்கும் ஆர்வம் தொற்றிக்கொண்டது. அன்று மென்பொருள் துறையில் நல்ல வாய்ப்புகள் இருந்தது. மெக்கானிக்கல் துறை அப்போது தரைமட்டமாக இருந்தது. எனக்குப் பிடித்ததைச் செய்யத் தோன்றியது, அதனால் மெரைன் இன்ஜினியரிங்

ஜெஃபர்சன் மார்க்கோஸ் (38), சின்னத்துறை பயணிகள் கப்பல் பொறியாளர், சூழலியல் ஆர்வலர். சந்திப்பு : 05.05.2018.

படித்தேன். படித்த காலத்தில் கல்லூரி சார்பில் தேசிய அளவில் பல புராஜக்டுகள் செய்து பரிசு வாங்கினேன். அப்பா காயமுற்று உடல்ரீதியாகவும் மனரீதியாகவும் நோய்வாய்ப்பட்டார். வீடு மிகப்பெரிய நெருக்கடிக்கு உள்ளானது. சிட்டி வாழ்க்கை, ஆங்கிலப் படிப்பு என்று பழகிய நாங்கள் வறுமையில் தள்ளப்பட்டோம். அம்மா - பத்தாம் வகுப்பில் தோற்றவர் - தனியாக நின்று போராடி எங்களையெல்லாம் ஆளாக்கினார். ஒரு தம்பியை டாக்டர் ஆக்கினார், என்னை இன்ஜினியர் ஆக்கினார். அண்ணன் ஃபிஷரி சயன்சில் மாஸ்டர் பட்டம். டாக்டர் பட்ட ஆய்வு நிறைவடையும் நிலையில் வீட்டுச் சூழலைப் பார்த்துப் படிப்பை விட்டவர்.

கப்பல் துறைப் பயிற்சியில் சோலாஸ் (SOLAS) என்றொரு பாடம் இருக்கிறது. கடலில் உயிர்ப்பாதுகாப்பு விதிகள் பற்றியது (Safety of Life at Sea). உலகம் முழுவதும் ஆழ்கடல்களில் கப்பலில் பயணிக்கையில் முதன்முதலாக இந்தப்பகுதி (வேணாடு) விசைப்படகுகள் நெடுந்தொலைவுகளில் மீன் பிடிப்பதைப் பார்த்து அசந்து போனேன். எந்தவிதமான பாதுகாப்பு முன்னேற்பாடும் இல்லாமல் 4000 கடல்மைல் தொலைவில் மீன் பிடித்துக் கொண்டிருந்த அவர்களின் அசாத்தியமான துணிச்சலை வேறு எந்த மீனவர்களிடமும் நான் பார்த்ததில்லை. உயிர்ப்பாதுகாப்பு உடை இல்லை, பாதுகாப்பு மிதவை இல்லை. ஒவ்வொரு மீனவனும் எனக்கு சூப்பர்மேனாகத் தோன்றினார். மடகாஸ்கர், டிகோ கார்சியா போன்ற தொலைவிலுள்ள கடற்கரைகளுக்கும் இவர்கள் போகத் துணிகிறார்கள். ஒரு பட்டுப்புழுக் கூடு போல கப்பலின் எஞ்சின் அறையில் நாங்கள் பத்திரமாய் இருப்போம். வெளியே 50 கடல்மைல் வேகத்தில் காற்று வீசினாலும் ஒரு அசைவு தெரியாது. சில நேரங்களில் மீன்பிடி விசைப்படகுகள் பஞ்சாய்ப் பறக்கும். நாங்கள் கப்பலின் உள்ளே ஸ்நூக்கர் பால் ஆடுகிற அளவுக்குப் பாதுகாப்பாய் இருப்போம். அலைகள் பத்து மீட்டர் உயரத்தில் கப்பலின் இருபுறமும் கடந்துபோகும்.

மீன்பிடி விசைப்படகில் எந்த வகையான பாதுகாப்புக் கருவிகளும் இல்லாமல்தான் இந்த மீனவர்கள் கடலுக்குப் போகிறார்கள். ஒக்கிப் புயல் மாதிரி ஒரு ஆபத்து வந்தால் சமாளிக்க அவர்களிடம் எதுவும் இல்லை. கடந்த ஏழு வருடங்களாக

இதைப்பற்றி முக்கியமான சிலரிடம் பேசிக்கொண்டே இருக்கிறேன். கடல் கொள்ளையர்கள் தொல்லை, வேறு விதமான ஆபத்து. விசைப்படகுகளில் உயிர்க்காப்புப் படகு (life raft) இருந்திருந்தால் ஒக்கிப் புயலின்போது 50% இறப்பைத் தவிர்த்திருக்க முடியும். எண்பது இலட்சம் முதலீடு செய்யும் படகில் 80,000 ரூபாய் மதிப்பில் ஒரு உயிர்க்காப்புப் படகை முன்னேற்பாடாக வைத்திருப்பது வீண் செலவு அல்ல.

கடல் பொறியியல் துறையில் எல்லாத் துறைகள் பற்றியும் படிக்கலாம். உயிரியல், வேதியியல், இயற்பியல், தெர்மல் இன்ஜினியிரிங், கம்ப்யூட்டர் புரோகிராமிங் எல்லாவற்றையும் ஒரே படிப்பில் பெறுவதென்றால் அது கடல் பொறியியல் படிப்புதான். இது தவிர, மார்போல் (MarPol) - கடல் மாசுபாடு என்றொரு பாடப்பொருளும் இதில் இருக்கிறது. இது அண்மையில் ஏழாவதாகச் சேர்க்கப்பட்ட பாடம். எண்ணை, நச்சுப் பொருட்களால் ஏற்படும் கடல் மாசுபாடு பற்றி இதில் படிப்போம். காற்று, கழிவுநீர், பல்லாஸ்ட் வாட்டர் ட்ரீட்மென்ட் எல்லாம் இதில் அடங்கும். மணக்குடியில் ஒரு சரக்குப்பெட்டக முனையம் எத்தனை பெரிய பேரழிவைக் கொண்டு வரும் என்பது எனக்குத் தெரியும். அம்சா (Australian Maritime Safety Authority - AMSA) உலகிலேயே மிகமிகக் கண்டிப்பான கடல் பாதுகாப்பு முகமை. பாதுகாப்பு, கடல் மாசுபாடு விதிகளை மிகக் கடுமையாகப் பின்பற்றுவார்கள். ஒரு துளி ஆயிலை வெளியேற்றினால் கப்பலையே சிறைப்படுத்திவிடுவார்கள். எனக்கு அவர்களுடைய அணுகுமுறை நிரம்பப் பிடித்திருக்கிறது. இயற்கைச் சூழலில் எனக்கு மிகுந்த ஈடுபாடு உண்டு. அதற்காக பல புதிய புதிய ப்ராஜக்டுகளை மேற்கொள்வேன்.

ஊருக்கு வரும்போது இங்கே உள்ளாட்சி என்கிற ஒன்று செயல்படுகிறதா என்று வியந்து கொள்வேன். ஒரு நாள்கூட ஊராட்சி குப்பைகளை அள்ளிச் சுத்தப்படுத்தியதை நான் பார்த்ததில்லை. இந்த ஊரின் மக்கள் தொகையைவிட அதிகம் பேர் எங்கள் கப்பலில் பயணிப்பார்கள். ஒரு கப்பலில் 7,000 பேர்! இத்தனைப் பேர் நாள்தோறும் கப்பலில் வெளியேற்றும் கழிவுகளை மேலாண்மை செய்து ஒன்றுமில்லாமல் செய்துவிடுவோம்; ஒரு துண்டு காகிதமோ, ஒரு துளி ஆயிலோ

எதுவும் வெளியே போகாது. கப்பலை இயக்குகிற பெரும் பணியுடன் சேர்த்து இந்தக் கழிவுகளையும் கையாளுவது எங்கள் வேலை. பரிச்சயமில்லாதவர்களுக்கு இது பெரிய விஷயம், எங்களுக்கு இது சாதாரணமானது. நம்முடைய கழிவுகளுக்கும் மாசுபாடுகளுக்கும் கச்சிதமான தீர்வுகள் இருக்கின்றன. நாம் தயார் என்றால் உடனே இதைச் சாதித்துவிடலாம். ஒரு சிறு எண்ணிக்கையில் இயற்கை ஆர்வலர்கள் கிடைத்துவிட்டால் போதும். திட்டங்கள் போட்டோம், ஊர்களில் முன்வைத்தோம், ஊர்த்தலைவர்கள், கத்தோலிக்கத் திருச்சபை நிர்வாகக் குழுவினர் எல்லோரும் 'நன்றாயிருக்கிறது' என்கிறார்கள். ஆனால் எதுவும் செயல்நிலைக்கு நகரமாட்டேன் என்கிறது. என் கப்பல் வேலையை இதற்காகக் கைவிடவே தயாராகிவிட்டேன்.

எவிளம் கால்வாயைத் தூய்மையாக்கும் முயற்சியில் நெய்தல் எழுச்சிப் பேரவை இறங்கியிருக்கிறது. நானும் இதனுடன் இணைந்துகொண்டு கழிவு மேலாண்மைக்கான ஒரு வரைவுத் திட்டத்தைத் தயாரித்திருக்கிறேன். மக்களோடு இணைந்து வேலை செய்யத் தயாராய் இருக்கிறேன். ∎

சிரில் அலெக்ஸ்

நம்முடைய கடற்கரைக் கிராமங்களில் மீன்பிடிச் சூழலில் 'பாதுகாப்பு' பற்றிய நம்பிக்கை பாரம்பரியத் தன்மையோடுதான் நீடிக்கிறது. பல பொழுதிலும் வெறும் மத நம்பிக்கையோடு மீனவர்கள் அதைக் கடந்து போய்விடுகிறார்கள். பிரார்த்தனை செய்தால் எல்லாம் சரியாகிவிடும் என்று நம்புகிறார்கள். பாரம்பரிய மீனவர்களுக்கு தங்கள் வீரதீர சாகசங்களின் மீது அதீத நம்பிக்கை உண்டு. 'நான் எந்தச் சூழலிலும் உயிர்தப்பி வந்துவிடுவேன், எனக்கு அந்தத் திறமை இருக்கிறது' என்கிற நம்பிக்கை ஒவ்வொரு மீனவனுக்கும் இருக்கிறது. இது காலகாலமாக அந்த மக்களின் வாழ்க்கை அமைப்பாக இருந்து வருகிறது. இது ஒரு சிஸ்டம். ஒரு கதையைச் சொல்லி ஒருவனைக் கடலுக்குள் அழைத்துச் சென்றுவிட முடியும்; வேறொரு கதையைச் சொல்லிக் கடலுக்குப் போகிறவனைத் தடுத்துவிடவும் முடியும்.

சிரில் அலெக்ஸ் (43), மென்பொருள் கலந்தறிவாளர், எழுத்தாளர். சந்திப்பு: 23.06.2018, சென்னை.

இது வழமையாக நீடித்து வரும் நம்பிக்கைகள் சார்ந்த கட்டமைவு. இந்தக் கட்டமைவு இன்றைய சூழலுக்குச் சரிப்பட்டு வருமா?

நாம் கடலுக்குள் போகிற முறைமைகள் மாறிவிட்டன, நாம் பயன்படுத்தும் தொழில் கருவிகள், படகுகள் மாறிவிட்டன. சுருங்கச் சொன்னால், எல்லாமே நவீனமயமாகிவிட்டது. கரை வாழ்க்கையிலும் நிறைய நவீனமான விசயங்களை எதிர்கொள்கிறோம். இவ்வளவும் மாறிவிட்ட நிலையில் பாதுகாப்பு குறித்த நம்பிக்கைகளும் அணுகுமுறையும் மாறியாக வேண்டும் என்று நினைக்கிறேன்.

அண்மையில் என் ஊருக்குப் போயிருந்தேன் (முட்டம்). அங்குள்ள மீன்பிடி துறைமுகத்தில் நிறுத்தியிருந்த மீன்பிடி விசைப்படகுகளைப் பார்த்து வியந்துபோனேன். அப்படியே மேலைநாட்டுத் தொழில்நுட்பங்களும் கட்டமைப்பும் கொண்ட படகுகள்! ஐஸ் அறை, மீன் சேமிப்பு அறை உட்பட எல்லா வசதிகளும் அந்த ஆழ்கடல் மீன்பிடி படகுகளில் உள்ளன. வலைகள், தூண்டில், மீன்பிடி கருவிகள் எல்லாம் புதுமையாக இருக்கின்றன. ஆனால் பாதுகாப்புக் கூறுகளில் மட்டும் போதாமை இருக்கிறது. ஓர் ஆழ்கடல் மீன்பிடி படகைப் பொறுத்தவரை இது ஆபத்தை வலிந்து கட்டிக்கொள்வது போலத்தான். பேரிடர்கள் தவிர, அவ்வப்போது கடல் விபத்துகள் நடந்துகொண்டே இருக்கின்றன. தவிர்க்கக்கூடிய மரணங்களைத் தருவித்துக்கொள்ளும் இந்த மடமை கடல் பாதுகாப்பு குறித்த இவர்களின் புராதன நம்பிக்கையோடு பின்னிப் பிணைந்து கிடக்கிறது.

தவிர்க்கக்கூடிய மரணங்களைத் தவிர்க்கத் தவறுவதும் வன்முறைதான். ஒக்கிப் பேரிடர் மேலாண்மையில் அரசின் அணுகுமுறையை நான் இப்படித்தான் வகைப்படுத்துவேன். ஆனால் 200க்கும் மேற்பட்ட மீனவர்கள் ஆழ்கடலில் உயிரையும் படகையும் இழந்ததற்கு மீனவர்களும் ஒருவகையில் பொறுப்பானவர்கள்தான். அடிப்படைப் பாதுகாப்பு சமாச்சாரங்களில் கூட அவர்கள் அலட்சியம் காட்டுகிறார்கள். இது அவர்களுடைய பண்பாட்டு வரலாற்றின் நீட்சி. நாற்பது வருடங்களுக்கு முன்னால் நம்முடைய மீனவ கிராமங்களில் வறுமை இருந்தது. அந்தக் காலத்தில் உயிர்க்காப்பு முன்னெச்சரிக்கையாக ஒரு

லைஃப் ஜாக்கெட் வைத்துக் கொள்வது அவர்களின் கற்பனைக்கு அப்பாற்பட்ட விசயம். 'பாதுகாப்புக்காக இப்படிச் செலவிடுவது பணத்தை வீணடிப்பது' என்பதான அன்றைய மனப்போக்கு இன்று ஆழ்கடலில் மீன்பிடி விசைப்படகுக்காரனுக்கு இருக்கிறது என்றால் அது மீனவர்களின் பண்பாட்டு நீட்சி. எல்லாம் மாறிக் கொண்டிருக்கிறது; புதிய புதிய தொழில்நுட்பங்களை வாங்கிப் பயன்படுத்துகிறோம். சில அரிய நுட்பங்களை நாமே உருவாக்கிப் பயன்படுத்தவும் செய்கிறோம். ஆனால் 'உயிர்ப் பாதுகாப்பில் மட்டும் அலட்சியமாகவே இருப்போம்' என்பது ஆபத்தான மனநிலை. அதற்கு நாம் இன்று கொடுத்திருக்கும் விலை பெரிது. நியாயப்படுத்த முடியாத விலை இது.

பாரம்பரிய மீனவர்களின் இன்றைய மீன்பிடி தொழில் பலகோடி மூலதனத்தை உள்ளடக்கிய பெருந்தொழில். ஒரு படகுக்கு ஒன்றேகால் கோடி ரூபாய் வரை முதலீடு ஆகிறது. இந்த மீனவர்கள் கரைசேர்க்கும் அறுவடை இன்றைய கணக்கில் ஆறு மில்லியன் அமெரிக்க டாலர்கள். நாம் இத்தனை பெரிய முதலீடு செய்து இவ்வளவு பெரிய அறுவடையை நாட்டுக்கு வழங்கிக்கொண்டிருக்கும் பெருந்தொழிலுக்குச் சொந்தக்காரர்கள் என்கிற உணர்வு மீனவர்களுக்கு வரவேண்டும். அவர்களுடைய புரதப் பங்களிப்பு நாட்டின் உணவு உற்பத்தியில் நிர்ணயத் தன்மை வாய்ந்தது என்பதன் அடிப்படையில் தொழில், கடல் பாதுகாப்பு அணுகுமுறைகளில் ஸ்மார்ட்டாக சிந்திக்க வேண்டும்.

ஓர் ஆழ்கடல் மீன்பிடி விசைப்படகு உரிமையாளர் ஸ்மார்ட் ஆனவர் என்றால் தன்து மூலதனத்தின் பாதுகாப்பை உத்தரவாதம் செய்துகொள்ள வேண்டும், தனது படகில் உடன் தொழில் செய்யும் சக மீனவர்களின் உயிரையும் தன்னுயிரையும் பாதுகாத்துக் கரை திரும்புவதற்கான ஏற்பாடுகளை யோசிக்க வேண்டும்.

பாதுகாப்பு ஏற்பாடுகள் என்றதும் பிரம்மாண்டமான கருவிகள், தொழில்நுட்பங்களை நினைத்துக் கவலைப்பட வேண்டியதில்லை. பாதுகாப்பு என்பது அடிப்படையில் சின்னச் சின்ன விஷயங்களில் அக்கறைக் காட்டுவதுதான். பாதுகாப்புக் கரிசனம் நமது உணர்வில் கலந்துவிட வேண்டும்; நாளடைவில் அன்றாடச் சடங்குகளில் ஒன்றாக மாறிவிட வேண்டும். காலையில் பல் துலக்குவது

போல, இரவில் தூங்குவதற்கு முன்பு கதவுகளைப் பத்திரமாய்த் தாளிடுவது போல, ஒருநாள் அது கடல்சார் சமூகத்தின் பாதுகாப்புக் கலாச்சாரமாய் ஆகிவிட வேண்டும். பத்து மீனவர்கள் விசைப்படகில் ஆழ்கடலுக்குப் போகிறார்கள் என்றால் ஆளுக்கொரு லைஃப் ஜாக்கெட் இருக்கிறதா என்று ஒவ்வொரு பயணத்துக்கு முன்னாலும் சரிபார்ப்பது ஒரு சடங்காக வேண்டும். படகுப் பாதுகாப்பு, பயணத் தேவைகள், தொலைத் தொடர்பு, அபாய - அவசரகாலத் தேவைகள் என்பதாக ஒரு சேஃப்ட்டி செக் லிஸ்ட் இருக்க வேண்டும், ஒரு லாக் புக் இருக்க வேண்டும். ஒவ்வொரு படகும் பயணத்துக்குத் தகுதியானது எனச் சான்றளிக்க ஆய்வாளர் பணியமர்த்தப்பட வேண்டும். இதை அரசு துறைகள் செய்ய முன்வருமானால் முழு ஒத்துழைப்புக் கொடுக்க மீனவர்கள் தயராக வேண்டும்.

இலண்டன் மெட்ரோ இரயில் நிலையத்தில் அதிவேக இரயில்களில் ஏறி இறங்குவது சுவாரஸ்யமான அனுபவம். ஒவ்வொரு முறை இரயில் வரும்போதும் ஒலிபெருக்கியில் ஓர் அறிவிப்பு வரும்: "மைண்ட் தி கேப்" (mind the gap). நடை மேடைக்கும் இரயிலுக்கும் இடையில் ஒரு சிறு இடைவெளிதான். அது உயிருக்கும் மரணத்துக்குமான இடைவெளி என்பதைப் பயணிகளுக்கு நினைவுறுத்த மீண்டும் மீண்டும் வருகிற எச்சரிக்கை அறிவிப்பு. நாள்தோறும் பயணிக்கிற எங்களைப் போன்றவர்களுக்கு அலுப்பூட்டும் அறிவிப்பு. 'மைண்ட் தி கேப்' என்பது எங்களுக்கெல்லாம் ஒரு குறியீட்டு ஜோக்! ஆனால் அன்றாடம் இலண்டனில் ஆயிரமாயிரம் பேர் புதிதாய் வந்து இறங்குகிறார்கள். அவர்களின் பாதுகாப்பை முன்னிட்டும் இந்த எச்சரிக்கை அறிவிப்பு முக்கியத்துவம் கொண்டது. விமானப் பயணம் தொடங்கும்போது பயணப் பாதுகாப்பு குறித்து விமானப் பணியாளர் ஒருவர் சில விசயங்களை சைகைகளால் விளக்குவார். பல மொழிகளில் ஒலிபெருக்கி வழி விளக்குவார்கள். இது வெற்றுச் சடங்கல்ல, பன்னாட்டு நெறிமுறைகள் வலியுறுத்தும் விதி. உயிர்ப்பாதுகாப்பு குறித்த நடைமுறைகள் உரிமையும் கடமையும் கலந்தது. மீனவர்கள் கடந்த கால இயற்கைப் பேரிடர் அனுபவங்களின் பின்னணியில் இதை யோசிக்க வேண்டும். வாழ்க்கை சின்னச் சின்ன விசயங்கள் சார்ந்தது. கடல் வாழ்க்கையைப் பொறுத்தவரை, சின்னச் சின்ன விசயங்களில் கவனம் செலுத்தினால் பெரும் இழப்புகளைத் தவிர்த்து விடலாம். ■

கு. பாரதி

நெடுவாசல், கதிராமங்கலம், சேலம் எட்டுவழிச் சாலை, இனயம், கன்னியாகுமரி, தூத்துக்குடி முதலான அண்மைக்காலப் போராட்டங்கள் எல்லாம் 1985 டிசம்பர் மெரினா துப்பாக்கிச் சூடு நிகழ்வை நினைவூட்டுகிறது. பொது வாழ்க்கைக்கு என்னை இழுத்து வந்த அந்த நிகழ்வுக்கும் பெருந்திட்டங்களை முன்னிறுத்தி நிலங்களைக் கைப்பற்றி மக்களைத் துரத்தும் இப்போதைய நிகழ்வுகளுக்கும் பெரிய வித்தியாசம் ஒன்றும் இல்லை. கடற்கரை மக்கள் மட்டுமல்ல, அடித்தள மக்கள் எல்லோருக்கும் மறதி அதிகம். வரலாற்றை எளிதில் மறந்துவிடுகிறார்கள். அரசுகள் மாறினாலும் அரசு இயந்திரம் ஆவண நினைவின் பலத்துடன் அதே தாக்குதல்களை மீண்டும் மீண்டும் சாதாரண மக்களின் மீது நிகழ்த்திக் கொண்டிருக்கிறது. போராட்டத்தின் படிப்பினைகளை மக்கள் தவறவிட்டு விடுகிறார்கள்.

கு.பாரதி (51), நொச்சிக்குப்பம் சென்னை; புரட்சிக்கயல் இதழ் ஆசிரியர்; தென்னிந்திய மீனவர் நலசங்கத் தலைவர். சந்திப்பு: மெரினா, 15.06.2018.

1985 நவம்பர் 3ஆம் நாள் எம்ஜியாரின் 'மெரினாக் கடற்கரையை அழகுபடுத்தும் திட்டம்' என்று சொல்லி மாட்டாங்குப்பம், நடுக்குப்பம், அயோத்திக் குப்பம், நொச்சிக் குப்பம் ஆகிய நான்கு கிராமங்களிலும் மீனவர்கள் கடற்கரைகளில் வைத்திருந்த கட்டுமரங்கள், பெருவலைப் படகுகள், வலைகள் எல்லாவற்றையும் சென்னை மாநகராட்சியினர், லாரிகளையும் ஆயிரக்கணக்கான போலீஸ்களையும் வைத்து இரவோடு இரவாக எடுத்துச் சென்றுவிட்டார்கள். நவம்பர் 4 விடியலில் இரண்டு மணிக்கெல்லாம் மீன்பிடிக்கப் புறப்படுவதற்குக் கடற்கரைக்குப் போன மீனவர்களைக் காவல்துறை விரட்டியது. கும்பல் கும்பலாக அங்கே ஏதோ செய்கிறார்கள், ஆனால் மீனவர்களுக்கு எதுவும் விளங்கவில்லை. பொழுது விடிந்து பார்த்தால் கடற்கரையில் கட்டுமரம், படகு, வலைகள் எதுவும் இல்லை! 'மெரினாக் கடற்கரையை அழகுபடுத்தப் போகிறோம். இனிமேல் யாரும் இங்கே மீன்பிடிக்கப் போகக் கூடாது' என்கிறது போலீஸ். அப்போதெல்லாம் பத்திரிகைகளோ தகவல் தொடர்புகளோ நமக்குப் பெரிதாக எதுவும் இருக்கவில்லை. ஆனாலும் இந்தச் செய்தியைக் கேள்விப்பட்டு சென்னையின் ஒட்டுமொத்த மீனவர்களும் திரண்டு வந்துவிட்டார்கள். 30 நாட்கள் சென்னையில் தொடர் போராட்டம் நடத்தினார்கள். காமராசர் சாலையில் போக்குவரத்து தடைபட்டுப் போனது. ஜல்லிக்கட்டு போராட்டத்தின்போது காவல்துறை தீவைத்த நடுக்குப்பம் கிராமத்தில் எல்லா மீனவர்களும் ஒன்று திரண்டு அப்போது சேப்பாக்கம் எழிலகத்திலிருந்த சென்னை மாவட்ட ஆட்சியர் அலுவலகத்துக்கும் குடிசைமாற்று வாரியத்துக்கும் சென்னை நீதிமன்றத்துக்கும் பேரணியாகப் போய் முழக்கம் எழுப்பினார்கள். 'எங்கள் வாழ்வுரிமையை எங்களுக்குத் திருப்பிக் கொடு' என்று முழங்குவார்கள். அன்று எம்ஜியார் இப்படியொரு திட்டம் குறித்து மக்களோடு பேசவில்லை. ஆனால் பலதரப்பு மக்களும் மீனவர்களுக்கு ஆதரவாக இருந்தார்கள். அகில இந்திய மீனவர் சங்கத் தலைவர் கே.சுப்பிரமணியன் தலைமையில் நடந்த இந்தப் போராட்டத்துக்கு எல்லா அரசியல் கட்சிகளும் ஆதரவு தெரிவித்திருந்தன.

‘உங்களுக்கு வேறு நல்ல இடம் ஏற்பாடு செய்து தருகிறோம், போய்விடுங்கள்’ என்று அரசு பல வழிகளில் சொல்லிப் பார்த்தது. ‘இது எங்கள் வாழிடம், இங்கிருந்து வெளியேறும் பேச்சுக்கே இடமில்லை’ என்று மீனவர் தரப்பு உறுதியாக நின்றது. நவம்பர் 5 அன்று காந்தி சிலையருகே மக்கள் திரண்டு மிகப்பெரிய போராட்டம் நடத்தினார்கள். அப்போது நல்ல மழை. கருணாநிதி மழையில் அந்த உண்ணாவிரதப் போராட்டத்தில் கலந்துகொண்டு பேசினார். போராட்டத்தின்போது மழையில் நனைந்து ஒரு மூதாட்டி இறந்து போனார்.

போராட்டம் அடுத்தடுத்த கட்டங்களுக்கு நகர்ந்து கொண்டிருந்தது. கோட்டையை நோக்கிப் பேரணி; சென்னை உயர்நீதிமன்றத்தில் ஒரு வழக்குத் தொடரப்படுகிறது. வழக்கு விசாரணையன்று அமர்வு நீதிபதி வரவில்லை. மக்கள் நீதிமன்றத்தை முற்றுகையிட்டு முடக்கிவிட்டார்கள். தமிழக வரலாற்றில் இதுபோன்று நடந்திருக்க வாய்ப்பில்லை. அவசர கதியில் வேறொரு நீதிபதியை வைத்து விசாரணை நடத்தப்பட்டது. கோட்டையை நோக்கிப் பேரணியாகச் சென்று முற்றுகைப் போராட்டம் நடத்தும் நேரத்தில் அயோத்திக்குப்பத்து மீனவர் ஒருவர் மன உளைச்சல் தாங்காமல் திடீரென்று மண்ணெண்ணை கேனுடன் கோட்டை வாயிலில் ஓடிவந்து தன் தலையில் ஊற்றிக் கொளுத்திக் கொண்டார். மருத்துவமனையில் உயிருக்குப் போராடி, இரண்டு நாட்களில் அவர் இறந்து போனார்.

நவம்பர் 4இல் தொடங்கிய மீனவர் போராட்டம் நாளுக்குநாள் வலுவடைந்து கொண்டே போனது. நல்லதண்ணி ஓடை, எண்ணூர்ப் பகுதிகளிலும் போராட்டம் பரவத் தொடங்கியது. 30 நாட்களாக அரசின் அடக்குமுறைகள் எடுபடாமல் போனது. டிசம்பர் 4இல் மாநரக் காவல் ஆணையர் வால்டர் தேவாரம் தலைமையில் போலீஸ் மூன்று இடங்களில் துப்பாக்கிச் சூடு நடத்தியது. குடிசைமாற்று வாரியம் அமைந்திருக்கும் விவேகானந்தர் இல்லம் பகுதி, ஜல்லிக்கட்டுப் போராட்டத்தின்போது தீவைக்கப்பட்ட நடுக்குப்பம் மீன் மார்க்கெட் பகுதி; டி5 காவல்நிலையம் அமைந்திருக்கும் நொச்சிக்குப்பம் பகுதி. இந்த ஸ்டேஷனுக்கு

உள்ளே இருந்து கொண்டுதான் எங்களைச் சுட்டார்கள். இன்று மாட்டாங்குப்பம் தொடங்கி நொச்சிக்குப்பம் வரை கடற்கரையில் மீனவர்கள் வாழ்ந்து கொண்டிருக்கிறோம் என்றால் அதற்குக் காரணம் டிசம்பர் 4 துப்பாக்கிச் சூட்டில் உயிர்த்தியாகம் செய்த ஆறு மீனவர்கள்தான். ஆக மொத்தம் 1985 மெரினா மீனவர் போராட்டத்தில் எட்டு உயிர்களை இழந்தோம்; 19 பேருக்குக் குண்டுக் காயங்கள்.

இன்று ஸ்டெர்லைட் துப்பாக்கிச் சூட்டுக்குப் பிறகு நீதிமன்றமும் மாநில அரசும் செயல்பட்டது போலவே டிசம்பர் 4 மெரினா துப்பாக்கிச் சூட்டுக்குப் பிறகு மீனவர்கள் ஏற்கனவே தொடர்ந்திருந்த வழக்கில் சென்னை உயர்நீதிமன்றம் இடைக்கால ஆணை பிறப்பித்தது. ‘கட்டுமரம், படகு, வலைகளை எடுத்த இடத்திலேயே எந்த சேதமும் இல்லாமல் திருப்பி வைத்துவிட வேண்டும்’ என்று நீதிமன்றப் பதிவாளரிடம் பொறுப்பை ஒப்படைத்தது.

இவ்வளவு உயிரிழப்பு, நீதிமன்றத் தீர்ப்புக்குப் பிறகு அரசு இனிமேலும் நம்மைத் தொந்தரவு செய்யாது என்று நம்பிக் கொண்டிருந்தபோது 2002இல் ஜெயலலிதா அரசு மலேசிய தூதரகங்கள் அமைப்பதாகச் சொல்லி சீனிவாசபுரம் வரையுள்ள அத்தனைக் கடற்கரைக் கிராமங்களையும் இடம்பெயர்க்கப் போவதாக அறிவித்தது. அப்போதுதான் எங்களுக்குப் புரிந்தது - நல்ல திட்டங்களுக்காக அல்ல, வாழும் இடத்தைத் தக்கவைத்துக் கொள்வதற்கே அடித்தட்டு மக்கள் தங்கள் வயிற்றுப்பாட்டைத் தியாகம் செய்து போராடிக் கொண்டே இருக்க வேண்டியிருக்கிறது. அன்று தீக்குளித்த அயோத்திக்குப்பம் மீனவரின் விரக்திதான் நமக்கும் எழுகிறது. 1985இல் நடத்திய போராட்டம், பெற்ற நீதிமன்றத் தீர்ப்பு - எந்த ஆதாரமும் எங்களிடம் இல்லை! மக்களின் மறதியும் ஆவணப்படுத்தும் அக்கறையில்லாத பாமரத்தனமும் ஆட்சியிலிருப்பவர்களுக்கு வசதியாக இருக்கிறது. நாம் வாழும் காலத்தில் நிகழ்த்திய பெரும் போராட்டத்தையே மறந்துவிட்டோம்! நம்முடைய சமூகம் எவ்வளவு பின்தங்கிக் கிடக்கிறது என்பதற்கு இதைவிட பெரிய ஆதாரம் என்ன

வேண்டும்? ஒரு சமூகத்துக்கு என்ன நிகழ்கிறது என்பதை ஆவணப்படுத்துவது எவ்வளவு முக்கியமானது என்பதை ஒரு சமூக செயல்பாட்டாளர் என்கிற நிலையில் நான் உணர்ந்த தருணம் அது. அன்று முதல் தமிழ்நாட்டில் மட்டுமல்ல, மீனவர் குறித்து எந்த இடத்தில் என்ன செய்தியென்றாலும் தவறாமல் சேகரிக்கத் தொடங்கினோம்.

2003இல் ஜெயலலிதா அரசு ஊழியர்களை வன்மத்துடன் தண்டித்த காலம். எங்களுக்கு மீண்டும் நெருக்கடி வந்தது. பத்திரிகைகள் எங்களுக்கு உதவ மறுத்தன. 'உங்களுக்கு உதவப் போனால் அந்த அம்மா எங்கமேல கஞ்சா கேஸ் போட்டுடுவாங்க' என்று பயந்து ஒதுங்கினார்கள். நம்பிக்கையை வரவழைத்துக் கொண்டு ஒவ்வொரு வெள்ளிக் கிழமையிலும் ஒவ்வொரு கடற்கரை ஊர் என்று 14 ஊர்களில் மக்களைக் கூட்டினோம். 'உயிரே போவதானாலும் நமது வாழிடத்தை விட்டுக் கொடுப்பதில்லை' என்று ஒவ்வொரு ஊரும் உறுதியான முடிவெடுத்துக் கொண்டது. உளவுத்துறை எல்லாவற்றையும் கண்காணித்துக் கொண்டிருந்தது. 'அரசு மீனவர்களை இடம்பெயர்க்கும் திட்டத்தைக் கைவிடவில்லையென்றால் மிகப்பெரிய உயிரிழப்புகள் ஏற்படும்' என்று அரசுக்கு அறிக்கை கொடுத்தது. ஜெயலலிதா ஆட்சியதிகார வரலாற்றில் அவர் வாபஸ் வாங்கிய ஒரே திட்டம் இதுதான். 'கடற்கரை மீனவர்கள் வாழுமிடம்; அவர்களின் ஒப்புதல் இல்லாமல் அங்கு எந்தத் திட்டத்தையும் எனது அரசு கொண்டு வராது' என்று அவர் அறிவித்தார்.

மெரினாவில் மலேஷியத் தூதரகம் அமைக்கும் திட்டத்தை ஜெயலலிதா 2003 பொங்கல் நாளில்தான் வெளியிட்டார். ஆனால் 2002 ஆகஸ்டிலேயே இந்தச் செய்தி கிடைத்து, நாங்கள் கடற்கரைக் கிராமம் தோறும் சென்று தலைவர்களிடம் எச்சரிக்கை செய்கிறோம். 'அதெல்லாம் வாரப்ப பாக்கலாம்' என்று அலட்சியமாய்ச் சொல்லிவிட்டார்கள். பத்திரிகைக்காரர்களை அழைத்து எதிர்ப்பு அறிக்கை கொடுத்தோம். ஜெயலலிதா அறிவிப்பு வெளியிட்ட பொங்கல் நாளில் மீண்டும் மக்களை நோக்கி

ஓடினோம், பத்திரிகையாளர் சந்திப்புக்கும் ஏற்பாடு செய்தோம். மீனவர்களிடம் அதே அலட்சியம்தான் வெளிப்பட்டது. ஆனால் திடீரென்று ஒருநாள் மீன்வளத்துறை அதிகாரிகள் குப்பத்தில் இறங்கி வீடுவீடாகச் சென்று இடப்பெயர்வுக்குக் கணக்கெடுக்கத் தொடங்கியபோதுதான் மக்களுக்குப் புரிந்தது. வரலாற்றைப் பற்றி மீனவர்கள் கவலைப்படுவதில்லை. நிகழ்காலத்தில் கண் முன்னால் ஒரு பிரச்சினை இருக்கிறது என்றால் ஒன்று திரண்டு போராடுவார்கள். இதுதான் அவர்களின் பலவீனமும் பலமும்.

வடசென்னையில் ஓர் அனல்மின் நிலையத்தைக் கொண்டு வந்தார்கள். சில மீனவ கிராமங்களை வெளியேற்றிவிட்டு மீனவர்களுக்கு வேலை தருவதாகப் பொய்யான வாக்குறுதி கொடுத்தார்கள். மீனவச் சமுதாயத் தலைவர்களே அதற்கு உடந்தையாக இருந்தார்கள். சில ஆண்டுகள் கழிந்த பிறகு 356 மீனவர்களை நிர்வாகம் கழுத்தைப் பிடித்து வெளியே தள்ளியது. 'எட்டாம் வகுப்பு சான்றிதழ் கூட இல்லாதவர்களுக்கு இங்கு வேலை தரமுடியாது. உங்களையெல்லாம் தற்காலிகமாகத்தான் பணியமர்த்தினோம்' என்றது நிர்வாகம். வேலையை நம்பி தங்கள் குடியிருப்புகளையே தாரை வார்த்த 356 குடும்பங்கள் தெருவில் நின்றன. அந்தக் குடும்பங்களிடம் போய்ப் பிரச்சனையைப் போஸ்ட் மார்ட்டம் செய்து புண்ணியமில்லை. எம்.இ.ராஜா, என்னைப் போன்ற மீனவப் பிரதிநிதிகள் ஒன்று சேர்ந்தோம். ஆரம்பாக்கம் முதல் மரக்காணம் வரை - திருவள்ளூர், சென்னை, காஞ்சிபுரம் மாவட்டங்களிலுள்ள ஒவ்வொரு கிராமத்திலும் பயணம் போனோம். பிரச்சினையைச் சொன்னோம், எல்லோரும் ஆதரவு கொடுத்தார்கள்.

'இடம் நம்முடையது, வேலை தருவோம் என்று வாக்குறுதி தந்ததனால்தான் குடியிருப்பை விட்டுக் கொடுத்தோம். கல்விச் சான்றிதழ் இருந்தால்தான் வேலை என்று அப்போதே சொல்லியிருந்தால் எங்கள் இடத்தை விட்டுக் கொடுத்திருக்க மாட்டோம். வெளியேற்றிய தொழிலாளர்களை நிரந்தரமாய்ப் பணியமர்த்தும் வரை ஓயமாட்டோம்'. இந்த முழக்கத்தோடு

போராடினோம். இன்று அவர்கள் எல்லோரும் நிம்மதியாக வேலை பார்த்துக் கொண்டிருக்கிறார்கள். அந்த 356 பேரும் வேறுவேறு ஊர்களைச் சார்ந்தவர்கள். ஒரு போராட்ட இயக்கத்தை மிகுந்த சிரமத்துடன் கட்டியெழுப்பியதனால்தான் இன்று அவர்கள் வேலை பார்த்துக் கொண்டிருக்கிறார்கள் என்பதை அவர்கள் மறந்துவிட்டனர். இன்னொரு தரப்பினர் பிரச்சினைக்காக நாம் ஏன் போராட வேண்டும் என்பதே இன்று மக்களின் மனப்போக்காக இருக்கிறது. மீனவர்களின் முன்னேற்றத்துக்கு இந்த மனப்போக்கு பெரும் தடையாக இருக்கிறது. மீனவர் இயக்கங்களைக் கட்டியெழுப்புவது என்பது இந்தக் கசப்புகளைக் கடந்து வருவதுதான்.

ஒக்கிப் புயல் கன்னியாகுமரி மீனவர்களைப் பாதித்த பேரிடர், ஆயிரக் கணக்கான மீனவர்கள் ஆழ்கடலில் சிக்கித் தவித்துக் கொண்டிருக்கிறார்கள் என்கிற செய்தி கொஞ்சம் கொஞ்சமாக வரத் தொடங்கியதும் சென்னை மீனவர்கள் திரண்டு போராடத் தொடங்கிவிட்டார்கள். இங்குள்ள ஊடகங்கள் ஒக்கிப் புயல் நிலவரச் செய்திகளில் பெரிதாய் அக்கறை காட்டவில்லை. அல்லது அந்தச் செய்திகளை அடக்கி வாசிக்கும்படி அரசு சொல்லியிருக்கலாம். எங்களுக்குக் கன்னியாகுமரி மக்களிடமிருந்துதான் செய்திகள் கிடைத்துக் கொண்டிருந்தன. எங்கள் மீனவ சகோதரர்கள் ஆழ்கடலில் உயிருக்குப் போராடுகிறார்கள், அவர்களைக் காப்பாற்ற ஏன் தாமதிக்கிறாய் என்று சென்னை மீனவர்கள் திரண்டு போராடிய போதுதான் இந்த மாநகர மக்களுக்கே பிரச்சினை தெரிய வந்தது.

கன்னியாகுமரி மீனவர்களின் ஆழ்கடல் தொழில்முறை பற்றி தமிழ்நாடு மீன்வள அதிகாரிகளுக்கு ஒன்றும் தெரியவில்லை. இங்கு உள்ளது போல பத்து இருபது கிலோமீட்டர் தொலைவுக்குள் அவர்கள் மீன்பிடிக்கப் போவதாகக் கற்பனை செய்து கொள்ளுகிறார்கள். எண்பது, நூறு நாட்டிக்கல் மைல் தொலைவுகளில் ஓரிடத்தில் 25 படகுகள், இன்னொரு இடத்தில் 30 படகுகள் கிடக்கின்றன என்று துல்லியமான ஜிபிஎஸ் பாயின்ட்டுகளைக் கன்னியாகுமரி மீனவர்கள்

எங்களிடம் தெரிவித்தவாறு நாங்கள் மீன்வள அதிகாரிகளிடம் சொல்கிறோம்; அவர்கள் நேவி, கோஸ்ட் கார்டு அதிகாரிகளுக்குச் சொல்லுகிறார்கள். அதிகாரிகள் குழம்பிப் போகிறார்கள். 'என்னப்பா, உன் பாட்டுக்கு எதையெதையோ சொல்றே? சரியாப் பார்த்துச் சொல்லுப்பா' என்கிறார்கள்.

மீட்பு, நிவாரணம் எல்லாம் ஒருபுறம் கிடக்கிட்டும், முதலில் மீன்வளத்துறை அதிகாரிகள் மீனவர்களின், குறிப்பாக கன்னியாகுமரி ஆழ்கடல் மீனவர்களின் தொழில்முறையை, தொழில் செய்யும் கடல்களைப் புரிந்துகொள்ள வேண்டும். இரண்டாவதாக, இயற்கைப் பேரிடர் முன்னெச்சரிக்கை, பாதுகாப்பு, மீட்பு வசதிகளை மீனவர்களுக்காக உருவாக்க வேண்டும். இனியொருமுறை இப்படி நூற்றுக்கணக்கில் மீனவர்களைக் கடற்பலி கொடுக்கும் நிலை வராமல் தவிர்ப்பது அரசாங்கத்தின் கடமை. சாக்குப் போக்குகள் சொல்லி இதை அரசு இனிமேலும் தட்டிக் கழிக்கக் கூடாது. ∎

அருணபாரதி

இந்தியாவில் மிகப் பெரிய போராட்டக் களம் எங்கு இருக்கிறது என்று வரைபடத்தைக் காட்டினால், தமிழ்நாட்டைத் தயங்காமல் சொல்லலாம். சென்னையில் இருந்து தொடங்கினால், எண்ணூர் கடற்கரையில் துறைமுகம் விரிவாக்கம் என்ற பெயரில் அங்கு கடல் அரிப்பு தொடர்ந்து கொண்டிருக்கிறது. அதற்கு எதிராக அந்த மீனவ மக்கள் போராடிக் கொண்டிருக்கிறார்கள்.

சென்னை பெட்ரோலியம் கார்ப்பரேஷன் (CPCL) எண்ணெய் சுத்திகரிப்பிற்காக மணலி கடலோரத்தில் மீனவர்கள் வாழ்விடங்கள் வழியாக எரிவாயுவை கொண்டுபோய் அங்கிருக்கும் வீடுகளை நாசப்படுத்தி, நிலத்தடி நீரை நாசப்படுத்தி குடிப்பதற்கு தண்ணீர் இல்லாமல் மக்கள் போராடுகிறார்கள். பட்டினப்பாக்கம் சீனிவாசபுரத்தில் 'சர்ச்' இருக்கின்ற பகுதி வரை கடல் உள்ளே

அருணபாரதி (36), புதுச்சேரி, சமூக, சூழலியல் செயல்பாட்டாளர், எழுத்தாளர் சந்திப்பு : நாகர்கோவில், 29.04.2018.

வந்து ‘சர்ச்’ பாதி இடிந்துபோய் இருக்கிறது. பல தெருக்கள் கடல் தண்ணீரில் போயிருக்கிறது. கல்பாக்கத்தில் அணுஉலை எதிர்ப்பு. புதுச்சேரியை ஒட்டி விழுப்புரம் வரை இருக்கக்கூடிய ஏராளமான கடல்பகுதியில் கடல் அரிப்பு.

கடலூரில் இப்பொழுது பெட்ரோலிய கெமிக்கல் மண்டலம். சீர்காழியில் ஒரு துறைமுகம். நாகப்பட்டினம் மாவட்டக் கடலோரத்தில் மட்டும் 18 அனல் மின் நிலையங்கள். இராமேஸ்வரத்தில் தொடர்ந்து இலங்கை கடற்படையை எதிர்த்து மீனவர்கள் போராட்டங்கள். தூத்துக்குடியில் ‘ஸ்டெர்லைட்’ போராட்டங்கள். கூடங்குளம் அணுஉலை. தொடர்ந்து குமரிமுனை வரை கடலோர மக்கள் ஒரு நெருக்கடியில் இருக்கிறார்கள். இதில் பிரச்சினை - எல்லாவற்றையும் தனித்தனியாக பார்க்கக்கூடிய பார்வைதான்.

ஒரு காலத்தில் தென்னை நாரில்தான் வலைகள் இருக்கும். சாதாரணமாக காட்டன் வலைகள். அந்த மண்ணில் என்ன கிடைக்கிறதோ அதை வைத்துக்கொண்டு வலை, பாய்மரப் படகுகள் என்று அந்த மண் சார்ந்த தொழில்நுட்பங்களைக் கொண்டு வந்தவர்கள்தான் நம்முடைய மீனவர்கள். ஆனால், 1960க்குப் பிறகு, நீங்கள் பைபர் படகுகளை பயன்படுத்துங்கள், நைலான் வலைகளைப் பயன்படுத்துங்கள், அதன் மூலமாக அதிக மீன்களை நீங்கள் எடுக்க முடியும், அதிகமாக இலாபம் சம்பாதிக்க முடியும் என்று மீனவர்களைப் பயிற்றுவிக்கிறார்கள். இவர்களும் ‘தங்களிடம் இருக்கின்ற கட்டுமரம், படகுகளை வைத்துக் கொண்டு குறுகிய தூரம்தான் செல்ல முடிகிறது, விசைப் படகில் போனால் என்ன?’ என்று யோசிக்கிறார்கள். அதற்கு டீசல் வேண்டும். மோட்டாருக்கு பல லட்சம் பணம் வேண்டும். பைபர் படகிற்கு பல லட்சம் பணம் வேண்டும். இதனால்தான், மீனவர்கள் கடனாளியாகிறார்கள். மீனவர்கள் பொதுவுடமைவாதிகள். இயல்பிலேயே எல்லோருக்குமான கடல், யார் வேண்டுமானாலும் போகலாம், மீன் பிடிக்கலாம். பிறகு இந்தத் தொழில் போட்டியும் வணிகம் சார்ந்த போட்டியும் மீனவர்களிடையே வருகிறது. அதே நேரத்தில் அவர்கள் கடனாளியாகவும் மாறுகிறார்கள். பெருந்தொழில் நிறுவனங்கள் பத்து மீனவர்கள், நூறு மீனவர்கள் ஒரு பகுதியில் பிடிப்பதை,

ஒரே ஒரு கப்பலில் போய்ப் பிடித்துக் கொண்டு வந்துவிட முடியும். 1990ஆம் ஆண்டிற்குப் பிறகு நீலப்புரட்சி என்ற பெயரில் இந்திய அரசு ஒரு கொள்கை முடிவாக எடுத்துக் கொண்டு இதை செய்கிறார்கள்.

இந்திய அரசு வெளியிட்டிருக்கிற ஒரு கணக்கெடுப்பு இது: 2010 - 11இல் மீனவர்களுடைய ஏற்றுமதி மீன் பொருட்கள், இறால் இவை போன்ற பொருட்களினால் இந்திய அரசிற்கு கிடைத்த வருமானம் 12 ஆயிரம் கோடி. இந்தத் தொகை 2014 - 15இல் 33 ஆயிரம் கோடியாக வளர்ந்திருக்கிறது. இது அவர்கள் வெளியிடுகின்ற புள்ளிவிபரம். இதைச் சாதித்தது நம்முடைய எளிய மீனவர்கள். அவர்களுக்கு என்னென்ன பொருட்கள் கிடைக்கின்றதோ அதை வைத்துக்கொண்டு மீன்பிடி தொழிலில் இறங்கி இதை செய்கிறார்கள். மோடி பிரதமராக வந்த பிறகு இந்த 33 ஆயிரம் கோடியை 2014ஆம் ஜூன் மாதம் ஒரு இலட்சம் கோடியாக மாற்ற வேண்டும் என்று இலக்கு நிர்ணயம் செய்கிறார்கள். எப்படி இதை ஒரு இலட்சம் கோடியாக மாற்றுவது? மீன்பிடி தொழிலை பெரிய அளவில் நடத்த வேண்டும். அதற்கான தளவாடங்கள், தொழில்நுட்பம் எதுவும் மீனவர்களிடம் கிடையாது, பன்னாட்டு நிறுவனங்களை இறக்க வேண்டும்.

மீனவர்களை எப்படித் தகுதிப்படுத்துவது, அவர்களுக்கு எப்படிப் பயிற்சி கொடுப்பது என்பதை எந்த அரசும் சிந்திக்கவில்லை. இப்பொழுது இந்தியாவில் மிகப்பெரிய பிரச்சினை - யார் எந்த தொழிலில் இருக்கின்றார்களோ, அந்த தொழில் கொள்கையை முடிவு செய்வது வேறு யாரோ எங்கேயோ இருப்பவர்கள்தான். எம்.எஸ்.சாமிநாதனுக்கும் விவசாயத்திற்கும் சம்பந்தமே கிடையாது. ஆனால், அவரிடம்தான் அரசு ஆலோசனை கேட்கும். ஏன் - மீனவர்களுக்கான பரிந்துரைகூட எம்.எஸ். சாமிநாதனிடம்தான் கேட்கிறார்கள். மீனாகுமாரி கமிஷனில் ஒரு மீனவர்கூட கிடையாது. மீன்பிடி தொழில் கொள்கையை மீனவர் அல்லாதவர்கள் தீர்மானிக்கிறார்கள்.

ஒக்கி தோல்வி, தெரிந்தே ஏற்றுக் கொண்ட தோல்வி. மீனவர்கள் கடலுக்குள்ளே போய்ப் பாதிப்பைச் சந்தித்தால்தான், இந்தத்

தொழிலை விட்டுப் போவார்கள் என்பதற்காகச் செய்தது. இதை குற்றச்சாட்டாக நாம் மட்டும் சொல்லவில்லை. கேரளாவினுடைய பேரிடர் மேலாண்மை ஆணையம் வெளிப்படையாகச் சொல்லியிருக்கிறார்கள். டெல்லியில் இருக்கின்ற மையம் 2016ஆம் ஆண்டு 'வார்தா புயல் வரும்போது கணித்துச் சொன்னார்கள். அது சென்னையை நோக்கி வரப்போகிறது என்றும் சென்னைக்குள் வரப்போகிறது என்றும் சொன்னார்கள். அதைப் போலவே சென்னைக்குள்ளேயே வந்தது, பெரிய சேதமானது. அதைப் போல ஒக்கிக்கு ஏன் சொல்லவில்லை? ஒக்கிப் புயல் 2017 நவம்பர் 21ஆம் தேதி தாய்லாந்திலே உருவாகி தமிழ் நாட்டை நோக்கி வந்து கொண்டிருக்கிறது. ஆனால், அதனை எப்பொழுது சொல்கிறார்கள்? 29ஆம் தேதி மீனவர்கள் புயலில் மாட்டிக் கொண்ட பிறகு! இதைத் தெரிந்தே செய்துவிட்டு, இந்தத் தொழிலிருந்து இவர்களை வெளியேற்றுவதுதான் திட்டம்.

ஒக்கிப் புயலில் பாதிக்கப்பட்ட நிவாரணத்தை முதல்வர் எடப்பாடி பழனிச்சாமி கொடுக்கின்றார். அந்த அறிவிப்பை எடுத்துப் படியுங்கள். மீனவர்கள் மாற்றுத் தொழில் செய்வதற்கான இத்தகைய நிவாரணங்கள் கொடுக்கப்படுகிறது. உண்மையிலேயே அந்த மீனவர்களை வாழ வைக்க வேண்டும் என்று நினைத் திருந்தால், மீனவர்களுக்கு எந்தெந்த உபகரணங்கள் போனதோ அதெல்லாம் அரசாங்கம் கொடுக்கும். அதற்கான நிதியுதவியை செய்வோம் என்று சொன்னால், அதில் ஒரு நியாயம், அக்கறை இருக்கிறது. ஆனால், மாற்றுத் தொழில் என்ற வார்த்தையை பயன்படுத்துவதற்கு காரணம் என்னவென்றால், திரும்பவும் அந்தத் தொழிலுக்கு நீங்கள் போகாதீர்கள். தமிழ்நாடு அரசாங்கம் 12 நாட்டிக்கல் மைலுக்குப் அப்பால் எதையும் முடிவு செய்ய முடியாது.

12 நாட்டிக்கல் மைலுக்குப் அப்பால் ஒரு கொலையே நடக்கிறது என்றால், அதில் இந்திய அரசுதான் தலையிட முடியும். எடப்பாடி இதற்கு மேல் தலையிட முடியாது என்பதை சொல்லாமல் சொல்கிறார்- 'அதைத் தாண்டி போகாதீங்கப்பா'.

அமர்த்தியா சென் சொல்கிறார் - 'இந்தியாவில் தமிழ்நாடு என்ற மாநிலம் தனியாக போய்விட்டது என்றால், உலக வல்லர

சில் ஒன்றாக மாறும்.' ஏனென்றால், அவ்வளவு வளங்கள் தமிழ்நாட்டில் இருக்கின்றது. ஆண்டிற்கு ஒரு இலட்சத்து முப்பத்திரெண்டாயிரம் கோடி நேரடியான வரிவசூலாக இந்திய அரசிற்கு நாம் செலுத்துகின்றோம். மறைமுகமாகக் கொடுப்பது இரண்டு இலட்சம் கோடி.

'சாகர் மாலா' திட்டத்தின் மொத்த மதிப்பீடு எட்டு இலட்சம் கோடி. கடற்கரையில் இருக்கின்ற எல்லாத் துறைமுகங்களையும் மேம்படுத்துவது, புதிய துறைமுகங்களை ஏற்படுத்துவது. மீனவ மக்களுக்காக துறைமுகம் ஏற்படுத்தித் தந்தார்கள் என்றால் பரவாயில்லை. எல்லாமே வணிகத் துறைமுகம். அதில் ஒரு துறைமுகம்தான் இனயம். குளச்சலில் வருகிறதா? எங்கே வருகிறது என்று தெரியாது. அவர்கள் எங்கே வேண்டுமென்றாலும் அறிவிக்கலாம். 'எல்லா ஊர்களிலும் மீன்பிடி துறைமுகம் வருகிறது என்றால், நமக்கு இலாபம்தானே, நமது ஊரில் வணிகம் நிறைய நடக்குமே, நமது ஆட்களுக்கு வேலை கிடைக்குமே' என்பது போன்ற கருத்துகள் மக்களிடம் இருக்கிறது.

ஆனால், அவர்கள் கொண்டு வருகின்ற வணிகத் துறைமுகத்தினால் வேலை வாய்ப்புகள் உயர்ந்தது, இவ்வளவு ஏற்றுமதி நடந்தது என்பதற்கு ஆதராம் கிடையாது. இயந்திரங்கள்தான் வேலை செய்கிறது, சரக்குப் பெட்டக முனையம் கொண்டு வருகிறான் என்றால், இயந்திரங்களை வைத்துத்தான் அதை இயக்கப் போகிறான். உங்களுடைய கடல் பகுதியை கையில் வைத்துக் கொண்டு இயந்திரங்கள்தான் ஆளப்போகிறதே தவிர மனிதர்கள் அல்ல. அப்படியே ஆண்டாலும் இப்போது கூடங்குளத்தில் எவ்வளவு தமிழர்கள் வேலை செய்கிறார்கள்? கூடங்குளத்தில் அணுமின் நிலையம் இருக்கிறது. எவ்வளவு தமிழர்கள் அங்கு வேலை செய்கிறார்கள்? கடற்கரையோரத்தில் கிட்டத்தட்ட 40 அனல் மின்நிலையங்கள் வரப்போகிறது. இவ்வளவு அனல் மின்நிலையங்கள் வெளியே விடக்கூடிய அமில வாயு தமிழ்நாட்டு மக்களை கபளீகரம் செய்யும்.

மீனவர்களைப் பாருங்கள்! 'டீசல் இல்லேன்னா உன்னால் மீன் பிடிக்க முடியாது, டீசல் மானியத்தை ரத்து செய்கிறேன்' என்று சொன்னதால், மீனவர்கள் போராட வேண்டிய சூழ்நிலை வந்துவிட்டது. 'இப்படியான ஒரு செயல்பாட்டிற்கு வாருங்கள்,

இந்த முறையை ஏற்றுக் கொள்ளுங்கள்' என்று அவர்கள் மீனவர்களைப் பழக்குகிறார்கள்.

இனயம் துறைமுகத்திற்கு எதிராக குளச்சலில் தனிப் போராட்டம் நடந்து கொண்டிருக்கிறது. அதே போராட்டத்தின் இன்னொரு வடிவம்தான் நெடுவாசலில், கதிராமங்கலத்தில். அதே போன்றுதான் மணலியில் நடக்கின்றது. வடசென்னை அனல்மின் நிலையத்திற்கு எதிரான போராட்டம் அதுதான். இந்தத் திட்டங்கள் அதிகமாக கடலோரத்தில் நடப்பதன் காரணமாகத்தான் தமிழ்நாட்டில் மிகப்பெரிய அளவில் கடல் அரிப்பு நேர்கின்றது. கிட்டத்தட்ட 661 கிலோ மீட்டர் தொலைவுக்கு கடல் அரிப்பு ஏற்பட்டிருக்கிறது என்று தமிழ்நாடு அரசே நாடாளுமன்றத்தில் சொல்லியிருக்கிறது.

கடலோரத்தில் இருக்கின்ற இந்தத் துறைமுகக் கட்டுமானங்கள் தான் கடல் அரிப்பிற்கு முக்கியமான காரணம். கடலினுடைய நீரோட்டத்தை எங்கெல்லாம் நாம் தடுக்கின்றோமோ, அதற்குப் பக்கத்தில் கொஞ்ச தூரத்தில் கடல் அரிப்பு ஏற்படுகிறது. தூண்டில் வளைவு போடுவதாக சொல்கிறார்கள். இப்படிச் செய்தால், பக்கத்தில் இருக்கின்ற இரண்டு கிராமங்கள் தப்பித்துக் கொள்ளும். அதனுடைய வீச்சு இல்லாத இன்னொரு கிராமத்தில் பாதிப்பு வரும். உடனே அங்கு ஒரு தூண்டில் வளைவு கேட்டுப் போராட்டம் நடக்கும்.

தூண்டில் வளைவு போடுவதன் காரணமாக கிரானைட் கல் உடைப்பதற்கு உள்ளூர் காண்ட்ராக்ட்காரன் தயாராக இருப்பான். 'நீங்க போராடுங்க துண்டில் வளைவு வேண்டும் என்று. நாங்க கல்லு எடுத்துவரதுக்கு காண்ட்ராக்ட் பிடிக்கிறோம்'. சமவெளிப் பகுதியில் இருக்கின்ற மலையை உடைத்துக் கொண்டு வருவான். அதனால் மலைவளம் போகும். அந்த ஊரில் நிலத்தடி நீர் பாதிப்பு வரும். ஒவ்வொரு திணையையும் இன்னொரு திணைக்காக அழிக்கிறோம்.

தேசிய நீர்வழிச் சட்டம் 2016இல் கொண்டு வரப்பட்டது. இந்தியாவில் இருக்கின்ற 111 ஆறுகளில் கப்பல் போக்குவரத்து. இந்தியாவில் கடல் சார்ந்த ஏற்றுமதியில் கணிசமான பங்கு ஆற்று நீர்வளம் சார்ந்தது. மீனவர்கள் கடலோரத்தில் மட்டும்

அல்ல; ஏரி, ஆறு சார்ந்த மீனவர்களும் இருக்கிறார்கள்; அவர்களுடைய வாழ்வாதாரத்தை இந்தத் திட்டம் மொத்தமாகக் காலி செய்துவிடும்.

ஆனால், மீனவர்களை அப்படியே விட்டுவிட்டால் சரியாக இருக்கும் என்று நினைக்கின்றேன். ∎

ஆல்பின்

என் பட்டவகுப்புத் தோழன் பிரசாந்தைக் கடந்த வாரம் (மே 2018) நாகர்கோவிலில் சந்திக்க நேர்ந்தது. வணிக மேலாண்மைப் பட்ட மேல்படிப்புக்குப் பிறகு அவனும் நானும் ஒரு மீன்பிடி கருவி உற்பத்தி நிறுவனத்தில் விற்பனைப் பிரிவில் மேலாளர்களாக சில ஆண்டுகள் வேலை பார்த்தோம். மீன்பிடி தூண்டில் பிரிவு எனக்கானது. நாகர்கோவில் பூங்காவில் உட்கார்ந்து உரையாடிக் கொண்டிருந்தோம். தூத்துக்குடி, திரேஸ்புரம், காயல்பட்டணம் பகுதிகளிலுள்ள மீனவர்களோடு விற்பனை நிமித்தமாக எங்களுக்கு நெருக்கமான பழக்கம் இருந்த நிலையில் தூத்துக்குடி துப்பாக்கிச் சூடு குறித்து எங்கள் உரையாடல் இயல்பாகத் திரும்பியது. துப்பாக்கிச் சூட்டில் இறந்தவர்களில் பலரிடம் நாங்கள் சாம்பிள்கள் கொடுத்து மீன்பிடிக்க அனுப்பியிருக்கிறோம். பிரசாந்த் சமூக செயல்பாட்டாளரோ இலக்கிய இயக்கங்களில் ஈடுபாடு கொண்டவரோ அல்ல. நாடார்

───
ஆல்பின், (32, மார்த்தாண்டன் துறை), எம்பிஏ பட்டதாரி, மீன்பிடி கருவிகள் வணிகம், கால்பந்து வீரர் சந்திப்பு: கலிங்கராஜபுரம், 05.06.2018.

சமூகத்தைச் சார்ந்த நாகர்கோவில்வாசி. பேச்சின் போக்கில் அவன் சொன்னான் :-

“மக்கா, நீயெல்லாம் இன்னும் முட்டாளாத்தான் இருக்க! இந்த கவண்மென்டெல்லாம் ஒங்களக் காப்பாத்த வருமுண்ணு நம்பிக்கிட்டிருக்கீங்க. ஒங்கள அழிக்கிறதுக்குத் திட்டம் போட்டு வேலை செய்யறானுக. தூத்துக்குடியில நடத்தின துப்பாக்கிச் சூடு கோவளத்தில நடந்திருக்க வேண்டியது. வர்த்தகத் துறைமுகத்துக்கு எதிரா யாரும் போராடக்கூடாதுன்னு அரசாங்கம் நினைக்குது. துப்பாக்கிச் சூடு தூத்துக்குடியில நடந்த மறுநாள் பொன். இராதாகிருஷ்ணன் பேப்பர்ல அறிக்கை விடுறார் -

‘கன்னியாகுமரியில் நிச்சயமாக வர்த்தகத் துறைமுகம் அமைத்தே தீர்வோம், தமிழக அரசு அதற்கான எல்லா ஒத்துழைப்பும் கொடுக்கும்’. ஒத்துழைப்புன்னா எது? தூத்துக்குடியில ஸ்டெர்லைட் போராட்டத்தில அரசு கொடுத்த மாதிரி ஒத்துழைப்புதான்!”

தூத்துக்குடி துப்பாக்கிச் சூட்டுக்கு உத்தரவு போட்டது யார்? காவல் துறையைத் தனது பொறுப்பில் வைத்திருக்கும் மாநில முதல்வர் சொல்கிறார், ‘எனக்குப் பிறகுதான் தெரிய வந்தது’ என்று. ‘நா வீட்ல தூங்கிட்டிருந்தேனா, எந்திரிச்சுப் பார்க்கிறேன், டிவி நியூசு ஓடிட்ருக்கு என் பொண்டாட்டியக் காணலன்னு’ என்கிற வடிவேல் காமெடிதான் நினைவுக்கு வருகிறது. ஆட்சியர் உத்தரவு தரவில்லை. குடும்ப அட்டையில் கையொப்பமிடும் அதிகாரம்கூட இல்லாத துணை வட்டாட்சியர் துப்பாக்கிச் சூடுக்கு அனுமதியளித்தார் என்றார்கள். அந்த அதிகாரி இதற்கு மறுப்புத் தெரிவித்திருக்கிறார்.

இனயம் துறைமுகத் திட்டத்தை மீனவர்கள் எதிர்த்தார்கள் என்பதில் மத்திய அமைச்சர் பொன். இராதாகிருஷ்ணனுக்கும் எடுபிடிகளுக்கும் பெரும் கோபம் இருந்தது. கூடங்குளமோ, ஸ்டெர்லைட்டோ, கன்னியாகுமரி துறைமுகமோ - அரசாங் கத்துக்கு மக்களை விட பெரிய திட்டங்கள் முக்கியம்.

பிரசாந்த் இந்தியன் நேவியில் வேலை செய்யும் தன்னுடைய நண்பன் சொன்னதாக என்னிடம் இன்னொரு அதிர்ச்சிகரமான

தகவலைச் சொன்னான்: 'புயல் வருவதற்கு ஒரு வாரம் முன்பாகவே நேவிக்கு எச்சரிக்கை கிடைத்து விட்டது'. அப்படியென்றால் நவம்பரில் நடந்தது பேரிடரா, இனப்படுகொலையா?

ஒக்கிப்புயல் அடித்து ஆறு மாதம் ஆகிறது. பாதிக்கப்பட்ட மக்கள் இப்போது என்ன நிலைமையில் இருக்கிறார்கள் என்று எந்த அரசியல்வாதியாவது இங்கே வந்து பார்க்கிறார்களா? எதிர்க்கட்சி உட்பட எல்லாக் கட்சிகளும் அன்று பரபரப்பாகப் பேசியதோடு சரி. இன்று மீன்வளத்துறை அமைச்சரோ, வேறு துறை அதிகாரிகளோ - யாரும் எட்டிப் பார்க்கவில்லை. நாங்கள் என்ன அகதிகளா? எங்கள் அறுவடைகள் அரசுக்கு வேண்டும், நாங்கள் வேண்டாதவர்கள் - இதுதானே உண்மை?

நீரோடியிலிருந்து ஒரு இளைஞர், 30 வயது இருக்கலாம், இரண்டு பெண் குழந்தைகள் இருக்கின்றன. ஒக்கியில் இறந்து போனார். நிவாரணம் ஏதும் கிடைக்கவில்லை என்கிறார் அவர் மனைவி. இதையெல்லாம் சரிபார்த்துக் குறை தீர்ப்பது யாருடைய பொறுப்பு? அந்த அபலையின் கண்ணீரைத் துடைப்பது இந்த அரசாங்கத்தின் கடமை இல்லையா? பாதிக்கப்பட்ட குடும்பங்களை ஐந்து ஊர்களிலும் நாங்கள் தொடர்ந்து சந்தித்துக் கொண்டிருக்கிறோம். கணவனை இழந்தவர்களின் துயரத்தைப் பார்த்துக் கொண்டிருப்பவன் என்கிற முறையில் இதைச் சொல்கிறேன்.

ஒக்கிப் புயல் தாக்கி ஆறு மாதங்கள் கழிந்துவிட்டது. எங்களைப் பொறுத்தவரை பேரிடரும் உயிரிழப்புகளும் தொடர்ந்துகொண்டே இருக்கிறது. இரண்டு நாட்களுக்கு முன்னால் (ஜூன் 3, 2018) விசைப்படகு மூழ்கி பூத்துறை மீனவர்கள் இரண்டுபேர் இறந்து போனார்கள். 'தேடிக் கொண்டிருக்கிறோம்' என்று வழக்கமான தொனியில் அரசு அதிகாரிகள் சொல்கிறார்கள். தப்பிப்பிழைத்துக் கரைசேர்ந்த மீனவர்களோ, எங்களைக் காப்பாற்ற யாரும் வரவில்லை என்கிறார்கள்.

மூழ்காமல் தப்பித்த இரண்டு படகுகளிலிருந்த மீனவர்கள்தான் அவர்களை மீட்டுக் கரை சேர்த்தார்கள். துறைமுகத்தில் தங்கவைக்கப்பட்ட மீனவர்களுக்கு அடிப்படை வசதிகள்கூட செய்து கொடுக்கவில்லை.

நீரோடி மீனவர்கள் 35 பேர் உட்பட 200க்கு மேற்பட்டோர் ஒக்கிப் புயலில் இறந்து போனார்கள். ஏராளம் பிள்ளைகள் தந்தையை இழந்துவிட்டார்கள். அட்மிஷன் வாங்க, ஆண்டுக் கல்விக்கட்டணம் செலுத்தப் பணம் வேண்டும். அரசுப் பள்ளிகளில், அரசு உதவிபெறும் பள்ளிகளில் அடிப்படை வசதிகள் இல்லை என்பதால் நிறையப் பெற்றோர்கள் ஆங்கிலப் பள்ளிகளைத் தேடிப் போகிறார்கள். வள்ளவிளையில் கடலரிப்பினால் எட்டு வீடுகள் இடிந்துபோனது. வீடிழந்தவர்கள் அங்குள்ள அரசு உதவிபெறும் பள்ளியில் தஞ்சம் புகுந்திருக்கிறார்கள். பள்ளிக்கூடம் திறந்து, மாணவர்களும் குடும்பங்களும் ஒரே கழிப்பறைகளைப் பயன்படுத்தும் நிலையில் எல்லாம் நிரம்பி வழிந்து நாற்றமெடுக்கிறது. வீடிழந்தவர்களுக்கு மாற்று ஏற்பாடுகள் செய்து கொடுக்க வட்டாட்சியரோ கிராம அலுவலரோ யாரும் வரவில்லை. புயல் வந்தபோதும் சரி, கடலரிப்பு நிகழ்ந்தாலும் சரி - அரசு எங்களை எளிதாய்ப் புறக்கணித்துவிடுகிறது. கிராம நிர்வாக அலுவலகம் 50 மீட்டர் தூரத்தில்தான் இருக்கிறது. அரசுகள் எப்போதுமே மீனவர்களுக்கு எட்டாத தூரத்தில் இருக்கின்றன.

வேணாட்டுக் கடற்கரையைப் பொறுத்தவரை ஆழ்கடல் மீன்பிடி தொழில் எங்கள் பாரம்பரியம்; கால்பந்து எங்கள் இரத்தத்தில் ஊறிப்போன விளையாட்டு. சொல்லப்போனால் இந்த இரண்டும் எங்கள் பண்பாட்டோடு கலந்துபோனவை. கிரிக்கெட் எங்களுக்குப் பிடிக்கும், ஷட்டில் ஆடுவோம். எங்கள் ஊரில் உடென் கோர்ட்டுடன் (wooden court) இன்டோர் அரங்கமே வைத்திருக்கிறோம். இப்போது மீன்பிடி தடைக்காலம். காலை 6.00 மணி என்றால் படிக்காத மீனவ இளைஞர்கள் ஷட்டில் பேட்டுகளுடன் அரங்கத்துக்குப் போவதைப் பார்க்கலாம். இன்டர்நாஷனல் வீரர் கூட தாக்குப்பிடிக்க முடியாத நேர்த்தியான, அசுர ஷாட்கள்! பள்ளம்துறை ஆன்றனிதாஸ் தமிழ்நாட்டுக் கிரிக்கெட்டில் இன்று நம்பிக்கை நட்சத்திரம். தடகள ஆட்டங்களிலும் எங்கள் பகுதி இளைஞர்கள் பெயர் வாங்கிக் கொண்டிருக்கிறார்கள். ஆனால் கால்பந்து ஆட்டம் இந்த மண்ணின் மக்களின் இரத்தத்தில் கலந்துபோன ஒன்று. என்ன வேலையாக எந்த ஊரில் இருந்தாலும் சரி, ஈஸ்டர் நாளில்

ஊருக்கு ஓடி வந்து விடுவோம். அன்று சிறப்புக் கால்பந்துப் போட்டிகள் ஏற்பாடு செய்திருப்பார்கள். எஸ்எம்ஆர்சி, தெற்கு கொல்லங்கோடு, தூத்தூர் - இந்த இரண்டு இடங்களிலும் வருடம் தவறாமல் நடக்கும் போட்டி கிட்டத்தட்ட எங்களுக்கெல்லாம் தீர்த்த யாத்திரை போன்றது.

ஐஎஸ்எல் ஜாம்ஷெட்பூர் எஃப்சியில் இவ்வருடம் தேர்வாகியிருக்கும் இரவிபுத்தன்துறை சூசைராஜ் எந்த கோச்சிடமும் பயிற்சி பெறாத இளைஞர்; அவர் 23க்கு கீழேயுள்ள இந்திய அணியில் தேர்வாகியிருக்கிறார். எஜிஎஸ்இல் தூத்தூர் ஜோஸ்பின், மார்த்தாண்டன் துறை அலெக்சாண்டர் இரண்டு பேர் ஆடிக்கொண்டிருக்கிறார்கள். சச்சின் ‘கிரிக்கெட்டின் கடவுள்’ என்றால் சரிதான்; சச்சினின் மகனை என்ன அடிப்படையில் ‘அண்டர் 20’ கிரிக்கெட் அணியில் தேர்வு செய்தார்கள்? பெரிய மனிதர்களின் பிள்ளைகளின் கால்காசு பெறாத விசயங்களையெல்லாம் செய்தியில் போடுகிறார்கள். சூசைராஜ் எந்தப் பின்னணியும் இல்லாமல் தேசிய அளவில் சாதித்திருக்கிறார். அங்கீகாரத்துக்குத் திறமை தேவையில்லை, பின்னணி போதும். ஆனால் எங்கள் பகுதி இளைஞர்கள் இதையெல்லாம் சட்டை செய்வதில்லை. கடந்த 30 வருடங்களில் வேணாட்டுக் கடற்கரை இளைஞர்கள் கால்பந்து விளையாட்டில் நிகழ்த்திய சாதனைகளை இன்று முழுவதும் பேசிக்கொண்டே இருக்கலாம். நான்கூட பல்கலைக்கழக அளவில் ஆடுவதற்கு கல்லூரியில் டிரையல் செலக்ஷனில் போகாமலே தேர்வானேன். ஒரே ஒரு தகுதிதான் - தூத்தூரிலிருந்து வருகிறேன் என்றேன். என் அனுபவத்தில் பார்த்திருக்கிறேன், விளையாட்டில் மேலே போவதற்கு சாதி பெரிய தடையாய் நிற்கிறது. தேர்வு நடத்துகிறவர்கள் ஆதிக்க சாதி / பெரும்பான்மை சாதிக்காரர்கள். அதனால் இழப்பு மீனவ இளைஞர்களுக்கு மட்டுமல்ல, தமிழ்நாட்டுக்கும் இந்தியாவுக்கும்தான். தமிழ்நாடு பல வருடங்களாக சந்தோஷ் ட்ராஃபியில் லீகுக்குள் நுழைய முடியாமல் தோற்றுத் திரும்பி வந்து கொண்டிருப்பது ஏன்? முழுத்தகுதி வாய்ந்த ஜோசபின், அலெக்சாண்டர் போன்ற சுறா மீன்களை ஒதுக்கிவிட்டு நெத்திலி மீன்களைத் தேர்வு செய்து அணியை அனுப்பினால் வெற்றி எப்படி சாத்தியம்? விளையாட்டில் சாதியரசியல் பின்வாசலில்

நுழைகிறது; வெற்றி முன்வாசல் வழியாக வெளியேறிவிடுகிறது; நாகர்கோவில் தொடங்கி புதுதில்லி வரை இதுதான் நடக்கிறது. ஒரு கால்பந்து வீரனாக இந்திய அரசுக்குச் சவால் விடுகிறேன் - துத்தூர் இளைஞர்களுக்கு இந்திய அணியில் இடம் கொடுத்துப் பாருங்கள், உலகக் கோப்பையை ஒருநாள் அவர்கள் வென்று வருவார்கள்!

கால்பந்து ஆட்டத்தில் வெளிப்படும் வேணாட்டு மீனவர்களின் சாகசம், அவர்களது ஆழ்கடல் மீன்பிடி சாகசப் பயணத்திலிருந்து முளைத்த ஒன்று. கற்பனை செய்ய முடியாத கடல் தொலைவுகளுக்கு இவர்கள் விசைப்படகுகளில் பயணித்துச் செல்கிறார்கள். மொரிஷியஸ் தீவு, டிகோ கார்சியா பகுதிகளுக்குக் கூட சில மீன்பிடி படகுகள் போய் வந்திருக்கின்றன. சீன எல்லையைக் கூடத் தொட்டுவிட்டுத் திரும்பியிருக்கிறார்கள். எந்தத் திசை, என்ன தொலைவு, என்பதையெல்லாம் இப்போது அவர்கள் ஜிபிஎஸ் எண்களாகப் பரிமாறிக் கொள்கிறார்கள். இந்திய அரசு கவனிக்காத எத்தனையோ தீவுகளை வேணாட்டு மீனவர்கள் கண்டடைந்திருக்கிறார்கள்.

அனு என் ஊர் இளைஞன். வயது இருபதுதான் ஆகிறது. சில சமவயது இளைஞர்களுடன் அவன் தனது விசைப்படகில் இலட்சத்தீவு போய்த் திரும்பியிருக்கிறான். அனுவுக்கு மூன்று அக்காமார். மங்கலாபுரம் போய் 13 இலட்ச ரூபாய் மதிப்பில் 'அராஃபா' என்றொரு பழைய விசைப்படகை வாங்கினான். தங்கூஸ், தூண்டில் முதலிய மீன்பிடி உபகரணங்கள் எல்லாம் மூன்று இலட்ச ரூபாய்க்கு என் கடையில்தான் வாங்கினான். மட்டு (நெடுந்தூண்டில்) கட்டுபவர்களை வைத்து உபகரணங்களைத் தயார் செய்தான். ஐஸ் கட்டிகளை நான்தான் ஏற்பாடு செய்து கொடுத்திருந்தேன். அவனுடன் படகில் போகிற ஒன்பது பேரும் முன்னனுபவம் இல்லாதவர்கள். மங்கலாபுரம் போட் என்பதால் இலட்சத்தீவில் மீன் பிடிக்க உரிமம் இருக்கிறது. அனு எட்டு வயது தொட்டு விசைப்படகில் பண்டாரியாக (படகில் சமையல், குற்றேவல் செய்யும் சிறுவன்) வேலை செய்தவன்.

'தைரியமாய் என்கூட வாருங்க. மீன் கிடைக்காமப் போனாலும் வேறு வழியுண்டு. சர்ஜனின் போட்டில் பண்டாரியாய்ப்

போனபோது பார்த்திருக்கிறேன். இலட்சத்தீவு வள்ளங்களிலிருந்து (நாட்டுப் படகு) சூரை மீனை வாங்கி, மங்களூரிலோ கொச்சியிலோ இறக்கலாம். கிலோ 35 ரூபாய்க்குக் கொள்முதல் செய்து 110 ரூபாய்க்கு விற்கலாம், கவலைப்படாதீர்கள்!' என்றுதான் அனு மற்றவர்களைப் படகில் அழைத்துப் போனான். ஒக்கிக்குப் பிறகு அண்மையில் இலட்சத்தீவுக்குத் தெற்கே அடித்த சிறுபுயலில் அவனது விசைப்படகு சிக்கிக் கொண்டது. பழைய படகு என்பதால் பலகைக் கட்டுகள் இளகிப்போனது. இருந்தாலும் சமாளித்துப் படகைக் கொச்சியில் கொண்டு வந்து சேர்த்துவிட்டான். அவன் கரைசேர்த்த சூரைமீன் அறுவடையின் கொள்முதல் மதிப்பு 27 இலட்சம்! இந்தப் பயணத்தில் சுவாரஸ்யமான விசயம், படகில் ஜிபிஎஸ்ஸை எடுத்துச் செல்ல மறந்துவிட்டான் என்பதுதான். புறப்பட்டு, ஒரு நாள் பயணம் முடிந்த பிறகுதான் ஜிபிஎஸ்ஸுக்குப் பதிலாக உபரி வயர்லெஸ் கருவியை எடுத்து வந்தது தெரிந்தது. ஐஸ் பிடித்துக் கடலுக்குள் வந்தாகிவிட்டது, இனி மீன் பிடிக்காமல் கரை திரும்புவதில் அர்த்தமில்லை. உடன் வந்த நண்பன் சுனில் சொன்னான் - 'வயர்லெஸ் இருக்குது, வேளம் கேட்டு வேளம் கேட்டு போகலாம். மீனு பிடிக்கத்தானே வந்தோம், எங்க போனாலும் மீன் கிட்டும்'. இதுதான் மீனவர்களின் தனித்தன்மை.

முப்பது கடல்மைலுக்கு அப்பால் போகமாட்டோம் என்று சொல்லும் நேவி ஒன்றைப் புரிந்துகொள்ள வேண்டும்: கரைகாணாக் கடலில் போய் மீன்பிடித்து நம்முடைய மக்களுக்கு உணவும் நாட்டுக்கு வருவாயும் தருகிற இந்த மீனவர்களைப் பாதுகாப்பது இந்திய அரசின் கடமை. ∎

ரோனல்ட்

ஒக்கிப் புயல் வீசி ஐந்து மாதங்களுக்குப் பிறகு, பாதிக்கப்பட்ட வள்ளவிளை கடலோர கிராமத்தில் ஒரு வாரம் தங்கியிருந்தேன். ஒரு கிராமத்தின் அமைப்பு அங்குள்ள மீனவர்களின் வாழ்க்கையை எப்படிப் பாதிக்கிறது என்பதுதான் முதலில் என் கவனத்தை ஈர்த்த பிரச்சினை. கடல் அவர்களைச் சூழ்ந்திருக்கிறது. கடல் அவர்கள்மீது கோபமாய் இருப்பதாக அவர்களைப் பயம் சூழ்ந்திருக்கிறது. கடற்கரை, மணல் பரப்பு என்கிற எதுவும் அங்கு இல்லை. குடியிருப்பு கடலை ஒட்டியே இருக்கிறது. மூன்று தெருக்களைக் கடந்த சில வருடங்களில் கடல் விழுங்கிவிட்டிருக்கிறது. ஒரு வாரத்திற்கு முன்னால் எட்டு வீடுகள் கடலுக்கு இரையாகிவிட்டது. 'அடுத்து என் வீடு இடியப்போகிறது. எப்போது வேண்டுமானாலும் அது நிகழலாம்' - இந்தப் பயமும் கவலையும் அவர்களை இரவில் கோவில் முற்றத்தில் குடும்பமாக வந்து தூங்க வைக்கிறது. சிலர் 'கடவுள்

ரோனல்ட் (26), சரல், குமரி மாவட்டம்; சேசுசபை குருமாணவர். சந்திப்பு : நாகர்கோவில், 08.05.2018.

பார்த்துக்கொள்வார், எங்களுக்கு வேறு போக்கிடமில்லை' என்று அந்த வீட்டிலேயே படுத்துக் கொள்கிறார்கள்.

மாலையில் ஒரு மாத மீன்பிடி தொழிலுக்குப் புறப்பட ஆண்கள் தயாராகிக் கொண்டிருக்கிறார்கள். கடல் விழுங்கும் நிலையில் இருக்கும் வீட்டைப் பாதுகாக்கும் இறுதி நேர முயற்சியில் மணல் மூட்டைகளை அஸ்த்திவாரத்துக்கு அணையாய் அடுக்குகிறார்கள். அரை மனதுடனே ஆண்மக்கள் அங்கிருந்து விடைபெறுகிறார்கள். இரண்டு மூன்று நாட்களில் அடுக்கிவைத்த மணல் மூட்டைகளில் பாதி கரைந்து போய்விட்டது. கடலோர வாழ்க்கையை முதன்முதலாகப் பார்க்க நேர்ந்த அனுபவம் இது. கடல் வாழ்க்கை அவ்வளவுதான்.

அந்தக் கிராமத்துச் சமூகத்தில் அடுக்குகள் இருக்கின்றன. 150 பேர் தங்கள் விசைப்படகுகளைக் கொச்சிக்குக் கொண்டு போகிறார்கள், இன்னும் கொஞ்சம்பேர் அங்குள்ள சுரண்டலுக்கு உடன்படாமல் தேங்காய்ப்பட்டினம் துறைமுகத்திலிருந்து விசைப்படகுகளில் புறப்படுகிறார்கள். இது தவிர அன்றாடம் சிறு படகுகளில் கடலுக்கு போகிறவர்களும் உண்டு.

வள்ளவிளை இளைஞர்களிடம் பேச்சுக் கொடுத்தால் 'கடல் எங்களுக்கு இல்லை' என்கிறார்கள். கடலின் பக்கத்தில் உட்கார்ந்து, கடலைக் கவனித்துத் தொழிலுக்குப் புறப்பட்ட காலம் போய்விட்டது. வேறு ஏதாவது ஊருக்குப் போய், அங்கிருந்துதான் கடலை அணுகமுடியும். கடலரிப்பை முன்னிட்டு அலைவாயில் அடுக்கப்பட்ட இராட்சதக் கற்கள் குழந்தைகளுக்கும் கடலுக்குமான உறவை அறுத்துவிட்டது. அலைகளின் பேரிரைச்சலை விட, அடுக்கப்பட்ட கற்கள் அவர்களின் பயத்தை மிகுதியாக்குகிறது.

கடலுக்குப் போகிற இளைஞர்களின் மனதை பயம் ஆக்கிரமித்திருக்கிறது. ஒக்கி மரணங்களுக்குப் பிறகு கிராமமே பீதியில் இருக்கிறது. 'ஒரு மாத காலம் நம்மால் கடலில் தங்கித் தொழில் செய்து கரை திரும்ப முடியுமா' என்கிற ஐயப்பாடு அவர்களை ஆட்கொண்டிருக்கிறது. கண் முன்னே முகம் தெரியாத சக மீனவர்கள் ஒவ்வொருவராக கடலில் மூழ்கி மறைந்த காட்சியை மறக்க முடியாமல் பயம் விரவிய முகத்தோடு

நடைப்பிணம் போல அலையும் சில மீனவர்களைப் பார்த்தேன். துணிச்சலை வரவழைத்துக் கொண்டு கடலுக்குப் போகிறவர்களும் 'இனிமேல் குடும்பமாகச் சேர்ந்து கடலுக்குப் போகக் கூடாது' என்பதில் கவனமாய் இருக்கிறார்கள். முன்பெல்லாம் அப்பா, மகன், மாமன், மச்சான் எல்லோரும் ஒரே படகில் சேர்ந்து வேலை செய்வதுதான் வழமை. அப்படிப் போனவர்களைப் பூண்டோடு கடல் மூழ்கடித்துவிட்டது. யாரும் யாருக்கும் உதவ முடியாமல் போகிற அளவுக்கு நெருங்கிய உறவுகளை ஒக்கிப் புயல் ஒட்டுமொத்தமாகச் சிதைத்துவிட்டது. சொந்தமாகப் படகு இருந்தாலும் உறவினர்களை உடனழைத்துச் செல்வதில் எல்லோருக்கும் தயக்கம். பலர் இண்டர்நெட்டில் பார்த்துக் கொண்டிருக்கிறார்கள். புயல் 40 கி.மீ. வேகத்தில் அடித்தாலும் அரசு 'கடலுக்குப் போகாதே' என்று எச்சரிக்கை செய்கிறது. 'இந்த அறிவிப்புகளே எங்களுக்கு நிரம்ப பயத்தை ஊட்டுகிறது' என்கிறார்கள். 'எனக்குச் சொந்தமாக (இயந்திரப்) படகு உண்டு, ஆனால் இன்று தொழிலுக்குப் புறப்படலாமா என்பதை நான் முடிவு செய்ய முடியாது. வேறு மூன்று பேர் வரவேண்டும். ஒவ்வொரு நாளும் வருகிற அரசாங்க அறிவிப்புகளைக் கேட்டு அவர்கள் சுணங்கி நிற்கிறார்கள். தொழிலுக்குப் போனால்தான் குடும்பம் நடத்த முடியும், நான் என்ன செய்வேன்?' என்று ஒரு மீனவர் கேட்கிறார்.

'கடலின் போக்கு மாறிவிட்டது' என்கிறார் இன்னொரு மீனவர். 'கலக்கு இருந்தால்தான் மீன் வரும், வருகிற மீன் தங்கும். நான்கு மாதமாய்க் கலக்கு இல்லை, மீனும் இல்லை' என்கிறார் இவர்.

முதிய தலைச்சுமடு மீனவப் பெண்களின் நிலைமையும் பரிதாபமாகவே இருக்கிறது. சொந்த ஊரில் தொழில் நடந்து படகுகள் அணைகிற காலத்தில் இங்கேயே மீன் கொள்முதல் செய்து, சுற்றுவட்டாரத்தில் வியாபாரம் செய்து வந்தவர்கள் இவர்கள். கடற்கரையே இல்லை என்றான பிறகு கொள்முதலுக்கு ஐந்து, எட்டு கிலோமீட்டர் ஷேர் ஆட்டோ பிடித்துப் போக வேண்டும். இது செலவும் சிரமும் மிகுந்த வேலை, 'எங்களுக்குக் கட்டுப்படி ஆகவில்லை. ஆனால் இது எங்கள் விதி, வேறென்ன

வழி?' என்கிற அவர்களின் கேள்விக்கு நம்மிடம் பதில் இல்லை.

நிச்சயமற்ற இந்த வாழ்க்கையிலும் இவர்கள் அடுத்த அடியைத் துணிந்து எடுத்து வைக்கிறார்கள். அவர்களின் இந்த வாழ்க்கையை இரண்டே இரண்டு விசயங்கள்தான் தீர்மானிக்கின்றன. ஒன்று கடவுள் நம்பிக்கை, இன்னொன்று உறவுகள். கோவிலில் எப்போதும் நிரம்பி வழிகிற கூட்டம் அவர்களது அசைக்க முடியாத நம்பிக்கையைக் காட்டுகிறது. கடற்கரை மக்களிடம் நான் பார்த்த உறவுப் பிணைப்பு அபூர்வமானது. கடலுக்குப் போகிற ஒவ்வொரு ஆண்மகனும் தன் பிள்ளைகளை மனைவியும் உறவினர்களும் பார்த்துக் கொள்வார்கள் என்கிற நம்பிக்கையில் விட்டுச் செல்கிறான்.

மீனவர்கள் கூட்டங்கூட்டமாக வாழ்கிறார்கள். சீதனமாகப் பெரும்பொருள் பெறுகிறான் என்றாலும் ஆண் தன் மனைவி வீட்டில்தான் தங்கி வாழ்கிறான். ஒவ்வொரு வீட்டிலும் பெரிய குடும்பம் வாழ்கிறது. ஒக்கிப் புயல் அபலைகளாக்கிவிட்ட பெண்களை இந்தக் குடும்பங்கள்தான் அரவணைத்துக் கொள்கின்றன. ஒக்கியில் கணவனைப் பறிகொடுத்த தங்கையை நான்தான் அரவணைக்க வேண்டும் என்று வெளிநாட்டு வேலையை உதறிவிட்டு ஊருக்கு ஓடிவருகிறான் அண்ணன். சொந்த சகோதரிகளுக்கு மட்டுமல்ல இந்த அரவணைப்பு; பெரியம்மா, சிற்றன்னை பிள்ளைகள்மீதும் இந்த அக்கறை தெரிகிறது. ஒவ்வொரு குடும்பத்திலும் கைநிறையச் சிக்கல்கள் இருக்கின்றன. ஆனால் உறவுகளுக்கு உதவுவதில் அவையெல்லாம் ஒரு தடையல்ல. இது அந்தச் சமூகத்தில் மிக இயல்பான நடைமுறையாக நீடிக்கிறது. இந்த அக்கறையும் பாசமும் கடலுக்குள்ளும் விரிகிறது. செழுமையான மீன்பாடுள்ள பகுதியை அடையாளம் காணும் ஒரு விசைப்படகு அந்தச் செய்தியை உறவினர்களுடன் பகிர்ந்து கொள்கிறது. உறவினர்களுக்கு மட்டுமல்ல, கூட்டாளிகளுக்கும் 'நற்செய்தி' தெரிவிக்கப்படுகிறது.

பரந்த கடலில் போனவுடன் மீனை அள்ளிவர முடியாது. மீன் கிடைக்கும் இடத்தைக் கண்டுபிடிப்பதே பெரிய வேலை.

பரஸ்பரம் நற்செய்திகள் பரிமாறப்படுவதுதான் அவர்களது அறுவடைகளின் இரகசியம். 'நான் மட்டும் வளர்ந்தால் போதாது' என்கிற ஆரோக்கியமான மனம் அந்த மக்களிடம் இருக்கிறது. ஒக்கிப் புயலுக்குப் பிறகு பொதுவாகவே மீன்பாடு குறைந்துவிட்டது. ஆனாலும் இந்த அக்கறை குறைந்து போகவில்லை.

ஆழ்கடல் மீன்பிடி விசைப்படகுகளின் கடல் வாழ்க்கை நிரம்ப வித்தியாசமானது. பத்துப் பன்னிரண்டு நாட்கள் அறுவடைக்களம் தேடிப் பயணம், ஏழெட்டு நாட்கள் அலைந்து திரிந்து மீன்பிடித்தல், மீண்டும் பத்துப் பன்னிரண்டு நாட்கள் கரைநோக்கிப் பயணம், இதற்கு இடையில் எதைப் பற்றியும் யோசிக்க நேரமிருக்காது. பல நாட்களில் தூங்குவதே அபூர்வம் என்கிறார்கள். கரையில் இருப்பவர்களுக்கும் நிரம்ப வேலைகள் இருக்கின்றன. கடல் புகுவதற்குப் படகையும் மீன்பிடி உபகரணங்களையும் தயார் செய்வதே பெரும் வேலைதான்.

வருகிற ஜூன் மாதம் புதிய வலை தேவை, அதற்கான வேலையில் மூழ்கியிருக்கிறார் ஒரு தொழிலாளி. 200 கிலோ மாலை வலையாகப் பின்னும் தீவிரம். கைகள் பரபரத்து ஓடுகின்றன. கடலிலும் கரையிலும் அவர்கள் ஓய்வின்றி உழைத்துக் கொண்டே இருக்க வேண்டும். அதுதான் அவர்களின் வாழ்வு. 200 கிலோ வலையை உருவாக்க 400 மனித நாட்கள் உழைப்புத் தேவை. இதில் பெண்களின் உழைப்புதான் பெரும்பங்கு வகிக்கிறது. அதைக் கூலிக்குத் தகுந்த உழைப்பாகக் குறைத்து மதிப்பிட முடியாது. ஒரு பெண் 100 ரூபாய் கூலி பெற ஐந்து மணி நேரம் வலைபின்ன வேண்டும். குடும்பச் சுமைகளுடன் சேர்த்தே இந்த உழைப்பு அமைகிறது.

குடும்பங்களில் நிறையச் செலவு செய்கிறார்கள். அதற்கேற்ற வருவாய் வருகிறதா என்பது எனக்குப் புதிராக இருந்தது. அவர்களுடைய அன்றாடப் பொருளாதாரம் வருவாய் சார்ந்ததல்ல, தேவை சார்ந்தது. தேவைகள்தான் செலவைத் தீர்மானிக்கிறது. வருவாய் போதவில்லையென்றால் கடன் வாங்குவது, வருகிற வருவாயில் கடனை அடைப்பது என்பதுதான் அவர்களின் வாழ்க்கை முறையாக இருக்கிறது. திட்டம் என்று எதுவும்

இல்லை. மற்றவர்களுக்கு ஆடம்பரமாய்த் தோன்றுகிற செலவினங்கள் அவர்களைப் பொறுத்தவரை முக்கியமான தேவை. தேவைதான் அந்தச் சமூகத்தில் எல்லாவற்றையும் தீர்மானிக்கிறது. கடற்கரைகளில் பெண்தான் பொருளாதாரத்தை நிர்வாகம் செய்கிறாள். ஒரு கடற்கரைப் பெண் தனக்காகப் பெரிதாய்ச் செலவு செய்வதில்லை. தன் பிள்ளைகள், உறவினர்களுக்கு முன்னுரிமை தந்து பேணுகிறாள். ஊருக்குள்ளிருந்துதான் கடன் கிடைக்கிறது. சீட்டுப் போடுவதும், அதன் மூலம் கடனை அடைப்பதும் அவர்களது வழமை. கடலிலும் கரையிலும் பேணும் உறவுதான் அவர்களின் பொருளாதாரத்தைத் தாங்கி நிற்கிறது.

ஒரு தந்தை மகனைக் கடலுக்குப் பழக்குவார். சிறுவயதிலேயே கடலைக் குறித்த அச்சம் நீங்கி நெருங்கி உறவாடி வந்தவர்கள் அவர்கள். இன்று, முக்கியமாக ஒக்கிப் புயலுக்குப் பிறகு, நிலைமை தலைகீழாகிவிட்டது. எந்தத் தந்தையும் மகனைக் கடலுக்குப் பழக்க விரும்பவில்லை.

கடல் அச்சத்துக்குரியதாக மாறிவிட்டது. என் மகனுக்குக் கடல் வாழ்க்கை வேண்டாம் என்கிற தந்தைமார் நிறையப்பேர்.

படிப்பறிவற்ற அம்மாக்களின் சிக்கல் வேறாக இருக்கிறது. கணவர் மறைந்துவிட்ட சூழலில் தங்களுக்கு முற்றிலும் பரிச்சயமற்ற உலகுக்குப் பிள்ளைகளைப் பழக்கும் பெரும் சுமை அவர்கள் மீது படிந்து கிடக்கிறது. என்ன படிப்புக்கு மகனை அனுப்புவது? எப்படி அதற்கான பணத்தைத் தேடுவது? அங்கே போனால் மகன் சாதிப்பானா? கணவனின் பிரிவுச் சூழலில் அம்மாவின் மனதை இவைபோல் ஆயிரம் பயங்கள் அலைக்கழித்துக் கொண்டிருக்கின்றன. பெண் குழந்தைகளின் படிப்பில் பெரிய அக்கறை கொள்ளவில்லை என்பது இன்னொரு எதார்த்தம்.

கடற்கரைகள் பழைய கடற்கரைகள் இல்லை. ஆனால் அன்றும், இன்றும் தீவுகளாகவே இருக்கின்றன. ஒரு குடும்பத்தில் நான்கு பெண் பிள்ளைகள். அப்பாவின் உடல்நலம் காரணமாக நன்றாகத் தொழில் செய்ய முடியவில்லை. இரண்டு பெண்களை மணமுடித்துக் கொடுத்திருந்தார். ஒரே படகில்

போன அந்தக் கணவர்கள் இரண்டு பேரும் ஒக்கிப் புயலில் இறந்து போனார்கள். நான்கு பெண்களுக்கும் அப்பாதான் ஒரே நம்பிக்கை. அப்பா அச்சத்துடன்தான் கடலுக்குப் போகிறார். ஒரு சிறு அலையடித்தாலும் மயங்கி விழுந்து விடுகிறார். 'ஐயோ, நானும் செத்துவிட்டால் என் பிள்ளைகளுக்கு யார் காவல்!' அவரைப் பிடித்திருக்கும் இந்த பயத்துக்குத் தீர்வில்லை. விதவைப் பெண்கள் இரண்டு பேருக்கும் கணவர்கள் வருவார்கள் என்கிற நம்பிக்கை வற்றிப் போகவில்லை. இறந்து போயிருப்பார்கள் என்று கொஞ்சம்பேர் சொல்லும்போது 'இல்லை, அவர்கள் கப்பலில் போயிருப்பார்கள், வந்துவிடுவார்கள்' என்று வேறு சிலர் சொல்கிறார்கள். எதைச் சொல்லி ஆறுதல் அடைவது? தீர்வற்ற நாட்கள் அதன்பாட்டில் நகர்ந்து கொண்டிருக்கின்றன. அந்த இளம் விதவைப் பெண்களில் ஒருவர் - பலவீனமான குரலில் என்னிடம் கேட்கிறார் - "ஆறு மாதத்துக்கு ஒருமுறை கப்பல் வருமாம்... கப்பலில் மீட்கப்பட்ட எங்கள் கணவர்கள் அதில் இருப்பார்களா?"

கடற்கரை மக்களை அச்சுறுத்தும் எண்ணற்ற கேள்விகளைப் போலவே இந்தக் கேள்விக்கும் விடை தெரியாமல் நிற்கிறேன். ∎

ஜான் பால்

ஒக்கிப் புயலால் பாதிக்கப்பட்ட வள்ளவிளை கிராமத்தில் நான் ஏழு நாட்கள் தங்கியிருந்தபோது பட்டவகுப்பில் இயற்பியல் புலத்தில் வருகிற ‘காலப் புதிர்’தான் (Time Paradox) நினைவுக்கு வந்தது. இந்த மீனவர்களுடையது ‘வாழ்க்கைப் புதிர்’ (Life Paradox); இரண்டு எதிர்நிலைகளின் வாழ்க்கைப் புதிர்: ஒன்று, அவர்களுடைய ‘ஆழ்ந்த நம்பிக்கை’; மற்றொன்று, அவர்களுடைய வாழ்வின் ‘நிச்சயமின்மை!’ ‘காலப் புதிர்’ பாடத்தில் நூற்றுக்கு நூறு வாங்கினேன், மீனவர்களின் ‘வாழ்க்கைப் புதிர்’ பாடத்தில் சைபர்தான் பெற்றிருக்கிறேன். அந்த வாழ்க்கை அத்தனை மர்மமானது, சிக்கலானது. ஆழ்ந்த நம்பிக்கை நிலவுமிடத்தில் நிச்சயமின்மைக்கு இடம் இல்லையே? ஆனால் கடலோர மக்களின் வாழ்க்கையில் இந்த இரண்டும் இழைந்து ஓடுகிறது என்பது ஆச்சரியமான ஒன்று.

ஜான் பால் (28), திண்டுக்கல், சேசுசபை குருமாணவர். சந்திப்பு: நாகர்கோவில், 05.05.2018.

‘கடல்தான் எங்கள் வாழ்வாதாரம்’; ‘எங்களுக்கு எல்லாமே கடல்தான்’; ‘இது என் கரை’; ‘கடலுக்குள் போய்விட்டால் மீன் கிடைக்கும்’; ‘என் தங்கையை மணமுடித்துக் கொடுக்க இந்தக் கடல் எனக்கு வருவாய் கொடுக்கும்’; எல்லாவற்றுக்கும் மேலாக, ‘கடவுள் எல்லாவற்றையும் பார்த்துக் கொள்வார்’. மீனவனின் ஆழ்ந்த நம்பிக்கைகள் இவை. கடவுள் மேலும் கோயில் மேலும் அவன் வைத்திருக்கும் நம்பிக்கையை கோயில் நிரம்பி வழியும் ஞாயிற்றுக்கிழமை காலை வழிபாட்டின்போது பார்த்தேன். ‘இந்த வாரம் கோயிலுக்குக் கிடைத்த காணிக்கை 83,000 ரூபாய்’ என்று அறிவிக்கிறார்கள். ‘கடவுள் மடிநிறைய மீன் கொடுக்கிறார், அதிலிருந்து நான் கைநிறைய அள்ளிக் கொடுக்க வேண்டும்’ என்று அவன் நம்புகிறான். எவ்வளவோ மரணங்களுக்கும் துயரங்களுக்கும் நடுவில் இந்த நிலைகுலையாத, ஆழ்ந்த நம்பிக்கைதான் மீனவனைத் தூக்கி நிறுத்துகிறது.

மீனவர் வாழ்வின் நிச்சயமின்மை எது? சற்று முன்பு நான் குறிப்பிட்ட கடல், கரை, மீன்பாடு, உயிர் எல்லாமும்தான். கடலுக்குள்ளே போகும் எல்லா உயிர்களும் கரை திரும்புவது நிச்சயமற்றது. ஆழ்ந்த நம்பிக்கையும் நிச்சயமின்மையும் ஒன்றுக் கொன்று நெருக்கமாக இந்த வாழ்க்கையில் ஓடிக்கொண்டி ருக்கின்றன. இந்த வாழ்க்கைக்கு அந்தச் சமூகம் தன்னைப் பழக்கிக் கொண்டிருக்கிறது. எனக்கு இது பெரும் புதிர்; மீனவர்களுக்கு இயல்பான வாழ்க்கை.

‘எனக்கு வாழ்வு தருகிற கடல்தான் சாவையும் தருகிறது, நான் கடலைக் கொண்டாடுகிறேன்’ என்கிறான் மீனவன். பெண்ணுக்கு ஏராளம் வரதட்சணை கொடுத்தாக வேண்டும். பெண் பிறந்தால் அந்தச் சமூகம் சுமையாக நினைக்கிறதா? இல்லவே இல்லை. ‘பெண்குழந்தை பிறந்தால் அதை நாங்கள் கொண்டாடுகிறோம்’ என்கிறான் மீனவன். இதுதான் இந்த வாழ்க்கையின் புதிர். காரண காரிய, தர்க்க விவாதத்தைக் கடந்து நிற்கும் வாழ்வு அது. அலைவாய்க் கரையை ஒட்டியிருந்த அண்டை வீட்டைக் கடல் இழுத்துச் சென்றுவிட்டது. அடுத்து அவன் வீட்டை இழுத்துச் செல்லப் போகிறது. ‘நீ பத்திரமாக குடும்பத்தோடு வேறு எங்காவது போய்விடு’ என்றால், அவன் கம்பீரமாகச்

சொல்கிறான்- 'இது என் வீடு, இது என் கரை, என் கடல்! இதைவிட்டு வேறெங்கும் போகமாட்டேன்'.

மூன்று வயதுக் குழந்தை ஒன்று பந்தை அடித்து விளையாடிக் கொண்டிருந்தபோது சீற்றமாக வந்த அலை குழந்தையை வாரிச் சென்றுவிட்டது. அலைவாய்க் கரையில் இருக்கும் வீட்டைவிட்டுப் போகப் பெற்றோருக்கு மனமில்லை. கடலோடு கோபமில்லை. மற்ற பிள்ளைகள் இன்னும் அலைவாய்க் கரையில் விளையாடத்தான் செல்கின்றன. கடலை, கடற்கரையை விட்டு வெளியேறிவிட்டால் அந்த மக்கள் பாதுகாப்பாக இருக்கலாம் என்பது எனது மேலோட்டமான புரிதல். அவர்களால் கடலை விட்டு விலகி வாழ முடியாது. வாழ்வும் சாவும், செழுமையும் வீழ்ச்சியும் கடல் விதிப்பது.

இரவில் விசைப்படகுத் தொழில் நிமித்தமாக கொச்சிக்குக் கிளம்பும் பரபரப்பில் மீனவர்கள் அதற்கான தயாரிப்பில் மும்முரமாக இருக்கிறார்கள். ஒரு மாதக் கடல் பயணம். திரும்பி வரும்போது தனது வீடு மீந்திருக்குமா என்பது நிச்சயமில்லை. அலைச்சீற்றம் பெருகிக்கொண்டே இருக்கிறது. கோணிப்பைகளில் மணல் நிரப்பி வலையில் அணைத்து வீட்டுக்குப் பாதுகாப்பாக அடுக்குகிறான். வீட்டைக் கடவுள் பார்த்துக் கொள்வார் என்கிற நம்பிக்கையோடு கொச்சிக்குப் புறப்படுகிறான். மீண்டும் வீடு திரும்புவேனா என்கிற கணவனின் ஏக்கமும் கணவன் பத்திரமாய்க் கரை திரும்புவாரா என்கிற மனைவியின் ஏக்கமும் இந்த நம்பிக்கையின் மறுபக்கமாக நிற்கிறது. ஊரிலிருந்து கிளம்பும்போது மீண்டும் அந்த வீட்டைப் பார்க்கப் போனேன். கடந்த வாரம் அடுக்கியிருந்த நூறு மணல் மூட்டைகளில் பாதியைக் கடல் விழுங்கியிருந்தது. அந்த மீனவன் ஊர் திரும்பும்போது அந்த வீடு மீந்திருக்குமா என்னும் கேள்வியோடுதான் அங்கிருந்து கிளம்பினேன்.

ஒக்கிப் புயலில் ஒரு மீன்பிடி படகு சிக்கிக் கொள்கிறது. படகு கவிழ்ந்துவிடுகிறது. கவிழ்ந்து கிடக்கும் படகின் இரு புறமும் பக்கவாட்டில் பிடித்துக் கொண்டவாறு நான்குபேரும் தத்தளித்துக் கொண்டிருக்கிறார்கள். நாட்கள் இரண்டாகியும் எந்த உதவியும் இல்லை. உடல் சோர்வுற்றுப்

போகிறது, மனம் தளர்ந்துவிடுகிறது. இவர்களின் கண்முன்னே உடன்வந்த இரண்டுபேர் ஒவ்வொருவராய் மூழ்கி இறந்து கொண்டிருக்கிறார்கள். நான் சாகப் போகிறேன். செத்துக் கொண்டிருக்கிறேன். இன்னும் சில கணங்களில் மூழ்கிவிடுவேன் என்கிற உணர்வு நிலையில் இருக்கிறான். 'நான் மட்டும் எப்படி உயிர்பிழைத்துக் கரை சேர்ந்தேன்' என்று தன்னையே கேட்டுக் கொள்கிறான். அதற்கு ஒரு பதிலைத் தேடிக் கொள்கிறான் - 'கடவுள்'. கடலோர வாழ்வின் நிச்சயமின்மையோடு அந்த மக்களின் கடவுள் நம்பிக்கை கலந்து கிடக்கிறது.

திருமணமாகி நான்காண்டுகளாகியும் அந்தத் தம்பதிக்குக் குழந்தைப் பேறு இல்லை. மனைவி இப்போது ஒன்பது மாத கர்ப்பம். கணவன் கடலுக்குப் போகிறான். குழந்தை பிறக்கிறது. கணவன் கரை திரும்பவில்லை. அந்தக் குழந்தைக்கு இன்ஃபன்டினா என்று பெயர் வைத்திருக்கிறார்கள். இன்ஃபன்டினாவை என் மடியில் போட்டு விளையாடிக் கொண்டிருந்தபோது சிறுநீர் கழித்து என்னை ஆசீர்வாதம் செய்தாள். அவளது அப்பாவுக்கும் கிடைத்திருக்க வேண்டிய அனுபவம் இது. இன்ஃபன்டினா வளர்ந்து வரும்போது 'அப்பா அனுபவம்' அவளுக்கு எப்படிக் கிடைக்கப்போகிறது? இந்தக் கேள்வி என்னை உருக்கி விடுகிறது. அந்த வீட்டுக்குப் போனபோது 15 நிமிடங்கள் வார்த்தைகளின்றிக் கழிந்தது. என்ன பேசுவது! சில கணக்குகளுக்குக் கடவுள்தான் தீர்வு தரவேண்டும்.

கடற்கரை அனுபவத்தில் எனக்கு வியப்பூட்டிய விடயங்களில் ஒன்று, அந்த மக்களின் கட்டுக்கோப்பான வாழ்க்கை முறை. ஏறத்தாழ 50 வீடுகளுக்குப் போயிருப்பேன் - எந்த இடத்திலும் ஓர் ஆண் மற்றொரு வீட்டுக்குள் நுழைந்ததை நான் பார்த்ததில்லை. வீட்டு முற்றத்தில் நின்று தகவலைச் சொல்லிவிட்டுப் போய்விடுவதைக் கவனித்தேன். பெண்கள் அங்கே மிகுந்த பாதுகாப்போடு வாழ்கிறார்கள்.

ஊரில் தங்கியிருந்தபோது ஒரு வீட்டில் பெயர் சூட்டும் சடங்கு நிகழ்ச்சிக்குப் போக நேர்ந்தது. கோலாகலமான கொண்டாட்டம். காலை விருந்து பிரியாணி. பெயர் சூட்டுச் சடங்கு மட்டுமல்ல, எல்லா நிகழ்வுகளும் அங்கே பெருங்கொண்டாட்டம்தான். ஆடை

அணிகலன்களாகட்டும், நீத்தார் நினைவு, முதல் திருவிருந்து, நிச்சயதார்த்தம், திருமணம் எல்லாமே கோலாகலம்தான். ஏன் இவ்வளவு ஆடம்பரம், வீண் செலவு? இது என்னுடைய பார்வை. மீனவனைப் பொறுத்தவரை நிச்சயமின்மைதான் அந்த வாழ்க்கையில் எல்லாவற்றையும் தீர்மானிக்கிறது. இன்று இரவில் பார்த்த கரை நாளை மாறிவிடுகிறது. இன்று கடலுக்குப் போனவன் நாளை திரும்பி வராமல் போய்விடலாம். வாழ்கிறபோது எல்லாவற்றையும் கொண்டாடித் தீர்த்துவிட வேண்டும் என்பது அவனது பார்வை. அவனைப் பொறுத்தவரை இந்தக் கடல், கரை, நாளை எதுவும் நிச்சயமில்லை. நிச்சயமற்ற ஒன்றுக்காக அவன் ஏன் காத்திருக்க வேண்டும். 'இந்தப் பெயர் சூட்டும் விழா நான் பார்க்கும் இறுதிக் கொண்டாட்டமாக இருக்கலாம்...'

கடற்கரையில் கரைமடி இழுக்கும் காட்சி ஓர் அற்புதமான அனுபவமாக இருந்தது. சிறுவர்கள், முதியவர்கள், இளைஞர்கள் எல்லோரும் சேர்ந்து மடியைக் கரைநோக்கி இழுத்துக் கொண்டிருந்தது முதலில் போராட்டமாய்த் தோன்றியது. பிறகுதான் தெரிந்தது, அதுவும் கொண்டாட்டம்தான். அது கடலோடு அவர்கள் ஆடும் விளையாட்டு. ஒருவர் கொஞ்சம் கடல் தண்ணீர் எடுத்து வர அலைவாய்க் கரைக்குப் போனார். உடை நனைந்துவிடாமல் அலைக்கு அருகில் போனவரை வேறொருவர் அலைக்குள் விளையாட்டாகத் தள்ளிவிடுகிறார். 'என்னடா நீ, கடல் தண்ணி பட்ரும்னு கூச்சப்படுற, நீ கடற்கரையில பொறந்தவந்தானே?' என்கிறார்.

கரைமடி வலை கரை வந்தாயிற்று. விளையாட்டும் கொண்டாட்டமுமான காட்சி சண்டையாக மாறுகிறது. கடுமையாக ஒருவரையொருவர் வசைபாடிக் குற்றம் சுமத்துகிறார்கள். அவர்களின் சண்டை மொழி எனக்குச் சுத்தமாகப் புரியவில்லை. பக்கத்தில் நின்ற ஒரு பாட்டியிடம் கேட்டேன். கரைமடி வலைவீச கடலுக்குள் போனவர்கள், கரையில் இருப்பவர்களிடம், மடியில் சிக்கியிருக்கும் மீன்பாட்டுக்குத் தகுந்தவாறு மடி இழுக்கத் தேவையான ஆட்களைச் சேர்த்துக் கொள்ளுமாறு சொல்லியிருக்க வேண்டும். மீன்பாடு மிகக் குறைவு, மடியிழுக்க வந்தவர்களின் எண்ணிக்கை அதிகம். கிடைத்ததைப் பகிர்ந்தால் தலைக்கு மிகக்

குறைவாகவே பங்கு கிடைக்கும். அதனால் வந்த சண்டை இது.

'கடலும் கடற்கரையும் மீனவர்களுக்கு இல்லை' என்பதே மீனவர்களின் முக்கியமான சிக்கல். சொந்த ஊரில் உரிமையோடு வேலை செய்வது போலல்ல, புலம் பெயர்ந்து போவது. வெகு தொலைவுக்குப் போய்த் தொழில் பார்க்கும்போது எல்லாம் கைவிட்டுப்போன உணர்வுடன்தான் இருக்கிறார்கள். மனம் நிறைய மகிழ்ச்சியோடு ஓடிவிளையாடிக் கொண்டிருக்கும் அந்தச் சின்னஞ்சிறு பிள்ளைகளிடம் கேட்க நினைத்தேன் - 'நாளை உங்களுக்கெல்லாம் இந்தக் கடற்கரை கிடைக்காது என்பது உங்களுக்குத் தெரியுமா?'

ஃபெலிசிற்றா என்னும் சிறுமியின் அப்பாவும் அம்மாவும் செவிப்புலன் அற்றவர்கள். கரைக்கு வந்தவுடன் தந்தையர் தங்கள் பிள்ளைகளிடம் அலைபேசியில் பேசுவதுபோல் ஃபெலிசிற்றாவின் தந்தை பேசமுடியாது. வேறொருவர் அவரது அசைவுகளைக் கவனித்து ஃபெலிசிற்றாவுடன் பேச வேண்டும். நினைத்துப் பார்த்தால் அந்தக் கிராமமே ஃபெலிசிற்றாவின் பிரதியாகத் தோன்றியது.

கடல் மீனவர் வாழ்க்கையோடு கலந்து கிடக்கிறது. புயலோ வெயிலோ, வாழ்வோ சாவோ, கொண்டாட்டமோ சண்டையோ, எதுவும் அவர்களைக் கடலிலிருந்து பிரித்துவிட முடியாது. ஆழ்ந்த நம்பிக்கையும் நிச்சயமின்மையும் மீனவர்களைக் கடலோடு பின்னிப்பிணைத்துக் கிடக்கிறது - கம்பீரமாக. ∎

ஆசிரியரின் நூல்கள்

- கடலம்மா பேசுறங் கண்ணு! இந்து. தமிழ் திசை. 2018.
- 1000 கடல்மைல் (கடல் பழங்குடிகளும் ஒக்கிப் பேரிடரும்). தடாகம் - கடல்வெளி, 2018.
- மூதாய் மரம். தடாகம், 2017.
- வேளம். கடல்வெளி, 2017.
- வர்ளக்கெட்டு (சிறுகதைகள்). எதிர் வெளியீடு, 2014.
- பழவேற்காடு முதல் நீரோடி வரை. எதிர் வெளியீடு, 2014
- மன்னார் கண்ணீர்க் கடல். தடாகம், 2014, 2015.
- நெத்திலிக் கருவாட்டின் வாசனை. உயிர் எழுத்து, 2014.
- கரைக்கு வராத மீனவத் துயரம். உயிர் எழுத்து - நெய்தல் வெளி, 2013
- அந்நியப்படும் கடல். கீழைக்காற்று, 2012.
- என்னைத் தீண்டிய கடல். காலச்சுவடு, 2009.
- அணியம். தமிழினி, 2007.
- நெய்தல் சுவடுகள். த.மீ.யூ., 2005.
- The Sea Tribes under Seige. Mainspring – Kadalveli, 2017.
- The Catastrophe and After. NCBH, 2008.
- நினைவலைகள் (பால் தாமஸ்) (மொழிபெயர்ப்பு - ப. சாந்தி உடன்). நெய்தல் வெளி, 2013; எதிர் வெளியீடு, 2015.

கல்லூரிப் பாடநூல்கள்

- ரௌத்ரம் பழகு. நெய்தல் வெளி, 2012.
- முகம் மாறும் நிலம். நெய்தல் வெளி, 2016.

தொகுப்புகள்

- எக்கர் (வேதசகாயகுமாரின் உரைகள்). உயிர் எழுத்து - நெய்தல் வெளி, 2013.
- விளிம்பு, மையம், மொழி (வேதசகாயகுமார் - உடன்). ஆழி - நெய்தல் வெளி, 2011.
- கொந்தளிக்கும் கடல். ஆழி - நெய்தல் வெளி, 2011.
- ஆழிப் பேரிடருக்குப் பின் (ஜோசப் ஜஸ்டஸ் - உடன்). காலச்சுவடு, 2006.

மொழிபெயர்ப்பான ஆசிரியரின் நூல்

- The Gordian knot. Translated by S. Vincent. Mainspring, 2018.